अर्थशास्त्राच्या सर्व विद्यार्थ्यांसाठी व स्पर्धापरीक्षांसाठी उपयुक्त

डायमंड

अर्थशास्त्र शब्दकोश

इंग्रजी-मराठी

संकलन

प्रा. वि. ज. गोडबोले

निवृत्त, प्राध्यापक
सी. टी. बोरा कॉलेज, शिरूर

डायमंड पब्लिकेशन्स, पुणे

डायमंड अर्थशास्त्र शब्दकोश इंग्रजी-मराठी

प्रा. वि. ज. गोडबोले

प्रथम आवृत्ती : जानेवारी २००९

ISBN : 978-81-8483-082-8

© डायमंड पब्लिकेशन्स, पुणे-३०.

अक्षरजुळणी :
अक्षरवेल, पुणे

मुखपृष्ठ :
शाम भालेकर

प्रकाशक :
दत्तात्रेय गं. पाष्टे
डायमंड पब्लिकेशन्स,
१६९१, सदाशिव पेठ, शंकरप्रसाद को. हौ. सो.
तिसरा मजला, टिळक रोड, पुणे-४११०३०.
☎ ०२०-२४४५२३८७

प्रमुख वितरक
डायमंड बुक डेपो
६६१, नारायण पेठ, अप्पा बळवंत चौक,
पुणे ३०.
☎ ०२०-२४४८०६७७

मूल्य : रुपये २००/- मात्र

प्रकाशकीय

डायमंड शब्दकोश मालिकेतील अर्थशास्त्र विषयाचा शब्दकोश सादर करताना मला अत्यंत आनंद होत आहे. एखादी नवी कल्पना, नवा प्रयोग प्रत्यक्षात साकार झाला, की जे समाधान वाटते त्याचाच अनुभव मी आत्ता घेत आहे.

अर्थशास्त्र, मानसशास्त्र, राज्यशास्त्र, समाजशास्त्र, भूगोल, इतिहास अशा वेगवेगळ्या विषयांचा अभ्यास मराठीतून करताना विद्यार्थ्यांना अनेक समस्या येतात. कधी एखाद्या संज्ञेचे इंग्रजी नाव अधिक परिचयाचे असते, परंतु त्याचा अर्थ नेमका माहीत नसतो, तर कधी इंग्रजी शब्दांना दिलेल्यां मराठी पारिभाषिक शब्दांचा अर्थ उलगडत नाही. या सर्व समस्यांचे निराकरण करू शकणारा शब्दकोश तयार करण्याचे बरेच दिवस मनात होते. आता इतर वेगवेगळ्या विषयावरील शब्दकोशही लवकरच सादर करण्याचा मानस आहे. प्रत्येक विषयावरील अनुभवी व तज्ज्ञ व्यक्तींची मोलाची मदत या कामी लाभली हे माझे भाग्यच !

हे काम जास्तीत जास्त अचूकतेने करण्याचा आम्ही प्रयत्न केला आहे. विद्यार्थी, अभ्यासक, प्राध्यापक यांचा उत्तम प्रतिसाद मिळेल ही आशा आहे.

दत्तात्रेय गं. पाष्टे

मनोगत

प्रिय विद्यार्थी आणि विद्यार्थिनी,

आपण अर्थशास्त्र या विषयाचा अभ्यास करत आहात. शालेय व महाविद्यालयीन पातळीवर अर्थशास्त्राचे अध्ययन व अध्यापन करणाऱ्या सर्वांना हा अर्थशास्त्राचा शब्दकोश निश्चितच उपयुक्त ठरेल.

केवळ अर्थशास्त्रातील इंग्लिश शब्द व त्यांचे योग्य उच्चार त्या शब्दांचा मराठीमधून अर्थ व त्या शब्दांसाठी मराठीत असणारे पर्यायी शब्द, याप्रमाणे शब्दकोश तयार केलेला आहे. सामान्यत: अर्थ हा मोजक्या शब्दात दिलेला असला तरी काही संज्ञांचे विवेचन सविस्तर केलेले आहे. ते विद्यार्थ्यांना निश्चितच उपयुक्त होईल.

त्याचबरोबर या शब्दकोशाला विशिष्ट परिशिष्टे जोडलेली आहेत. त्यामध्ये विविध शब्दांची, संस्था व संघटनांची इंग्लिशमधील आद्याक्षरे, पूर्ण नावे व मराठीतील नावे याविषयी माहिती दिलेली आहे. विविध देशांतील व्यवहारात असलेली चलने आणि नोबेल पारितोषिके विजेते, यांचीही माहिती परिशिष्टात दिलेली आहे. डायमंड पब्लिकेशन्सने प्रकाशित केलेले इतर विविध शब्दकोश, मराठीतून लिहिलेला 'अर्थशास्त्र' या विषयाचा विस्तृत माहितीकोश हेही विद्यार्थ्यांना उपयुक्त ठरतील.

हा डायमंड विद्यार्थी अर्थशास्त्र शब्दकोश तयार करताना अनेकांचे सहकार्य लाभले. सिद्धीविनायक कला व वाणिज्य महाविद्यालयाच्या अर्थशास्त्र विभागप्रमुख आणि प्रभारी प्राचार्या व मणिलाल नानावटी व्यवसाय मार्गदर्शन संस्थेच्या संचालिका डॉ. सौ. पुष्पा रानडे व गरवारे कला व शास्त्र महाविद्यालयातील अर्थशास्त्र विभागातील प्रपाठक डॉ. सौ. वरदा देशपांडे यांनी शब्दकोश वाचून व काळजीपूर्वक तपासून उपयुक्त सूचना केल्या. सिद्धीविनायक महाविद्यालयाच्या ग्रंथालयाच्या प्रमुख ग्रंथपाल प्रा. फरीदा सय्यद व त्यांचे सहकारी सौ. देवकाते व श्री. साळुंखे यांनी ग्रंथालयातील विविध कोश संदर्भासाठी उपलब्ध करून दिले.

डायमंड पब्लिकेशन्सचे श्री दत्तात्रेय पाष्टे यांनीही विविध शब्दकोश उपलब्ध करून दिले व काम पूर्ण होईपर्यंत सातत्याने त्याचा पाठपुरावा केला. त्यांच्या कार्यालयातील सहकारी शिल्पा कुलथे, मुद्रितशोधक रोशनी सुतार यांचाही यात मोलाचा वाटा आहे.

तसेच डॉ. विनायक गोविलकर यांच्या आर्थिक संकल्पना (Economic Concepts) या पुस्तकातून विविध संज्ञांचे विस्तृत वर्णन उपलब्ध झाले. ज्येष्ठ अर्थतज्ज्ञ प्रा. डॉ. यशवंत रारावीकर यांनी या कोशाला सखोल मार्गदर्शन केले. सदर शब्दकोशाची सुबक अक्षरजुळणी श्री. का. वि. शिगवण यांच्या 'अक्षरवेल' मध्ये झाली. तसेच श्री शाम भालेकर यांनी उत्कृष्ट मुखपृष्ठ तयार करून दिले व डायमंड पब्लिकेशन्सच्या सर्व सहकाऱ्यांच्या बहुमोल सहकार्यामधून शब्दकोशाचे काम पूर्ण झाले. त्यांचा मी मन:पूर्वक आभारी आहे.

- प्रा. वि. ज. गोडबोले.

डायमंड शब्दकोश - अर्थशास्त्र

A

abandonment - (अबॅ'न्डन्मेन्ट्) **ऱ्हास** - मूल्य कमी होणे, प्रमाण घटणे, घसरण.

abandonment, surrender - (अबॅ'न्डन्मेन्ट सर'न्डऽ) **परित्याग** - सोडून देणे, प्रत्यार्पित करणे.

abbreviation - (अब्री'व्हिए'ऽशन्) **संक्षिप्त रूप** - विस्तृत संज्ञेचे अल्पशब्दातील वर्णन. उदा. संज्ञेतील आद्याक्षरांचा वापर.

ability to pay, faculty theory of taxation - (अबि'लिटि टू पे'ऽ, फॅ'कल्टि थिअरि अव्ह् टॅक्से'शन्) **करदेयक्षमता किंवा क्षमता** - कर देण्याची पात्रता. कर आकारणीचा करदेयक्षमता सिद्धान्त.

able, competent - (ए'ऽबल कॉ'म्पिट्न्ट्) सक्षम - शारीरिक व बौद्धिकदृष्ट्या समर्थ.

abnormal - (ॲब्नॉ'मल्) **प्रमाणाबाहेर** - नेहमीपेक्षा जास्त/कमी/वेगळे. असामान्य, सर्वसाधारण घटकांपेक्षा वेगळा, विशिष्ट परिस्थितीत उद्‌भवणारा.

abnormal profit, supernormal profit, windfll profit - (ॲब्नॉ'ऽमल् प्रॉ'फिट्, स्यू'पऽनॉ'मल् प्रॉ'फिट्, वि'न्ड्फॉऽल् प्रॉ'फिट्) **असाधारण कल्पनातील नफा** - ज्याचा उत्पादनखर्चात समावेश होत नाही असा आकस्मिकरीत्या झालेला किंवा मक्तेदारी असल्यामुळे मिळालेला नफा.

absentee - (अ'ब्सेन्टी) **गैरहजर व्यक्ती, निद्रिस्त,** sleeping

absolute - (अ'ब्सल् (ल्यू)ट्) **निरपेक्ष** - संपूर्ण, कशाशीही तुलना नसणारा, स्वतंत्र.

absentee landlord - (ॲब्से'न्टि लॅन्डलॉऽड्) **निष्क्रीय जमीनदार, गैरहजर जमीनदार** - केवळ कुळाकडून खंड वसुलीपलीकडे आपल्या जमिनीकडे कोणतेही

लक्ष न देणारा मालक.

absenteeism - (ॲब्से'न्टिझम्) **गैरहजेरी (कामगारांची)** - कामाच्या ठिकाणी रजा किंवा पूर्वपरवानगी न घेता अनुपस्थित राहण्याची श्रमिकांची प्रवृत्ती.

absolute advantage - (ॲ'ब्सलू(ल्यू)ट् ॲड्व्हा'ऽनटिज्) **निरपेक्ष लाभ** - जेव्हा एका देशात अन्य देशांच्या तुलनेने एखादे उत्पादन कमी साधनसामग्रीच्या साहाय्याने करणे शक्य होते तेव्हा त्या देशाला आंतरराष्ट्रीय व्यापारात मिळणारा लाभ किंवा फायदा.

absorption, diffusion - (अब्सॉ'ऽप्शन् डिफ्यू'झ्यन) **विलीन होणे** - सामावले जाणे, पूर्णपणे एकजीव होणे, एकरूप होणे, प्रसार होणे.

abstinence - (ॲ'ब्स्टिन्न्स्) **उपभोगत्याग** - खर्च टाळणे किंवा पुढे ढकलणे. बचतीसाठी आवश्यक गोष्ट.

abstract - (ॲ'ब्स्ट्रॅक्ट्) **गोषवारा** - १संक्षिप्त विवरण, थोडक्यात मांडलेला आशय, २ अमूर्त

acknoledgement receipt - (ॲकनॉलेजमेंट रिसिट्) पोच पावती

abundance - (ॲब्न्डन्स्) **विपुलता** - संपत्ती, उत्पन्न वगैरे प्रचंड प्रमाणात उपलब्ध होणे. वस्तू वा सेवेची किंवा पैशाची मुबलकता.

accelerationist theory of employment - (ॲक्सेलरे'ऽशनिस्ट थि'अरि ऑव्ह् / अव्ह् इम्प्लॉ'इमन्ट्) **प्रवेगकाधिष्ठित रोजगार सिद्धान्त** - अतिरेकी चलनविस्तार केल्यानेच देशातील बेरोजगारी ही किमान बेरोजगारीच्या पातळीला येऊ शकते. या आशयाचा सिद्धान्त.

accelerator - (ॲक्से'लरेऽटऽ) **प्रवेगक** - प्रमाण, गती वाढविणारा.

accelerator coefficient - (ॲक्से'लरेऽटऽ को'इफि'शन्ट) **प्रवेगक सहगुणक**- प्रेरित गुंतवणुकीच्या दराची राष्ट्रीय उत्पन्नामधील वाढीशी तुलना करून मिळणारे प्रवेगकाचे मूल्य.

accelerator theory - (ॲक्से'लरेऽटऽ थि'अरि) **प्रवेगक सिद्धान्त** - प्रेरित गुंतवणुकीचा दर हा राष्ट्रीय उत्पन्नातील बदलावर अवलंबून असतो आणि त्यायोगे गुंतवणुकीत मोठ्या प्रमाणात चढउतार होतात, या आशयाचा सिद्धान्त.

acceptance - (ॲक्से'प्टन्स्) **स्वीकृति** - हुंडी, विनिमयप्रपत्रावर स्वाक्षरी करून दायित्व स्वीकारणे.

acceptance house - (ॲक्से'प्टन्स् हाउझ्) **स्वीकृतिगृह** - विनिमयप्रपत्रे वटवणुकीसाठी स्वीकारून परतफेडीची हमी देणारी केंद्रे.

acceptance under protest - (ॲक्से'प्टन्स् अ'न्डऽ प्रटे'स्ट्) **निषेधयुक्त स्वीकार** - व्यवहाराबद्दल असलेली तक्रार नोंदवून केलेला स्वीकार.

accommodation bills - (अकॉमडे'ऽशन् बिल्स्) **परस्परसाहाय्यक हुंड्या** - आपली पैशाची गरज भागवण्यासाठी दोन्ही पक्षांनी एकमेकांवर काढलेल्या हुंड्या.

accountant - (अका'उन्टट्) **हिशेबनीस** - व्यवसायसंस्थेत हिशेब ठेवणारा.

account - (अका'उन्ट्स्) **खाते** - व्यवहारांच्या विशिष्ट कालावधीतील नोंदी असलेले पत्रक किंवा पुस्तक व्यवसायसंस्था, बँका इ.मध्ये व्यवहाराच्या नोंदी दर्शवणारे पत्रक.

accounts payable - (अका'उन्टस् पे'ऽअबल) **दायित्व खाती** - संस्थेची इतरांना देणे असलेल्या रकमा दर्शवणारी खाती.

accounts receivable - (अका'उन्टस् रिसी'व्हबल) **येणे खाती** - संस्थेची इतरांकडून येणे असलेली रक्कम दर्शवणारी खाती, मत्ता.

accrued income - (अक्रू'ड इ'न्कम्) **उपार्जित प्राप्ती** - जमा झालेले उत्पन्न. विशेषत: नावे जमा झालेले.

accumulation of capital - (अक्यू'म्युले'ऽशन् ॲव्ह् कॅ'पिटल्) **भांडवलसंचय** - मानवनिर्मित उत्पादनोपयोगी साधनसामग्री. बचतीमधून ती निर्माण होते.

accuracy - (ॲ'क्युरसि) **बिनचूकपणा** - कोणतीही चूक नसणे.

achievements - (अची'व्ह्मन्टस्) **उपलब्धी** - प्राप्त झालेल्या गोष्टी, यश.

acquisition - (ॲ'क्विझि'शन्) **ताब्यात घेणे** - मत्तेवर ताबा मिळवणे.

active - (ॲक्टिव्ह) **क्रियाशील** - प्रत्यक्ष कार्य करणारा, महत्त्वाची भूमिका बजावणारा.

active balances - (ॲक्टिव्ह् बॅ'लन्स्) **सक्रीय/क्रियाशीलरोखता** - विनिमयाच्या आणि सावधगिरीच्या हेतूने जवळ बाळगलेली रोख रक्कम.

actual growth - (ॲ'क्च्युअल् ग्रोऽथ्) **प्रत्यक्षातील विकास** - देशातील विविध उत्पादनांमध्ये प्रत्येक वर्षात झालेली एकूण वाढ. तिचे मापन पैशातील मूल्यात न करता भौतिक परिमाणाने केले जाते.

adaptive expections hypothesis - (ॲड'प्टिव्ह् ए'क्स्पेक्टे'ऽशन् हाइपॉ'थिसिस्) **पूर्वीच्या अनुभवांवर आधारित अनुमान** - लोक हे पूर्वीच्या व्यापारचक्रांच्या अनुभवांच्या आधाराने भावी काळात उद्‌भवणाऱ्या व्यापार चक्राविषयी अंदाज बांधतात, असा या निष्कर्षाचा आशय आहे.

additional - (अडि'शन्ल्) **अतिरिक्त** - जादा, अधिक.

adjournment - (अजऽन्मन्ट) **स्थगन** - थांबवणे, तहकूब करणे.

adjustable peg - (अज'स्टेबल पेग्) **तडजोडीवर आधारित विनिमयदर निर्धारणाची पद्धती** - या पद्धतीत परकीय चलनांच्या विनिमयाचे दर काही काळापुरते निश्चित केले जातात व त्यांचा व्यवहारतोलावरील परिणाम ध्यानात घेऊन त्यामध्ये आवश्यकतेनुसार फेरबदल केले जातात.

adjustment - (अजे'स्ट्मन्ट्) **समायोजन** - हिशेबाची जुळणी, तडजोड.

administered price - (अ‍ॅड्मि'निस्टऽड 'प्राइस्) **प्रशासकीय किंमत** - समतोल किमतीऐवजी शासनाने निर्धारित केलेली वेगळी किंमत.

administration - (अ‍ॅड्मि'निस्ट्रेशन्) **प्रशासन** - कारभार चालवणे.

ad valorem tariff - (अ‍ॅडव्हालोरम् टॅ'रिफ) **किमतीनुसार/मूल्याधारित जकात** - आंतरराष्ट्रीय व्यापारातील वस्तूंच्या मूल्यांच्या विशिष्ट प्रमाणात आकारलेली जकात.

ad valorem tax - (अ‍ॅड्व्हालोरम टॅक्स) **किमतीनुसार/मूल्याधारित कर** - उत्पादित वस्तू व सेवांच्या मूल्यांच्या विशिष्ट प्रमाणात आकारलेला कर. हा एकदाच आकारला जातो (उत्पादन शुल्क, विक्री कर इ.) किंवा मूल्यवर्धनाच्या प्रत्येक टप्प्यात स्वतंत्रपणे आकारला जातो (मूल्यवर्धित कर).

advance - (अड्व्हा'ऽन्स्) **अग्रीम** - बँकेने खातेदारांना दिलेल्या कर्जाचा एक प्रकार. व्यवहाराच्या पूर्ततेसाठी ग्राहकाने विक्रेत्यास व्यवहार पूर्ण होण्याआधी दिलेली रक्कम, आगाऊ रक्कम, उचल.

advanced countries - (अड्व्हा'ऽन्स्ड् क'न्ट्रिझ्) **प्रगत देश** - उच्च पातळीवरील राष्ट्रीय उत्पन्न आणि जनतेचे राहणीमान, दरडोई उत्पन्न असणारे देश.

advance tax payment - (अड्व्हा'न्स् टॅक्स् पे'ऽमन्ट्) **मुदतपूर्व करभरणा** - वित्तीय वर्ष संपण्यापूर्वीच व्यक्ती किंवा संस्थांनी सरकारला करांची एका किंवा अनेक हप्त्यांमध्ये भरलेली रक्कम.

adverse selection - (अ‍ॅ'ड्व्हऽस् सिले'क्शन्) **अधिक जोखीम ध्यानात घेऊन केलेली निवड** - विम्याच्या व्यवसायात अधिक जोखीम किंवा धोका पत्करण्याची प्रवृत्ती असणाऱ्यांची केलेली निवड.

after sales service - (आ'ऽफ्टऽ सेऽल्स् स'ऽव्हिसेस्) **विक्रीपश्चात सेवा** - ग्राहकांना वस्तू किंवा सेवांची विक्री केल्यानंतर विक्रेत्याने दिलेली सेवा.

affulance - (ॲफ्यूलन्स) संपन्नता, समृद्धी

affulant - (ॲफ्यूयन्ट) संपन्न, समृद्ध

agent - (ए'ऽजन्ट) **प्रतिनिधी** - व्यवसायसंस्थेने अधिकारपत्र दिलेला, तिच्या वतीने तिची सर्व कार्ये करणारा.

agglomeration economies, external economies - (अ'ग्लॉम'रेऽशन् ईकॉ'नमिज्, इक्स्ट'ऽनल् ईकॉ'नमिज्) **केंद्राकर्षी लाभ** - व्यवसायसंस्थांचे केंद्रीकरण झाल्यामुळे त्या सर्व संस्थांना मिळणारे बाह्य लाभ, बाह्य बचती.

aggregate demand - (ॲ'ग्रिगट् डिमा'ऽन्ड्) **समग्र मागणी** - अर्थव्यवस्थेतील एकूण खर्चाच्या प्रमाणानुसार ठरणारी एकूण मागणी याचे उपभोगावरील खर्च, आयातीवरील एकूण खर्च, गुंतवणूक, सरकारचा खर्च आणि अतिरिक्त आयातीवरील खर्च असे चार घटक आहेत.

aggregate demand for labour - (ॲ'ग्रिगट् डिमा'ऽन्ड फॉऽ ले'ऽबऽ) **देशातील श्रमिकांना असलेली एकूण मागणी** - वास्तव वेतनाच्या विविध पातळ्यांना असणारी, देशातील उत्पादकांची श्रमिकांना असणारी मागणी.

aggregate supply of labour - (ॲ'ग्रिगट् सप्ला'इ अव्ह् ले'ऽबऽ) **देशातील श्रमिकांचा एकूण पुरवठा** - वास्तव वेतनाच्या विविध पातळ्यांना श्रमिकांचा उत्पादन क्षेत्रात होणारा पुरवठा.

agmark - **ॲगमार्क** - कृषी उत्पादनांचा प्रमाणित दर्जा दर्शवणारे चिन्ह.

agreement - (अग्री'मन्ट्) **करार** - दोन किंवा अधिक पक्षांत विशिष्ट व्यवहाराच्या पूर्ततेच्या संदर्भात झालेली कायदेशीर मान्यता असलेली लेखी नोंद.

agricultural economy - (ॲ'ग्रिकल्चरल् ई'कनॉ'मि) **कृषिप्रधान अर्थव्यवस्था** - ज्या अर्थव्यवस्थेत बहुसंख्य लोक शेती व्यवसायावर अवलंबून असतात व राष्ट्रीय उत्पन्नात शेतीक्षेत्राचा हिस्सा महत्त्वाचा असतो अशी अर्थव्यवस्था. (अनेक वचन - **agricultural economies**)

agricultural economics - (ॲ'ग्रिकल्चरल् ई'कनॉ'मिज्) **कृषी अर्थशास्त्र** - शेतीव्यवसायातील उत्पादन, वितरण, पणन, वित्तव्यवहार वगैरेंचे विश्लेषण करणारी अर्थशास्त्राची शाखा.

agriculturist, farmer - (ॲ'ग्रिकल्चररिस्ट्, फा'ऽमऽ) **शेतकरी** - शेतीव्यवसाय करणारा, शेतीव्यवसायातून उपजीविकेची साधने मिळवणारा.

aid - (एऽड्) **साहाय्य** - सरकार, संस्था किंवा व्यक्ती यांनी गरजूंना अट घालून किंवा विनाअट दिलेली कोणत्याही प्रकारची मदत.

airtransport - (ए'अट्रॅन्स्पॉ'ऽट्) **हवाई परिवहन** - विमानांद्वारे आकाशमार्गाने होणारी प्रवासी व माल यांची वाहतूक.

alienation - (ए'ऽल्यने'ऽशन्) **दुरावा** - कामगारांची आपल्या व्यवसायसंस्थेविषयी आत्मीयता न बाळगण्याची वृत्ती, मार्क्स यांनी मांडलेली संकल्पना.

allocation - (ॲलोके'ऽशन्) **विल्हेवारी** - वाटणी, विगतवारी, विभागणी, वितरण.

allocation of resources - (ॲलोके'ऽशन् अव्ह् रिसॉ'सस्) **साधनसामग्रीची विगतवारी** - विविध व्यवसायात किंवा क्षेत्रात बाजारयंत्रणेद्वारे किंवा मध्यवर्ती सत्तेद्वारे केली जाणारी, देशातील नैसर्गिक, मानवी साधनसामग्री व भांडवल यांची केली जाणारी वाटणी.

allocative efficiency - (ॲलोके'टिव्ह् इफि'शन्सि) **वस्तू व सेवा यांच्या वाटणीची कार्यक्षमता** - सध्याच्या उत्पन्नपातळीनुसार वस्तू आणि सेवा यांवर ग्राहकवर्ग करीत असलेल्या खर्चामुळे त्याला मिळणाऱ्या समाधानाचे एकूण प्रमाण जेव्हा कमालपातळीला पोहोचत नाही तेव्हा उत्पन्नांची फेरवाटणी आवश्यक होते. त्यायोगे ग्राहकांवर त्यांच्या उत्पन्नामधून होणाऱ्या खर्चाद्वारे कमाल समाधान मिळू शकते.

allowance - (अला'उअन्स्) सूट सवलत

allowance - (अला'उअन्स्) **भत्ता** - मूळ वेतनास पूरक अशी दिलेली रक्कम उदा. महागाई भत्ता, घरभाडे भत्ता, प्रवास भत्ता इ.

alternative - (ऑ'ऽल्ट'नटिव्ह्) **वैकल्पिक** - पर्यायी, ऐवजी.

alternative theories of the firm - (ऑऽल्ट'ऽनटिव्ह थि'अरि अव्ह दी फ'ऽम्) **व्यवसायसंस्थांचे पर्यायी सिद्धान्त** - केवळ महत्तम नफ्याचे उद्दिष्ट विचारात न घेता इतर उद्दिष्टे विचारात घेऊन, मांडलेले विविध सिद्धान्त.

amalgamation - (अमॅ'ल्गमे'ऽशन्) **विलीनीकरण** - सामावून घेणे, एकत्रित होणे, एका संस्थेचा दुसऱ्या संस्थेत विलय होणे.

ambient based standard - (ॲ'म्बिअन्ट् बेऽस् स्टॅ'न्डऽड्) **पर्यावरणाच्या संदर्भातील** - प्रदूषण नियंत्रणाच्या संदर्भातील आवश्यक असणारी हवा, पाणी, इत्यादींचा किमान दर्जा.

amendment - (अमे'न्ड्मन्ट्) **दुरुस्ती** - बदल, सुधारणा.

amortisation - (अऽमॉ'टिझेशन्) **कर्जफेडीची व्यवस्था** - कर्ज फेडणे, व्याज देण्यासाठी पैशाची जुळणी करणे.

analysis - (अनॅ'लिसिस्) **विश्लेषण** - घटकांचे पृथक्करण व छाननी.

anarchism - (ॲ'नकिझ्म) **अराज्यवाद, अराजकवाद** - निसर्गनियमांवर विश्वास असणारी व शासन संस्था निरर्थक मानणारी विचारसरणी.

ancillary - (ॲन्सि'लरि) **पूरक** - साहाय्यकारी.

angelcurve - (एन्जल् कर्व्ह्) एंजेल यांनी उपभोगाच्या संदर्भात मांडलेला निष्कर्ष दर्शवणारा वक्र.

animal husbandry - (ॲ'निमल् ह'झ्बण्ड्रि) **पशुसंवर्धन** - पाळीव प्राण्यांची देखभाल.

anti-dumping action - (ॲन्टि'डम्पिन्ग ॲ'क्शन्) **अवपुंजनविरोधी कृती** - अवपुंजन टाळण्यासाठी अन्य देशांनी केलेली कृती, आयातीवर घातलेले निर्बंध किंवा आकारलेला जाचक प्रवेशकर, जकात इ. गॅटच्या १९८४ मधील करारातील चौथ्या कलमानुसार जागतिक व्यापार संघटना स्थापन झाली. त्यामुळे अवपुंजन विरोधी उपाययोजना जागतिक पातळीवर करता येणे शक्य झाले.

applied economics - (अप्ला'इड् ई'कनॉ'मिक्स्) **उपयोजित व्यावहारिक अर्थशास्त्र** - व्यवहारातील समस्यांचे विश्लेषण करून त्या सोडवण्यासाठी मार्गदर्शन करणारी अर्थशास्त्राची शाखा.

appreciation - (अप्री'शिए'ऽशन्) **अतिमूल्यन, मूल्यवाढ, मूल्यवृद्धी** - खुल्या बाजारात विनिमय दर ठरत असताना, त्या देशाच्या चलनाला असलेली मागणी वाढल्याने त्या चलनाचे मूल्य वाढणे म्हणजेच त्या चलनाच्या मोबदल्यात अन्य देशांची चलने पूर्वीपेक्षा अधिक प्रमाणात उपलब्ध होणे.

apprenticeship - (अप्रे'न्टिस्शिप्) **प्रशिक्षित उमेदवारी** - नव्याने व्यवसायक्षेत्रात पदार्पण करणाऱ्या श्रमिकांना व्यवसायसंस्थेने अनुभव व शिक्षण घेण्यासाठी दिलेली तात्पुरता रोजगार.

appropriation - (अप्रो'ऽप्रिए'शन्) **विनियोग** - वाटणी, विल्हेवाट, विभागणी, विनियोग.

arbitrage - (आ'ऽबिट्रेऽजऽ) **मूल्यफरकातून मिळालेली कमाई, विक्रीसाठी वा खरेदी, मूल्यांतर विनिमय** - एकाच मत्तेच्या (संपत्तीच्या) वेगवेगळ्या बाजारात कमीअधिक किमती असताना, कमी किमतीला मत्ता खरेदी करून अधिक किमतीला तात्काळ विक्री करून नफा मिळवणे. नफा मिळवण्यासाठी एकाच दिवशी एक किंवा विविध बाजारात केलेली रोख्यांची, चलनांची खरेदी-विक्री.

arbitrate - (आ'ऽबिट्रेऽट) **लवाद म्हणून काम करणे** - तंटा सोडवण्यासाठी केलेली मध्यस्थी.

arbitrator - (आ'ऽबिट्रेऽटऽ) **लवाद** - तंटा असलेल्या दोन पक्षांत मध्यस्थी करून दोन्ही पक्षांची बाजू समजावून घेऊन तटस्थपणे योग्य तो निर्णय देणारी व्यक्ती. निर्णय अमान्य असलेला पक्ष न्यायालयात जाऊ शकतो.

arc elasticity - (आऽक् इलॅ'स्टिसिटि) **वक्रखंडाचा लवचिकपणा** - वक्रावरील दोन बिंदूंच्या दरम्यान असणारा वक्राचा लवचीकपणा (दोन बिंदूंना सरळ रेषेने जोडल्यास, रेषेच्या उतारानुसार हा लवचीकपणा ठरतो.)

arrears - (अरि'अझ) **थकबाकी** - येणेरकमा.

assembly, rally - (असे'म्ब्लि, रॅ'लि) **अधिवेशन** - सभा, मेळावा, एकत्र येणे.

assessment - (असे'स्मन्ट्) **निर्धारण** - निश्चित करणे, आकारणे.

assets - (अॅ'सेट्स्) **मत्ता** - स्वत:च्या मालकीची विविध प्रकारची संपत्ती किंवा इतरांच्या संपत्तीवरील त्या व्यक्तीचा असलेला अधिकार.

assignment - (असा'इन्मन्ट्) **नियुक्ती** - नेमणूक देणे, अभिहस्तांकन.

association, organisation - (असो'ऽशिएऽशन्, ऑ'ऽगनाइझे'ऽशन्) **संघटना**- समान हित जपण्यासाठी एकत्र आलेल्या व्यक्ती किवा संस्थांचा समूह.

assumption - (असं'म्प्शन्) **गृहीत** - सिद्धान्ताच्या संदर्भातील न बदलणारे घटक.

assurance - (अशु'अरन्स्) **हमी** - व्यवहाराची पूर्तता होण्याच्या संदर्भात घेतलेली जबाबदारी, दिलेले वचन.

asymmetric information - (असिमे'ट्रिक इ'न्फमे'ऽशन्) **माहितीतील भिन्नता**- एकाच घटनेबाबत विविध संस्थांकडून उपलब्ध झालेली वेगवेगळी माहिती. ही परस्परपूरक किंवा परस्परविरोधी असू शकते. एकाच आर्थिक घटकाविषयी वेगवेगळ्या स्त्रोतांतून मिळालेली वेगवेगळी माहिती.

asymmetric shocks - (असिमे'ट्रिक शॉक्स्) **भिन्न धक्के**- एकाच संबंधित वा असंबंधित घटनेचे अर्थव्यवस्थेतील वेगवेगळ्या घटकांवर होणारे वेगवेगळे आकस्मिक परिणाम.

atomistic competition - (अटॉमेस्टिक् कॉ'म्पिटि'शन्) **सूक्ष्मातिसूक्ष्म स्पर्धा** - पूर्ण स्पर्धेतील आदर्श स्थिती. यामध्ये बाजाराची व्याप्ती इतकी प्रचंड असते की, त्यातील व्यक्तिगत विक्रेता किंवा ग्राहक हा नगण्य समुद्रातील पाण्याच्या एका थेंबाप्रमाणे असतो.

attachment, confiscation, forfeiture - (अॅट'च्मन्ट्, कॉ'न्फिस्के'शन् फॉ'ऽफिचऽ) **जप्ती** - थकबाकीदराने दिलेले तारण जप्त करणे, ताब्यात घेणे.

auction - (ऑऽ'क्शन्) **लिलाव** - ग्राहकांपैकी ज्याने सर्वाधिक खरेदीकिंमत बोलली असेल, त्या किमतीला होणारा विक्रीचा व्यवहार. इंग्लिश पद्धतीच्या लिलावात ग्राहकाने पुकारलेली किंमत जाहीर केली जाते व अन्य ग्राहकांना अधिक किमतीची

बोली लावता येते. यातील सर्वोच्च किंमत देणाऱ्या ग्राहकास विक्री केली जाते. डच पद्धतीच्या लिलावात प्रथम जास्तीतजास्त किंमत घोषित केली जाते. तिला प्रतिसाद मिळाला नाही, तर टप्प्याटप्प्याने किंमत उतरवली जाते व तिला प्रतिसाद देणाऱ्या पहिल्या ग्राहकास वस्तू विकली जाते. गुप्त लिलाव पद्धतीत ग्राहकांची बोली असलेली किंमत सिलबंद पाकिटातून स्वीकारली जाते व विशिष्ट दिवशी सर्व पाकिटे खोलून सर्वाधिक किंमत देणाऱ्या ग्राहकास विक्री केली जाते. या कार्याबद्दल लिलाव व्यवस्थापकास मोबदला मिळतो.

auditing - (ऑ'ऽडिटिन्ग) **अंकेक्षण** - संस्थेच्या हिशोबाची तपासणी, लेखापरीक्षण

authorised - (ऑ'ऽथराइझ्ड्) **अधिकृत** - हक्क मिळालेला, अधिकार असणारा.

authorised capital - (ऑऽथराइझ्ड कॅ'पिटल्) **अधिकृत भांडवल** - संस्थेच्या घटनापत्रक व नियमावलीत उल्लेख केलेले समभागांच्या विक्रीद्वारे उभारले जाणारे एकूण भांडवल.

authorised institution - (ऑ'ऽथराइझ्ड् इ'न्स्टिट्यू'शन्) **अधिकृत संस्था** - वैध अधिकार प्राप्त झालेली चलन किंवा बँकिंगच्या क्षेत्रातील संस्था.

automatic fiscal stabilisers - (ऑऽटमॅ'टिक् फि'स्कल् स्टॅ'बिलाइझ/स्टे'ऽ) **अंगभूत किंवा आपोआप परिणाम घडवणारे वित्तीय स्थिरक** - आर्थिक स्थिरीकरणासाठी उपयुक्त ठरणारे सरकारी प्राप्ती आणि खर्च यांच्या पातळीत आपोआप होणारे बदल.

automatic saving - (ऑ'ऽटमॅ'टिक् से'ऽव्हिन्ग्) **आपोआप होणारी बचत** - उत्पन्न वाढल्यानंतर खर्च कमी न करताही होणारी बचत किंवा उत्पन्न वाढीच्या तुलनेत खर्चातील वाढीचे प्रमाण कमी असल्याने होणारी बचत.

automatic stabiliser, built in stabiliser - (ऑ'ऽटमॅ'टिक् स्टॅ'बिलाइझऽ, बिल्ट् इन् स्टॅ'बिलाइझऽ) **स्वनिर्मित अंगभूतस्थिरक** - अर्थव्यवस्थेला आपोआप स्थैर्य प्राप्त करून देणारे अर्थव्यवस्थेला अंतर्गत घटक, अंगभूत स्थिरक.

automation - (ऑ'टमेशन्) **प्रगत यांत्रिकीकरण, स्वयंचलित यांत्रिकीकरण** - मानवी श्रमाऐवजी संगणकीय यंत्रण प्रणालीचा अवलंब होणारे उच्च दर्जाचे यांत्रिकीकरण.

autonomous - consumption - (ऑऽटॉ'नमस् - कन्सि'म्(प्)शन्) **स्वयंभू (स्वायत्त) उपभोग** - उत्पन्न, मागणी, किंमतपातळी इत्यादी घटकांवर अवलंबून नसलेला उपजीविकेसाठी अत्यावश्यक असणारा किमान उपभोग.

autonomous investment - (ऑऽटॉ'नमस् इन्व्हे'स्ट्मन्ट्) **स्वयंभू गुंतवणूक**-

उत्पन्न, मागणी, किंमतपातळी इत्यादी अन्य कोणत्याही घटकांवर अवलंबून नसलेली, अर्थव्यवस्थेत लोकांच्या उपजीविकेसाठी लागणाऱ्या किमान वस्तू व सेवा यांच्या निर्मितीसाठी होणारी गुंतवणूक.

average - (ॲ'व्हरिज्) **सरासरी** - एका एकूण मूल्यास दुसऱ्या एकूण मूल्याने भागिले असता मिळणारे मूल्य. उदा. एकूण खर्च/एकूण उत्पादन = सरासरी खर्च.

average cost - $\text{सरासरी खर्चवक्र} = \frac{\text{एकूण उत्पादन खर्च}}{\text{एकूण उत्पादित नग संख्या}}$

average cost curve - (ॲ'व्हरिज् कॉऽस्ट् कऽव्ह्) **सरासरी खर्चवक्र** - हा वक्र आरंभी डावीकडून उजवीकडे खाली येतो. त्यानंतर तो किमान पातळीला स्थिरावतो. त्यापुढे उत्पादन वाढल्यास तो डावीकडून उजवीकडे वर जातो. इंग्लिशमधील U या अक्षराप्रमाणे त्या वक्राचा आकार असतो.

average total cost - (ॲ'व्हरिज् कॉऽस्ट्) - सरासरी स्थिर खर्च + सरासरी बदलता खर्च = सरासरी एकूण खर्च म्हणजेच सरासरी खर्च

average cost or mark up pricing - (ॲ'व्हरिज् कॉऽस्ट् ऑऽ माऽक् अॅप् प्राइसिंग) **सरासरी खर्च किंवा त्याहून अधिक किंमत** - उत्पादनाच्या एकूण खर्चाला उत्पादनाच्या एकूण परिमाणाने भागल्यास मिळणाऱ्या सरासरी खर्चापेक्षा अधिक पातळीवर त्या वस्तूची निर्धारित केलेली किंमत.

average fixed cost - (ॲ'व्हरिज् फिक्स्ड् कॉऽस्ट्) **सरासरी स्थिर खर्च** - एकूण स्थिर खर्चाला उत्पादनाच्या एकूण परिमाणाने भागल्यास मिळणारा खर्च.

average income - (ॲ'व्हरिज् इ'न्कम् / इ'न्किम्) **सरासरी उत्पन्न** - उत्पादनाच्या विक्रीमुळे होणाऱ्या एकूण प्राप्तीला विक्री झालेल्या एकूण उत्पादन प्रमाणाने भागले असता होणारी प्राप्ती.

average physical product - (ॲ'व्हरिज् फि'जिकल प्रॉ'डक्ट्) **सरासरी वास्तव उत्पादन** - एकूण उत्पादनाला एकूण बदलत्या घटकांने भागल्यास मिळणारे उत्पादनाचे प्रमाण.

average revenue - (ॲ'व्हरिज् रेव्हेन्यू)

$\text{सरासरी प्राप्ती} = \frac{\text{उत्पादनाच्या विक्रीपासून झालेली एकूण प्राप्ती}}{\text{विक्री झालेली एकूण नगसंख्या}}$ (म्हणजेच वस्तूची बाजारातील किंमत)

average revenue curve - (ॲ'व्हरिज् रेव्हेन्यू कर्व्ह) **सरासरी प्राप्तीदर्शक वक्र**, किंमत वक्र price curve

average rate of income tax - (ॲ'व्हरिज् रेऽट् अव्ह् इ'न्कम् / इ'न्कॅम् टॅक्स्) **प्राप्तिकराचा सरासरी दर** - करदात्यांच्या एकूण उत्पन्नांनी सरकारला प्राप्तिकराद्वारे मिळालेल्या एकूण रकमेला भागीले असता मिळणारा करांचा दर. एकूण प्राप्तिकर/ एकूण उत्पन्न.

average variable cost - (ॲ'व्हरिज् व्हे'अरिअबल् कॉऽस्ट्) **सरासरी बदलता खर्च** - एकूण बदलत्या खर्चाला एकूण उत्पादनाने भागीले असता मिळणारा खर्च.

axis - (ॲ'क्सिस्) **भूजा, आस, अक्ष** - आलेखातील एक रेषा. आलेखात अशा एकूण ४ भूजा असतात. त्यायोगे आलेखात वेगवेगळ्या दिशांना धन आणि ऋण अशी मूल्ये मिळतात.

■

B

back log - (बॅ'क्लॉ'ग्) **अनुशेष** - कमतरता, उणीव.

backward integration - (बॅ'क्वड् इ'न्टिग्रेऽशन्) **अध:सार उद्योग एकीकरण** - उत्पादनसंस्थेने आपल्यासाठी कच्चा माल पुरवणाऱ्या संस्थेवर मिळवलेला ताबा.

backward linkage - (बॅ'क्वड् 'लिंकिझ्) **मागचा दुवा, पश्चानुबंध, अध:स्तर उद्योग प्रतिशृंखला** - i) एखाद्या व्यवसायसंस्थेचा तिला आदाने पुरवणाऱ्या व्यवसायसंस्थेशी असलेला शृंखला संबंध ii) एखाद्या गुंतवणुकीमुळे त्याआधीची प्रक्रिया करणाऱ्या उद्योगांवर होणारा अनुकूल परिणाम.

backward shifting - (बॅ'क्वड् शिफ्टिंग) **प्रतिसंक्रमण** - भार मागे ढकलणे, पश्चांतरण.

backward sloping supply curve - (बॅ'क्वड् स्लोऽपिन् सप्ला'इ कऽव्ह) **मागे झुकणारा पुरवठावक्र** - विशिष्ट मर्यादेनंतर किंमत वाढूनही पुरवठ्यात घट दर्शवणारा पुरवठावक्र.

backwash effect - (बॅ'कवॉश् इफेक्ट) **प्रत्याधावी परिणाम** - एका विशिष्ट भागाची प्रगती होत असताना त्याच्या जवळ असणाऱ्या प्रदेशांचे मागासलेपण वाढणे.

bad - (बॅड्) **खराब/वाईट** - उपभोक्त्याच्या दृष्टीने पूर्णपणे अनुपयोगिता असलेले उत्पादन.

bad debt - (बॅड् डेऽट्) **बुडीत कर्ज** - ज्यांची परतफेड होऊ शकत नाही असे कर्ज.

bad debt provision - (बॅड् डेऽट् प्रव्हि'झ्यन्) **बुडीत कर्ज तरतूद** - फिटू न शकणाऱ्या कर्जासाठी केलेली तरतूद.

balance - (बॅ'लन्स्) **संतुलन** - हिशेबपत्रकातील दोन्ही बाजूंच्या रकमांचे मूल्य समान होणे.

balance of payment on current account - (बॅलन्स ऑव्ह् / अव्ह् पे'ऽमन्ट ऑन् क'रन्ट् अका'उन्ट्) **चालू खात्यावरील व्यवहारतोल** - एका देशाच्या जमेतील अन्य देशांबरोबर झालेल्या आयातनिर्यातीचे मूल्य व्याज, लाभांश अन्य प्रकारची नियमित येणी व देणी यांबाबतचा एकूण तपशील दर्शवणारे पत्रक. चालू खात्यावरील व्यवहार शेष.

balance of payments - (बॅ'लन्स अव्ह् पे'ऽमन्ट्) **व्यवहारतोल** - एका देशाचे जगातील अन्य देशांबरोबर झालेल्या वेगवेगळ्या खात्यांवरील देवाणघेवाणीच्या आर्थिक व्यवहारांचे पत्रक, व्यवहार संतुलन.

balance on trade in goods - (बॅलन्स ऑन् ट्रेऽड् इन् गुड्झ्) **वस्तूंचा व्यापार तोल** - एका देशातून अन्य देशांना होणाऱ्या वस्तूंच्या निर्यातीतून अन्य देशातून त्या देशात होणाऱ्या आयातीचे मूल्य वजा केल्यावर मिळणारे एकूण मूल्य व्यापार शेष.

balance on trade in goods and services - (बॅलन्स् ऑन् ट्रेऽड् इन् गुड्झ् अ‍ॅन्ड् स'ऽव्हिसेस्) **वस्तू आणि सेवांचा व्यापारतोल** - एका देशातून अन्य देशांना होणाऱ्या वस्तू आणि सेवा यांच्या निर्यातीमधून अन्य देशांतून त्या देशात होणाऱ्या वस्तू आणि सेवा यांच्या आयातीचे मूल्य वजा केल्यावर मिळणारे एकूण मूल्य. वस्तू आणि सेवा यांचा व्यापार शेष.

balance on trade in services - (बॅलन्स ऑन् ट्रेऽड् इन् स'ऽव्हिसेस्) **सेवांचा व्यापारतोल** - एका देशातून अन्य देशांना होणाऱ्या सेवांच्या निर्यातीमधून (अदृश्य निर्यात) अन्य देशांमधून त्यादेशात होणाऱ्या सेवांच्या आयातीचे (अदृश्य आयात) मूल्य वजा केल्यास मिळणारे एकूण मूल्य.

balance sheet - (बॅ'लन्स् शीट्) **ताळेबंद** - विशिष्ट वेळी असलेली संस्थेची मत्ता आणि देयता दर्शवणारे हिशेबपत्रक.

balanced budget - (बॅ'लन्स्ड ब'जिट्) **समतोल अर्थसंकल्प** - प्राप्ती आणि खर्च अशा दोन्ही बाजूंचे मूल्य समान असणारा अर्थसंकल्प. संतुलित अर्थसंकल्प.

balanced budget multiplier - (बॅ'लन्स्ड ब'जिट् मँ'ल्टिप्लाअर) **संतुलित अर्थसंकल्पगुणक** - सार्वजनिक खर्चाच्या संदर्भात सीमांत बचतप्रवृत्ती शून्य असल्याने खासगीक्षेत्रातील पैसा जेव्हा सरकारला मिळतो, तेव्हा तो सर्व पैसा खर्च केल्यामुळे होणाऱ्या अर्थव्यवस्थेच्या विस्ताराचे मूल्य.

balanced growth - (बॅ'लन्स्ड ग्रोऽथ्) **समतोल विकास** - सर्व प्रदेशांचा, सर्व क्षेत्रांचा, सर्व जनतेचा सारख्याच प्रमाणात होणारा विकास.

balancing item - (बॅ'लन्सिंग आ'इटम्) **व्यवहारतोलाचे संतुलन करणारे घटक** - अनुकूल किंवा प्रतिकूल व्यवहारतोलाच्या परिस्थितीत देणे आणि येणे या बाजूचे मूल्य समान करण्यासाठी केलेली तरतूद. (अल्पकालीन कर्जाचे वा अन्यप्रकारच्या देवाण-घेवाणीचे व्यवहार.)

bank - (बॅ'न्क्) **बँक** - बँकिंगचा व्यवसाय करणारी संस्था.

bank (or deposit) multiplier - (बॅ'न्क् (ऑअ/ऑऽ डिपॉ'झिट्) म'ल्टिप्लाअर) **ठेवीदारांकडून बँकनिर्मित ठेवी** - ठेवीदारांकडून मिळालेल्या ठेवींच्या आधारे बँकांनी दिलेल्या एकूण कर्जातून निर्माण झालेल्या बँकनिर्मित ठेवीच्या प्रमाणाचे मूल्य. बँकनिर्मित ठेवी/ठेवीदारांकडून मिळालेल्या ठेवी. (प्राथमिक ठेवी)

bank account - (बॅ'न्क् अका'उन्ट्) **बँक खाते** - ठेवीदार, ऋणको वगैरेंनी बँकेबरोबर व्यवहार करण्यासाठी उघडलेले खाते.

bank bills - (बॅ'न्क् बिल्स्) **बँक विनियम बिले** - येणे रकमेच्या सुरक्षिततेसाठी बँकांनी अन्य वित्तसंस्थांमध्ये वटवलेली बिले.

bank draft - (बँक् ड्राऽफ्ट्) **बँकधनादेश** - बँकेच्या एका शाखेने दुसऱ्या शाखेवर काढलेला धनादेश.

banking principle - (बॅ'न्किग प्रि'न्सिपल्) **बँकिंग तत्त्व** - बँका ज्याप्रमाणे ठेवीदारांच्या विश्वासावर पत चलन निर्माण करतात त्याप्रमाणेच सरकारवरील विश्वासावर आधारित चलन निर्मितीचे तत्त्व.

bank rate - (बॅन्करेऽट्) **बँकदर** - मध्यवर्ती बँकेने व्यापारी बँकांना कर्ज देताना किंवा त्यांच्या बिलांची फेरवटवणूक करताना आकारलेला व्याजाचा दर. त्या दरावर बाजारातील कर्जावरील व्याजाचे दर अवलंबून असतात.

bankruptcy - (बॅ'न्करप्ट्सि) **दिवाळे** - देणी फेडण्याच्या बाबतीत असलेली असमर्थतेची परिस्थिती. नादारी.

bargaining - (बा'ऽगिनिन्ग) **घासाघीस, सौदा** - कमी किमतीला वस्तू मिळवण्यासाठी ग्राहकाने केलेला प्रयत्न.

bargaining power - (बा'ऽगिनिन्ग पा'उअ) **वाटाघाटीतील सामर्थ्य, सौदाशक्ती** - आपले प्रश्न सोडवण्यासाठी प्रतिपक्षाबरोबर चर्चा करून आपल्या मागण्या मान्य करून घेण्याची क्षमता.

barometric firm price leadership - (बॅ'रमे'ट्रिक् फ'ऽम् प्राइस् ली'डऽशिप्) **किंमत नेतृत्व करणारी प्रमाण/निर्देशक व्यवसायसंस्था** - बाजारातील अशी व्यवसायसंस्था की, जिने ठरवलेल्या उत्पादनांच्या किमतीच्या पातळीवर बाजारातील अन्य व्यवसायसंस्था आपल्या उत्पादनांच्या किमती निश्चित करतात. त्यामुळे या संस्थेच्या किमतीमध्ये बाजारातील किमतीचे प्रतिबिंब पडते.

barriers to entry - (बॅ'रिअ टू ए'न्ट्रि) **प्रवेशातील अडथळे** - नवीन संस्थेला प्रस्थापित संस्थांच्या बाजारात पदार्पण करण्यास प्रतिबंध करणारे घटक. त्यामुळे स्पर्धेची तीव्रता वाढू शकत नाही. उदा. कॉपीराईट, पेटंटचे कायदे, प्रचंड भांडवल गुंतवणूक, उच्च व गुंतागुंतीचे तंत्रज्ञ इ.

barter - (बा'ऽटऽ) **वस्तुविनिमय** - पैसा किंवा कोणतेही विनिमय माध्यम न वापरता परस्परांच्या गरजेच्या वस्तूंची देवाणघेवाण करणे. (माध्यमाचा आधार न घेता केलेला विनिमय).

barter economy - (बा'ऽटऽ ईकॉ'नमि) **वस्तू विनिमयाधारित अर्थव्यवस्था**- ज्या अर्थव्यवस्थेत पैशाचा आरंभ होण्याआधी सर्व घटक आपापसातील विनिमय व्यवहार हे वस्तूंच्या देवाणघेवाणीद्वारे पूर्ण करतात, अशी अर्थव्यवस्था.

base - (बेऽस्) **पाया** - आधारभूत घटक उदा. प्राप्तिकराचा पाया उत्पन्न, निर्देशांकाचा पाया, आधारवर्ष.

base year (for index number) - (बेऽस् यिअर) **मूलभूत वर्ष (निर्देशाकांच्या संदर्भात)** - ज्या वर्षातील विविध घटकांचे आधारमूल्य हे १०० गृहीत धरले जाते असे वर्ष.

basic - (बे'ऽसिक्) **मूलभूत** - आधार, पायाभूत, अधिष्ठित, मूलभूत.

basic needs - (बे'ऽसिक् नीड्झ्) **मूलभूत गरजा** - जगण्यासाठी ज्यांची पूर्तता होणे आवश्यक आहे, अशा प्राथमिक गरजा.

basic needs approach - (बे'ऽसिक् नीड्झ् अप्रो'ऽच्) **किमान गरजांधारित दृष्टिकोन** - अर्थव्यवस्थेच्या प्रगतीचे मूल्यमापन करताना देशातील जनतेच्या किमान गरजा पूर्ण करण्याची अर्थव्यवस्थेची क्षमता ही संदर्भासाठी विचारात घेतली जाते.

Basic Prime Lending Rate (BPLR) आधारभूत प्रमुख कर्ज व्याजदर- BPLR जरी प्रत्येक बँकेने ठरवायचा असला तरी रिझर्व्ह बँकेने ठरविलेल्या बँक दराशी (Bank rate ज्या व्याजदराने रिझर्व बँक कर्ज देते) तो निगडित असतो. बँक दरात बदल केला तर इतर व्याजदर बदलतील, अशी अपेक्षा रिझर्व्ह बँकेला असते. सामान्यत: BPLR हा बँक दरापेक्षा जास्त असतो. बँकिंग क्षेत्रात स्पर्धेला उत्तेजन दिल्यामुळे अनेक बँका बाजारात कार्यरत आहेत. त्यामुळे सर्वच बँका आपले BPLR बाजारातील कल पाहून ठरवितात आणि म्हणूनच त्यात फार फरक आढळत नाही. बँकांकडील निधीची कॉस्ट (उदा. ठेवीवरील व्याज), बँक व्यवस्थापन व इतर खर्च आणि नफ्यासाठी काही अंतर (Margin) यांचा विचार करून BPLR ठरविला जातो. संचालक मंडळांकडून त्याबाबत निर्णय घेऊन तो जाहीर केला जातो.

basic rate of tax - (बे'ऽसिक् रेऽट् अव्ह् टॅक्स्) **कर आकारणीचा किमान मूलभूत दर** - लोकांच्या उत्पन्नांशी असणारे कर आकारणीचे किमान प्रमाण.

basic, primary - (बे'ऽसिक् प्रा'इमरि) **प्राथमिक** - मूलभूत, पायाभूत, प्रारंभिक.

bear - (बेअऽ) **मंदी** - रोख्याच्या किमतीतील घसरण. मागणी अभावी पडून राहिलेल्या उत्पादनामुळे किंमत पातळीत मोठी घट होणे. विक्री करणारा.

bearer - ('बेअरऽ) **धारक** - घेऊन आलेला, जवळ असलेला.

bearer bond - ('बेअरऽ बॉन्ड्) **धारकरोखा** - गुंतवणूकदाराचे नाव निरर्थक असलेला रोखा. रोखा ज्याच्या जवळ तो त्याचा मालक असतो.

bearer cheque - (बे'अरऽ चेक्) **धारक धनादेश** - खातेदाराने धनादेशधारकास पैसे देण्याचा बँकेस दिलेला आदेश.

beggar thy neighbour policy - (बे'गऽ दाइ ने'ऽबऽ पॉ'लिसि) **शेजाऱ्यास भिकारी बनवण्याची नीती** - इतरांचे आर्थिक शोषण करून त्यांना दरिद्री बनवण्याचे प्रबळ देशांचे धोरण.

behaviour theories of firms - (बिहे'ऽव्ह् थि'अरिझ् ऑव्ह् / अव्ह् फ'ऽम्स्) **व्यवसायसंस्थांचे वर्तनाधारित सिद्धान्त** - व्यवसायसंस्थामधील विविध व्यक्तिसमूहांचे हितसंबंध ध्यानात घेऊन, या समूहांचा परस्परांशी होणाऱ्या वर्तनांचा मागोवा घेणारे सिद्धान्त.

behavioural sciencse - (बिहे'व्हरल सा'इअन्स्) **वर्तनाचा अभ्यास करणारे शास्त्र** - ग्राहक, संस्था इ. घटकांच्या आर्थिक वर्तनाचे विश्लेषण करणारे शास्त्र.

behavioural theories of firm- (बिहे'ऽव्हरल् थि'अराइझ अव्ह् फ'ऽम्) **वर्तनाधारित व्यवसायसंस्थेचे सिद्धान्त** - महत्तम नफ्याऐवजी प्रतिस्पर्ध्यांचे उच्चाटन, स्वसामर्थ्य वाढवणे इ. उद्दिष्टांनुसार वर्तन असणाऱ्या व्यवसायसंस्थांचे सिद्धान्त.

benefit - (बे'निफिट्) **लाभ** - नफा, फायदा, हित.

benefit theory - (बेनिफिट् थि'अरि) **लाभतत्त्व**-करआकारणीचे एकतत्त्व - प्रत्येकाने मिळणाऱ्या लाभांनुसार सरकारला कर द्यावा. आज हे तत्त्व मागे पडले आहे.

benefit theory of taxation - (बे'निफिट् थि'अरि अव्ह टॅक्से'ऽशन्) **कर आकारणीचे लाभतत्त्व** - सरकारकडून जनतेला मिळणाऱ्या विविध सेवांना अनुसरून लोकांवर कर आकारावेत अशा आशयाचे तत्त्व.

benefits in kind - (बे'निफिट् इन् काइन्ड्) **वास्तव स्वरूपातील लाभ** - सरकारकडून जनतेला विनामूल्य किंवा सवलतीच्या किंमतींना प्राप्त होणाऱ्या वस्तू आणि सेवा. त्यासाठी सरकार खासगी व्यवसायसंस्थांना त्यांच्या निर्मितीसाठी अनुदान/अर्थसाहाय्य देते.

betterment levy - (बे'टऽमन्ट् लेव्हि) **सुधारपट्टी** - सुधारणा घडवण्यासाठी सरकारने बसवलेला कर.

bid - (बिड्) **बोली** - मत्ताखरेदीसाठी ग्राहक देऊ इच्छित असलेली किंमत.

big bang, crash - (बिग् बँग्, क्रॅ'श्) **प्रचंड दणका** - मूलभूत बदल, सुधारणा घडवण्याची आमूलाग्र आणि तत्काळ होणारी सरकारची कारवाई.

big push theory - (बिग् पुश् थि'अरि) **जोरदार धक्क्याचा सिद्धान्त** - 'आर्थिक विकासासाठी गुंतवणूक, पायाभूत सुविधा यांची निर्मिती केल्याने अर्थव्यवस्थेला जोरदार धक्का मिळून विकासाला गती मिळते.' रोडेन्स्टीन रोडॉन.

bilateral agreement - (बाइलॅ'टरल् अग्री'मन्ट्) **द्विपक्षी करार** - दोन देशांच्या दरम्यान विशिष्ट व्यवहारांच्या संदर्भात झालेला करार.

bilateral monopoly - (बाइलॅ'टरल् मनॉ'पलि) **द्विपक्षी मक्तेदारी** - एकाधिकार असलेला विक्रेता आणि एकाधिकार असलेला ग्राहक अशी बाजारातील परिस्थिती.

bill of exchange - (बिल् अव्ह इक्स्चे'ऽन्ज्/ए) **विनिमय प्रपत्र (बिल)** - विशिष्ट मुदतीनंतर (सामान्यत: ९० दिवस) प्रपत्रात उल्लेख केलेली रक्कम देत असल्याची हमी देणारे प्रपत्र सामान्यत: उधारीवर खरेदी केलेल्या वस्तूंच्या संदर्भात अशी प्रपत्रे निर्माण केली जातात. ग्राहक (ऋणको) हा विक्रेत्यास (धनको) अशी हमी लेखी स्वरूपात देतो किंवा धनको हा ऋणकोवर त्या प्रकारची हुंडी काढतो व ऋणको ती स्वीकारतो. मुदतीपूर्वी पैशाची गरज असल्यास धनको हे प्रपत्र इतरांना विकतो. योग्य ती कसर कापून या प्रपत्रातील रकमेपेक्षा कमी रकमेला प्रपत्राचा ग्राहक हे प्रपत्र खरेदी करतो.

bimetallism - (बाइमे'टलिझम्) **द्विधातू चलनपद्धती** - सोन्याची आणि चांदीची नाणी असणारी चलनपद्धती.

birth rate - (ब'ऽथ्रेऽट्) **जन्मदर** - प्रतिवर्षी दर हजार लोकसंख्येमागे नवीन जन्मलेल्या बालकांचे सरासरी प्रमाण.

bivariate analysis - (बाइव्हॅ'रिएट अनॅ'लिसिस्) **द्विचल विश्लेषण** - इतर सर्व घटक स्थिर मानून फक्त दोन चलांतील फलनसंबंध दर्शवणारे विश्लेषण.

black economy - (ब्लॅक् ईकॉ'नमि) **काळी अर्थव्यवस्था** - कर बुडवून, भ्रष्टाचारी मार्गाने, गैरव्यवहारातून निर्माण झालेली पैशाची अर्थव्यवस्था.

black marketing - (ब्लॅक् मा'ऽकिट्) **काळाबाजार व्यवहार** - किंमत नियंत्रण आणि नियंत्रित वाटपपद्धती अस्तित्वात असताना त्याविषयीचे निर्बंध, सरकारी कायदे झुगारून व्यापारांनी जास्त किमतीला केलेली विक्री. हा व्यवहार बेकायदेशीर असतोच. शिवाय सरकारचेही त्यावरील कराचे उत्पन्न बुडते.

black money - (ब्लॅक् मं'नि) **काळा पैसा** - कांळा बाजार, पैशांचे गैरव्यवहार, भ्रष्टाचार इत्यादी व्यवहारातून निर्माण झालेला सरकारपासून लपवलेला पैसा. हे उत्पन्न दडवलेले असते. त्यामुळे त्यावरील कर सरकारला मिळू शकत नाहीत. 'दोन नंबरचा पैसा' असेही यास संबोधले जाते.

blank transfer - (ब्लॅंक् ट्रॅन्स्फर) **कोरे हस्तांतरण** - कोणतीही नोंदणी न करता केवळ प्रपत्रावरील पृष्ठांकनाद्वारे होणारा मालकीतील बदल.

block - (ब्लॉक्) **गट** - काही गावे, तालुके वगैरेचा प्रशासनासाठी केलेला समूह. औद्योगिक देशांचा समूह, तेलउत्पादक देशांचा समूह.

blue book - (ब्लू बुक्) अर्थसंकल्पीय निवेदनाचे पुस्तक.

blue chip - (ब्लू चिप्) **उत्कृष्ट समभाग** - नावलौकिक असलेल्या उद्योगसंस्थेचा चांगली प्राप्ती करून देणारा, दर्शनी मूल्याच्या अनेकपट बाजारातील मूल्य असलेला समभाग.

bonded labour - (बॉन्डेड् ले'ऽबरऽ) **बांधून घेतलेला कामगार** - मालकाने अर्थसाहाय्य देऊन, करार करून ज्याला अन्यत्र रोजगारासाठी जाता येत नाही त्याच मालकाकडे मिळेल त्या वेतनावर काम करणारा कामगार, वेठबिगार

bonus - (बो'ऽनस्) **बोनस** - श्रमिकांना व्यवसायसंस्थेने वेतन, भत्ते याव्यतिरिक्त दिलेली जादा रक्कम. पूर्वी नफ्यात हिस्सा असे बोनसचे स्वरूप होते. आता मात्र सरकारने कायदा करून कामगारांना संस्थेने बोनसही सक्तीने देण्याची तरतूद केलेली आहे.

bonus shares - (बो'ऽनस् शेऽअ्) **बक्षीस समभाग** - संस्थेने राखीव निधीचे भांडवलीकरण करताना समभागधारकांना बक्षीसरूपाने दिलेले समभाग.

book value - (बुक् व्हॅ'ल्यू) **पुस्तकी किंमत** - संस्थेच्या निव्वळ मत्तेच्या एकूण मूल्यास समभागांच्या संख्येने भागिल्यास प्रत्येक समभागाची पुस्तकी किंमत समजते.

boom - (बूम) **तेजी** - अर्थव्यवस्थेतील भरभराटीचा काळ. रोजगारी, गुंतवणूक आणि उत्पादन हे सर्वोच्च पातळीला पोहोचते.

borrowing, loan - (बॉ'रोइन्ग्, लोऽन्) **कर्ज** - परतफेडीच्या अटीवर व्याजाने घेतलेली रक्कम. त्याचा वापर करून लाभ मिळवण्याचा कर्ज घेणाऱ्याचा हेतू असतो.

bottleneck - (बॉ'ट्लनेक्) **अडथळा** - कार्यक्षम वेगवान कारवाईच्या संदर्भात येणारी अडचण.

boycott - (बॉ'इकॉट्) **बहिष्कार** - लोकांनी उत्स्फूर्तपणे तोडलेले संबंध, विक्रेत्याकडून खरेदी न करण्याचा, विदेशी मालाचा वापर न करण्याचा घेतलेला निर्णय.

brain drain - (ब्रेऽन् ड्रेऽन्) **बुद्धीचे निःसारण** - अन्य देशांत रोजगाराच्या अधिक चांगल्या संधी मिळाल्यामुळे कुशल अभियंते, डॉक्टर, तंत्रज्ञ, शास्त्रज्ञ, व्यवस्थापनतज्ज्ञ वगैरेंनी अन्य देशांत केलेले वास्तव्य.

breakdown - (ब्रेऽक्डाउन्) **विघटन** - मोडतोड होणे, कोसळणे.

breakeven point. no profit no loss point - (ब्रेऽक्ई'व्हन् पॉइन्ट्. नो प्रॉफिट् नो लॉस् पॉइन्ट्) **समखर्च प्राप्तीबिंदू** - व्यवसायसंस्थेतील असे उत्पादन प्रमाण ज्या ठिकाणी एकूण प्राप्ती आणि एकूण खर्च समान होतात, संस्थेला नफा जरी मिळाला नाही, तरी तोटा येत नाही.

Bretton woods system - (ब्रे'टन् वुड्स् सि'स्टम्) **ब्रेटनवुड्स पद्धती** - आंतरराष्ट्रीय देवाणघेवाणीच्या व्यवहारांसाठी ब्रेटन वुड्स येथील परिषदेने स्वीकारलेली पद्धती. त्यानुसार सर्व देशांची चलने अमेरिकन डॉलर या चलनाला जोडण्यात आली व ३५ डॉलरला एक औंस सोने या दराने परिवर्तन करून देण्याची जबाबदारी अमेरिकेने स्वीकारली.

broker - (ब्रो'ऽकऽ) **दलाल, अडत्या** - ग्राहक आणि विक्रेता यांच्यात मध्यस्थी करणारा. त्याला त्या कामाबद्दल मोबदला मिळतो.

brokerage - (ब्रो'ऽकरिज्) **दलाली** - व्यवहारात मध्यस्थी व्यक्तीला, दलालास व्यवहार पूर्ण झाल्यानंतर मिळणारा मोबदला. हा किमतीच्या विशिष्ट प्रमाणात असतो.

brown book - (ब्राउन् बुक्) पंचवार्षिक योजनेतील कार्यक्रमांचे तपशीलवार अंदाजाचे पुस्तक.

budget - (बॅ'जिट्) **अर्थसंकल्प** - आगामी आर्थिक वर्षात सरकार कोणकोणत्या प्रकारे पैसा खर्च करणार आणि तो कोणकोणत्या मार्गाने उभारणार, याविषयी अर्थमंत्र्यांनी देशाच्या संसदेत मांडलेले पत्रक. अंदाजपत्रक.

budget deficit - (बॅ'जिट् डे'फिसिट् / डी') **अर्थसंकल्पी तूट** - सरकारच्या अर्थसंकल्पातील एकूण प्राप्तीपेक्षा खर्चाचे असलेले अधिक प्रमाण.

अर्थसंकल्प म्हणजे काय?

'बजेट' या शब्दाचे मराठीत भाषांतर करताना दोन शब्द वापरले जातात- अर्थसंकल्प आणि अंदाजपत्रक. या दोन पर्यायी शब्दांमुळे 'बजेट' म्हणजे काय, याचा सहज उलगडा होऊ शकतो. सरकारने 'अर्थ' विषयक केलेला 'संकल्प' त्यात अपेक्षित असतो. त्याचबरोबर आगामी वर्षात सरकारी तिजोरीतील आवक आणि सरकारने ठरविलेल्या विविध बाबींवरील जावक यांचा 'अंदाज' समाविष्ट करणारे 'पत्रक'ही अपेक्षित असते. थोडक्यात, सरकारने येणाऱ्या वर्षासाठी काही संकल्प करावा व त्याच्या सिद्धीसाठी जमेच्या व खर्चाच्या बाबी व रकमा यांचा शास्त्रशुद्ध पद्धतीने अंदाज लिखित स्वरूपात मांडावा. हे 'बजेट' या शब्दात अध्याहृत आहे.

शासनाच्या राजस्व/राजकोषीय धोरणाच्या अंमलबजावणीतील एक टप्पा म्हणजे अर्थसंकल्प !

शासनाच्या स्वल्प साधनांच्या वापरास आकार देणाऱ्या, त्याची दिशा ठरविणाऱ्या, त्यावर प्रभाव टाकणाऱ्या व तो प्रशासित करणारी वस्तुस्थिती, तंत्र, तत्त्व, सिद्धान्त, नियम आणि नीती यांचा समावेश राजस्व धोरणात होतो. हे धोरण दीर्घकालीन असते, त्याची अंमलबजावणी करण्यातील एक पायरी म्हणून अर्थसंकल्पाकडे पाहता येईल.

सामान्य नागरिकांच्या दृष्टीने विविध कर, करांचा पाया, करांच्या दराची संरचना, सार्वजनिक खर्चाच्या विविध बाबींचा उपयोग यांचा विचार अर्थसंकल्पात दिसतो. देशाच्या अर्थव्यवस्थेच्या दृष्टिकोनातून पाहिल्यास राजकोषीय तूट, सरकारी कर्जे, तुटीचे चलनीकरण आणि त्यातून निर्माण होणाऱ्या प्रश्नांवर (उदा. व्याजदर, चलनवाढ, भाववाढ, गुंतवणूक व वृद्धी इ.) अर्थसंकल्पात उत्तर शोधण्याचा प्रयत्न असतो. अर्थसंकल्पाकडे प्रशासकीय नजरेने पाहिले तर सार्वजनिक खर्चाचा दर्जा, सार्वजनिक सेवांची उपलब्धता, करवसुली यंत्रणेतील अंगभूत क्षमता अशा गोष्टींचा विचार दिसतो.

भारतात लोकशाही आहे आणि संसदेच्या माध्यमातून शासन काम करते. जनतेने निवडून दिलेल्या लोकप्रतिनिधींद्वारे शासन चालते. सबब शासनाने गोळा केलेला कर, उभारलेली कर्जे व केलेला खर्च याचा तपशील जनतेला देणे आवश्यक असते. तसेच आगामी वर्षात लावायचे कर, उभारायची कर्जे व करायचा खर्च, यासाठी संसदेची परवानगीही घ्यायला हवी. यासाठी भारताच्या राज्यघटनेत कलम ११२ आहे, त्यानुसार प्रतिवर्षी केंद्रशासनाने 'वार्षिक वित्तीय विवरणपत्र' म्हणजेच अर्थसंकल्प संसदेत मांडणे अनिवार्य केले आहे. सरकारने कोणत्या स्त्रोतापासून किती उत्पन्न मिळवायचे अपेक्षित केले आहे व कोणत्या कारणासाठी किती खर्च करण्याचे प्रस्तावित

केले आहे, याचे विवरण या पत्रात असते. त्यावर चर्चा होऊन संसदेत ते बहुमताने पारित केले जाते.

budget line - (ब'जिट् लाइन्) **नियोजित खर्च रेषा** - उपभोक्ता दोन वस्तूंवर खर्च करीत असताना त्यासाठी त्याने योजलेल्या रकमेमध्ये बसू शकणारी, दोन वस्तूंचे विविध संभाव्य प्रमाण किंवा वस्तूगट वस्तूवर हे दोन वस्तूंच्या किमतीवर अवलंबून असतात व जोपर्यंत या किमती कायम असतात तोपर्यंत हे सर्व वस्तुगट दर्शवणारी आलेखातील सर्व बिंदू जोडणारी रेषा. ही सरळ रेषा असते (रेखीयफलन). उत्पन्नरेषा.

budget line, income line - (ब'जिट् लाइन्, इ'न्कम् लाइन्) **खर्चदर्शक रेषा (उत्पन्न रेषा)** - समवृत्तीवक्र विश्लेषणातील दोन एकूण खर्चानुसार शक्य असलेले दोन वस्तूंचे विविध वस्तूगट दर्शवणारी रेषा.

budget surplus - (ब'जिट् स'ऽप्लस्) **अर्थसंकल्पी आधिक्य** - सरकारच्या अर्थसंकल्पातील एकूण खर्चापेक्षा प्राप्तीचे असलेले अधिक प्रमाण.

budgetary constraint - (ब'जिटरी कन्स्ट्रे'ऽन्ट्) **अर्थसंकल्पीय संरोध** - अर्थसंकल्पातील प्राप्तीच्या आणि खर्चाच्या संदर्भात निर्माण होणारे अडथळे, मर्यादा.

buffer stock - (ब'फऽ स्टॉक्) **राखीव साठे** - किमतीतील चढउतार रोखून धरण्यासाठी वस्तूचा केलेला साठा. किंमत वाढल्यावर राखीव साठ्यातून वस्तूचा पुरवठा वाढवून किंमत उतरवली जाते, तर किंमत घसरत गेल्यास खरेदी वाढवून राखीव साठा वाढवला जातो. त्यायोगे किंमतीतील घसरण थांबते.

bullion market - (बु'ल्यन् मा'ऽकिट्) **मौल्यवान धातुबाजार** - सोने, चांदी वगैरे धातूंची खरेदी विक्री.

burden of a tax borne by the producers - (ब'र्डन् ऑव्ह् अ टॅक्स् बॉऽन् बाइ द प्रॉ'ड्यूर्सस्) **करांचा उत्पादकांवरील भार** - जेव्हा उत्पादक वस्तूवरील कराइतकी वस्तूची किंमत वाढवू शकत नाहीत, त्यावेळी त्यांना सहन करावा लागणारा करांचा भार.

burden weight - (ब'ऽडन् वेऽट्) **भार** - वजन, ओझे.

business - (बि'झ्निस्) **व्यवसाय** - नफा मिळवण्यासाठी केला जाणारा आर्थिक व्यवहार.

business cycle, trade cycle - (बि'झ्निस् सा'इकल्, ट्रे'ड् सा'इकल्) **तेजीमंदीचक्र** - अर्थव्यवस्थेत सामान्य किंमत पातळीमध्ये नियमितपणाने विशिष्ट कालावधीत होणारे चढउतार, एकूण गुंतवणूक, उत्पादन, उत्पन्न आणि रोजगार यांवरही त्याच दिशेने परिणाम होतात. व्यापारचक्र.

business economics - (बि'झ्निस् ई'कॉनॉमिक्स्) **वाणिज्य अर्थशास्त्र** - व्यवसाय संस्था, उद्योग, बाजार, व्यापार, इ क्षेत्रांची आर्थिक सिद्धान्तांच्या व नियमांच्या आधारे केलेली चिकित्सा, व्यवसाय अर्थशास्त्र.

business of banking - (बि'झ्निस् अव्ह् बॅ'किंग) **बँकिंग व्यवसाय** - ठेवीदारांकडून मागताक्षणीच किंवा विशिष्ट कालावधीनंतर परत देण्याच्या अटीवर कर्जे देणे, बिले वटवणे, पतव्यवहार करणे या कारणांसाठी ठेवी स्वीकारण्याचा व्यवसाय.

business risk - (बिझ्निस रिस्क्) **व्यावसायिक धोका** - व्यवसायात घ्यावी लागणारी जोखीम.

buyback - (बाइबॅक्) **फेरखरेदी** - संस्थेने पूर्वी विकलेल्या मत्तेची पुन्हा केलेली खरेदी.

buyer - (बायर) **ग्राहक** - पैसे देऊन वस्तू आणि सेवा खरेदी करणारा.

buyer's market - (बाइअर्स मा'किट्) **ग्राहकांचा बाजार** - ग्राहकांचे वर्चस्व असलेला बाजार.

by-products - (बा'इ प्रॉडक्ट्) **उपफळ** - व्यवसायसंस्थेच्या प्रमुख उत्पादनासोबतच निर्माण होणारी अन्य उत्पादने.

■

C

cadre - (कॅडर) **संवर्ग** - विशिष्ट श्रेणीतील कर्मचाऱ्यांचा समूह.

calculation - (कॅ'ल्क्युले'ऽशन्) **परिगणना** - हिशेब, अजमावणे, मूल्य मोजणे.

call - (कॉऽल्) **मागणी** - अल्पसूचना देऊन रक्कम घेणे, विशिष्ट काळमर्यादेत रोखीने खरेदी करणे. ऋणविकल्प.

call money, call loan - (कॉऽल् मॅ'नि, कॉऽल् लोऽन्) **अल्पसूचना कर्ज** - काही दिवसांतच परतफेड करण्याच्या अटीवर घेतलेले कर्ज.

call rate - (कॉऽल् रेऽट्) **मागणी व्याजदर** - अल्पसूचना कर्जावरील व्याजाचा दर.

Cambridge school - (केंब्रिज स्कूल्) **केंब्रिज संप्रदाय** - इंग्लंडमधील केंब्रिज विद्यापीठातील मार्शल, केन्स इ. अर्थतज्ज्ञांचा संप्रदाय.

canal irrigation - (कनॅ'ल् इ'रिगे'ऽशन्) **कालव्याद्वारे जलसिंचन** - कालवे खोदून पाटबंधाऱ्याद्वारे जमीन ओलिताखाली आणणे.

canon of taxation - (कॅ'नन् अव्ह्, टॅक्से'ऽशन्) **तत्त्व** - सूत्र, कराधानाचे सिद्धान्त, प्रनियम, करआकारणी संदर्भात.

capital - (कॅ'पिटल्) **भांडवल** - १. संपत्तीचा भविष्यकालीन संपत्ती निर्माण करण्यासाठी वापरलेला भाग. २. उत्पादनातून उपभोग वजा केल्यास उर्वरित उत्पादन. ३. उत्पादनोपयोगी वास्तव आणि वित्तीय मत्ता. कच्चामाल, यंत्रसामग्री, इंधन, व्यवसायसंस्थेची इमारत इ. उत्पादनाची उत्पादित साधने.

capital account - (कॅ'पिटल् अका'उन्ट्) **भांडवली खाते** - कर्ज घेणे, कर्जाची परतफेड, मत्ताखरेदी इ. व्यवहार दाखवणारे खाते.

capital account of the balance of payments - (कॅ'पिटल् अका'उन्ट् / अव्ह् द् बॅ'लन्स् अव्ह् पे'ऽमन्ट्) **व्यवहारतोलातील भांडवली खाते** - एका देशाने बाकीच्या देशांना केलेली भांडवलाची निर्यात आणि अन्य देशांतून त्या देशात झालेली भांडवलाची आयात यांचा हिशेब दर्शवणारे पत्रक किंवा ताळेबंद.

capital appreciation - (कॅ'पिटल् अप्री'शिए'ऽशन्) **भांडवलाची मूल्यवाढ**- उत्पादक मत्तेच्या, वित्तीय मत्तेच्या बाजारभावात वाढ होणे.

capital consumption - (कॅ'पिटल् कन्सि'म्(प्)शन्) **भांडवलाचा उपभोग** - भांडवल मोडून खाण्याची प्रक्रिया. यामुळेच एकेकाळचे श्रीमंत देश दरिद्री झाले.

capital formation - (कॅ'पिटल् फॉऽमे'ऽशन्) **भांडवल निर्मिती** - उत्पादनोपयोगी साधनसामग्री निर्माण करणे.

capital gain - (कॅ'पिटल् गेऽन्) **भांडवली लाभ** - मूल्यात वाढ झालेली मत्ता विकून मिळालेला नफा.

capital goods - (कॅ'पिटल् गुडझ्) **भांडवली वस्तू** - भविष्यकालीन उत्पादनासाठी उपयुक्त वस्तू.

capital goods, producer's goods - (कॅ'पिटल् गुडझ्, प्रड्यू'सऽ गुडझ्) **भांडवली वस्तू/उत्पादकाची वस्तू** - भविष्यकालीन उत्पादनासाठी वापरली जाणारी वस्तू.

capital intensive technique of production - (कॅ'पिटल् इन्टे'न्सिव्ह् टेक्नी'क् अव्ह् प्रडॅ'क्शन्) **भांडवलप्रधान उत्पादनतंत्र** - श्रमाच्या तुलनेने भांडवलाचा प्रचंड वापर करणारे उत्पादनतंत्र.

capital levy - (कॅ'पिटल ले'व्हि) **भांडवलकर** - बिकट आर्थिक परिस्थितीला तोंड देण्यासाठी सरकारने देशातील सर्व भांडवली मत्तेच्या मूल्याच्या विशिष्ट प्रमाणात आकारलेला कर.

capital loss - (कॅ'पिटल् लॉस्) **भांडवली हानी, नुकसान** - मत्तेच्या मूल्यात घट आल्याने विक्रीत झालेले नुकसान.

capital market - (कॅ'पिटल् मा'ऽकिट्) **भांडवलबाजार** - व्यवसायसंस्थांना मध्यम मुदती, दीर्घकालीन व कायमचे भांडवल उपलब्ध करून देणाऱ्या गुंतवणूकदार, वित्तसंस्था वगैरेंचा समूह, तसेच वित्तीय भांडवलाच्या खरेदीविक्रीचे व्यवहार होणारा रोखेबाजार.

capital output ratio - (कॅ'पिटल् आ'उटपुट् रे'ऽशिओ) **भांडवल उत्पादन गुणोत्तर** - उत्पादनाच्या एका मात्रेसाठी लागणारे भांडवल. भांडवलाच्या मात्रा उत्पादकता कमी असताना अधिक असतात व उत्पादकता वाढीबरोबर त्यांचे प्रमाण कमी होत जाते. भांडवल उत्पादन ५:१ u ४:१ u ३:१ याप्रमाणे.

capital stock - (कॅ'पिटल् स्टॉक्) **भांडवलाचा साठा** - व्यवसायसंस्थेजवळील एकूण वास्तव भांडवलाचे प्रमाण; त्यात इमारत, यंत्रसामग्री, कच्चा माल, अर्धपक्का माल, हत्यारे इत्यादींचा समावेश होतो.

capital widening - (कॅ'पिटल् वा'इड्निन्ग्) **भांडवल विस्तार** - भांडवल वाढवण्याची प्रक्रिया.

capitalism - (कॅ'पिटलिझम्) **भांडवलवाद** - खासगी मालमत्ता, स्वातंत्र्य, स्वहित तत्परता स्पर्धा इ. घटकांचे समर्थन करणाऱ्या सनातनपंथी विचारवंतांचा संप्रदाय.

capitalist - (कॅ'पिटलिस्ट्) **भांडवलदार** - उत्पादनोपयोगी साधनांवर मालकी असणारा.

cardinal utility - (का'ऽडिनल् युटि'लिटि) **अंकात मूल्य व्यक्त होणारी उपयोगिता** - उपयोगिताविषयक विविध सिद्धान्तात वस्तूपासून मिळणाऱ्या उपयोगितेच्या मात्रा अंकात मांडल्या जातात. उपयोगितेचे व कल्याणाचे मापन होऊ शकते, अशी त्यामागील संकल्पना असते.

cartel - (का'ऽटेल) **विक्रीसाठी केलेले बाजाराचे विभाजन, विक्रीसंघ** - एकाच वस्तूच्या सर्व उत्पादकांनी स्पर्धा टाळण्यासाठी करार करून संपूर्ण बाजाराचे केलेले प्रादेशिक विभाजन- त्यायोगे एका विभागात फक्त एकाच उत्पादकाचा माल विक्रीसाठी पाठवून मक्तेदारी निर्माण केली जाते. उत्पादकांनी स्पर्धा टाळून, विक्रीसाठी करार करून एकत्र येऊन बनवलेली संघटना.

cash - (कॅश) **रोकड** - चलन, नाणी इ. द्रव्यता असलेली मत्ता.

cash crops - (कॅ'श्क्रॉप्) **नगदी पिके** - उपभोगासाठी नव्हे तर बाजारात विक्री करून अधिक पैसा मिळवण्यासाठी शेतकऱ्याने घेतलेली पिके - उदा. ऊस, हळद, कापूस यांसारखी पिके.

cash deposit ratio - (कॅश डिपॉ'झिट् रे'ऽशिओ) **रोखता गुणोत्तर** - बँकांमधील एकूण ठेवींशी असलेले रोख रकमेचे गुणोत्तर.

cash discount - (कॅश डिस्का'उन्ट) **रोखसूट** - रोख व तत्परतेने केलेल्या व्यवहाराबाबत दिली जाणारी सवलत.

cashflow - (कॅश'फ्लो) **रोकडप्रवाह** - व्यवसायसंस्थेला आपली देणी वेळच्या वेळी भागवता यावीत यासाठी संस्थेने वेळोवेळी केलेली पैशांची तरतूद. विक्रीचे उत्पन्न, बिलांची वटवणूक, बँकेकडून घेतलेले कर्ज इ. मार्गांनी रोकडप्रवाह निर्माण केला जातो.

casual - (कॅ'झ्युअल्) **नैमित्तिक** - तात्पुरते, अत्यल्प कालावधीसाठी.

catch up - (कॅच्अप्) **अनुकरणाधारित शिक्षण** - प्रगत देशांतील तंत्रज्ञान, उत्पादन यांचे अनुकरण करून होणारी गुणवत्ता वाढ.

caution money - (कॉ'ऽशन् मॅ'नि) **सावधानता रक्कम** - सुरक्षिततेचा उपाय म्हणून घेतलेली अनामत रक्कम.

ceiling price - (सीलिंग् प्राइस) **कमाल किंमत** - किंमत वाढत असताना किंमतनियंत्रणासाठी सरकारने ठरवलेली जास्तीतजास्त किंमत.

census - (से'न्सस्) **जनगणना** - देशातील लोकसंख्या, तिची रचना, गुणात्मक बदल वगैरेंची शासकीय पातळीवर अधिकृतपणे केलेली सर्व प्रकारची आकडेवारी. सामान्यत: दर १० वर्षांनी हा उपक्रम केला जातो.

census of production - (से'न्सस अव्ह् प्रडॅ'क्शन्) **उत्पादनाचे गणन** - राष्ट्रीय उत्पन्नाच्या मापनाची एक पद्धत. देशात एका वर्षात उत्पादित झालेल्या एकूण वस्तूंचा व सेवांचे मूल्य.

central - (से'न्ट्रल्) **मध्यवर्ती** - केंद्रस्थानी असलेला.

central bank - (से'न्ट्रल् बॅ'न्क्) **मध्यवर्ती बँक** - देशातील चलनप्रमाण, पतपैसा, बँकव्यवसाय, नाणेबाजार वगैरेंवर नियंत्रण ठेवण्यासाठी सरकारने अधिकार दिलेली बँक.

central government - (से'न्ट्रल् गॅ'व्हन्मन्ट) **मध्यवर्ती सरकार** - देशातील सर्वोच्च पातळीवरील शासनसंस्था.

central planning - (से'न्ट्रल प्लॅनिंन्ग) **मध्यवर्ती नियोजन** - केंद्र सरकारने संपूर्ण देशाच्या पातळीवर राबवलेले आर्थिक नियोजन.

centrally planned economy or command economy - (से'न्ट्रली प्लॅन् ईकॉ'नमि ऑर कमा'ऽन्ड् ईकॉ'नमि) **केंद्रीय, आदेशाधिष्ठित अर्थव्यवस्था** - ज्या अर्थव्यवस्थेत सर्व प्रकारचे आर्थिक निर्णय हे केंद्रीय पातळीवर घेतले जाऊन, त्यांची आदेशांद्वारे अंमलबजावणी केली जाते अशी अर्थव्यवस्था.

certificate - (सटि'फिकिट्) **प्रमाणपत्र** - दाखला, विशिष्ट नोंद असलेले प्रपत्र.

certificate of deposit - (सटि'फिकिट् अव्ह् डिपॉ'झिट्) **ठेवप्रमाणपत्र** - बँकेत ठेवलेल्या ठेवीचे प्रमाणपत्र. विनिमयाचे व पतनिर्मितीचे साधन.

certificates of deposits - (सटि'फिकिट् ऑव्ह् / अव्ह् डिपॉ'झिट्) **ठेव प्रमाणपत्रे**- बँकांनी विशिष्ट कालावधीसाठी निर्माण केलेली प्रमाणपत्रे. त्यांची भांडवल बाजारात कसर कापून खरेदी/विक्री होते व मुदत संपल्यानंतर बँक- धारकाला प्रमाणपत्रातील रक्कम परत देते.

ceteris paribus assumptions other things being equal - इतर सर्व परिस्थिती कायम असताना - अर्थशास्त्रातील प्रत्येक नियम मांडण्याआधी केला जाणारा शब्दसमूहाचा वापर. फलनसंबंध विश्लेषणात अवलंबित चलावर परिणाम घडवणारे अनेक स्वतंत्र चल असतात. त्यापैकी प्रत्येक चलाचा अवलंबित चलावरील नेमका परिणाम जाणून घेण्यासाठी बाकीचे सर्व स्वतंत्र चल स्थिर असल्याचे गृहीत धरले जाते.

ceteris paribus - (सेटरिस पेरिबस्) **इतर परिस्थिती कायम असताना** - कोणताही सिद्धान्त मांडताना केवळ दोनच चलातील फलनसंबंध दर्शवताना बाकीचे सर्व घटक स्थिर आहेत. त्यात कोणताही बदल होत नाही असे गृहीतक.

chain - (चेऽन्) **शृंखला** - साखळी. उदा. साखळी बँका, साखळी दुकाने इ.

change in demand - (चेऽन्ज् इन् डिमा'ऽन्ड्) **मागणीतील वाढ/घट** - किमतीखेरीज बाकीच्या सर्व घटकांतील बदलांमुळे संपूर्ण मागणीवक्राचे अनुक्रमे वरच्या किंवा खालच्या पातळीवर होणारे संक्रमण.

change in supply - (चेऽन्ज् इन् सप्ला'इ) **पुरवठ्यातील वाढ/घट** - किमतीखेरीज बाकीच्या घटकांतील बदलांमुळे संपूर्ण पुरवठा वक्राचे अनुक्रमे वरच्या किंवा खालच्या पातळीवर होणारे संक्रमण.

charge - (चाऽज्) **प्रभार** - जबाबदारी सोपवणे, भार टाकणे, आकारणी.

charity commissioner - (चॅ'रिटि कमि'शनऽ) **धर्मादाय आयुक्त** - सार्वजनिक न्यासांच्या कारभारावर देखरेख करणारा व नियंत्रण ठेवणारा.

charter - (चाऽट्) **सनद** - अधिकारपत्र, भाडेकरार.

cheap money policy - (चीप् मँ'नि पॉ'लिसि) **स्वस्त पैशांचे धोरण** - मध्यवर्ती बँकेचे बँकदर घटवून देशातील पतपैशाचा पुरवठा वाढवण्याचे धोरण.

check - (चेक्) **तपासणी** - नियंत्रण, संरोध, पडताळा.

cheque - (चेक्) **धनादेश** - खातेदाराने बँकेस धनादेशावर नोंदवलेली रक्कम देण्याविषयी दिलेला आदेश.

Chicago school - (शिकागो स्कूल) **शिकागो संप्रदाय** - अमेरिकेतील शिकागो विद्यापीठातील प्रा. मिल्टन फ्रीडमन व त्यांचे अनुयायी अर्थतज्ज्ञांचा संप्रदाय.

circuit breaker - (स'र्किट् ब्रे'ऽक) **वर्तुळच्छेदक** - वर्तुळ पूर्ण होण्याआधीच भेदणे. समभागव्यवहार थांबवणे.

circular flow of income - (स'ऽक्युलऽ फ्लोऽ अव्ह् इ'न्कम्) **उत्पन्नाचा चक्राकार, प्रवाह** - व्यवसायसंस्था आणि कुटुंबे यांच्या दरम्यान होणारा वास्तव प्रवाह, उत्पादनघटकांच्या सेवांमधून वस्तूंची व सेवांची निर्मिती आणि चलनी प्रवाह, उत्पादनघटकांना पैशात मिळणारा मोबदला व कुटुंबांकडून व्यवसायसंस्थांकडे किमतीच्या रूपाने येणारा पैसा.

circulating capital - (स'ऽक्युलेऽटिंग कॅ'पिटल्) **खेळते भांडवल** - विविधोपयोगी भांडवल उदा.पैसा.

claimant unemployed - (क्ले'ऽमन्ट् अ'निम्प्लॉइड्) **लाभार्थी बेरोजगार** - रोजगारी न मिळाल्याने किंवा गमवावी लागल्याने मिळणारा बेकारभत्ता वा अन्य सवलतीसाठी पात्र असलेल्या व्यक्ती.

class conflict - (क्लाऽस् कॉ'न्फ्लिक्ट्) 'वर्गकलह', भांडवलदार आणि श्रमिक या वर्गात उद्‌भवणारा संघर्ष.

class struggle - (क्लाऽस् स्ट्र'ग्ल्) **वर्गसंघर्ष** - 'आहेरे' आणि 'नाहीरे' या सामाजिक गटातील (शोषक आणि शोषित) संघर्ष.

classification - (क्लॅ'सिफिके'ऽशन्) **वर्गीकरण** - गटात विभागणी करणे.

clearing house - (क्लि'अरिन्ग हाउझ्) **निरसनगृह** - बँकाबँकांमधील आर्थिक व्यवहाराच्या पूर्ततेसाठी मध्यवर्ती बँकेने निर्माण केलेली यंत्रणा. समाशोधनगृहे.

clearing house, clearing system - (क्लि'अरिन्ग हाउझ, क्लि'अरिन्ग सि'स्टम्) **निरसन केंद्र** - बँकाबँकांमधील सर्व प्रकारचे देय आणि येणे रकमांचे व्यवहार पूर्ण करणारे केंद्र.

climate Exchange / carbon trading - (क्ला'इमिट इक्स्चे'ऽन्ज का'ऽबन् ट्रे'ऽडिंग्) **शुध्द हवामानाची बाजारपेठ.**

kyotoprotocol (क्योटो प्रोटोकॉल) पृथ्वीच्या भोवती काही वायूंचे असे आवरण आहे की, सूर्यापासून पृथ्वीवर येणारी उष्णता ते रोखून धरतात आणि त्यामुळे पृथ्वी उबदार राहण्यास मदत होते. या वायूंना 'ग्रीन हाऊस गॅसेस' म्हणतात. सहा प्रकारचे असे वायू आहेत - कार्बन-डाय-ऑक्साईड (CO_2), मिथेन (CH_4), नायट्रस ऑक्साईड (N_2O), हायड्रो फ्ल्युरो कार्बन्स (HFCs), पर फ्ल्युरोकार्बन्स (PFCs), सल्फर एक्सफ्ल्युराइड (SF). प्रदूषणामुळे हे वायू सोडण्याचे प्रमाण वाढले. औद्योगिकीकरणाच्या दीडशे वर्षांत हे सततच होत गेले व त्यावर कोणतीच भरीव उपाययोजना अलीकडच्या काळापर्यंत झाली नाही. "ग्रीन हाऊस गॅसेस सोडल्याने वातावरणाची हानी होते आणि हे वायू सोडण्याच्या प्रमाणात कपात केल्याने वातावरण

चांगले राखण्यास मदत होते.'' या तत्त्वावर विचार करण्यास जगभरात सुरुवात झाली. तेल, वायू व कोळसा यांच्या वापरावर निर्बंध लावण्यासाठी संयुक्त राष्ट्र संघाच्या पुढाकाराने जपानमध्ये क्योटो येथे १९९७ ला एक परिषद झाली. या परिषदेत पर्यावरणासंबंधी चर्चा होऊन प्रदूषण रोखण्याचे निश्चित व बंधनकारक वेळापत्रक आणि मर्यादा व प्रमाण यावर एकमत झाले. युरोपियन युनियन, जपान, कॅनडा यासारख्या विकसित देशांसह एकूण १४१ देशांनी क्योटो येथे कराराच्या मसुद्यास अंतिम स्वरूप दिले. हा मसुदा 'क्योटो प्रोटोकॉल' या नावाने ११-१२-९७ रोजी स्वीकारण्यात आला.

closed economy, autarky - (क्लउझड् ईकॉ'नामि ऑऽ'टाऽकि) **बंदिस्त अर्थव्यवस्था** - अन्य देशांसमवेत कोणताही खुला व्यापार-व्यवहार न होणारी अर्थव्यवस्था.

closed shop - (क्लोऽझ् शॉप्) **बंदिस्त व्यवसायसंस्था** - जेव्हा संस्था फक्त कामगार संघटनेचे सदस्य असलेल्या श्रमिकांनाच कामावर नेमते व इतरांना नेमू शकत नाही, अशी परिस्थिती असलेली संस्था.

closing - (क्लोऽझिन्ग) **बंदभाव** - बाजार बंद व्हायच्या वेळी असलेली किंमत.

club goods - (क्ल'ब गुडझ्) **सामूहिक वस्तू** - खासगी वस्तू आणि सार्वजनिक वस्तू यांच्या दरम्यान असणाऱ्या वस्तू. त्यांचा उपभोग एकतर संपूर्ण समूह घेऊ शकतो किंवा संपूर्ण समूह त्यातून वगळला जातो.

Cobb - Douglas function - (कॉब् डग्लस् फं'क्शन्) **कॉब-डग्लस फलन** - कॉब आणि डग्लस या अमेरिकन अर्थतज्ज्ञांनी व्यवसायसंस्थेच्या उत्पादनखर्च किमान पातळीवर नेण्याच्या वर्तनाबाबत मांडलेले आदान-प्रदान फलन.

cobweb - (कॉ'ब्वेब्) **कोळ्याचे जाळे** - किमतीतील बदल आणि मागणीवक्र आणि पुरवठावक्रांचा भिन्न लवचीकपणा यांमुळे अधिकाधिक प्रमाणात निर्माण होणारा मागणीपुरवठ्यातील असमतोल. आलेखात या संदर्भातील आंदोलनांतून कोळ्याच्या जाळ्यासारखी आकृती तयार होते.

collateral - (कॉलॅ'टरल्) **तारणयोग्य मत्ता** - 'पूरक तारण', कर्ज घेताना तारण म्हणून उपयुक्त असलेली मत्ता. जमीन, घर, सोने, विमा पॉलिसी, समभाग इ.

collective bargaining - (कले'क्टिव्ह् बा'गिनिन्ग) **सामुदायिक सौदा** - श्रमिक संघटनेने मालकांसमवेत वाटाघाटी करून मिळवलेले लाभ, सवलती.

collusive oligopoly - (कलू'सिव्ह ऑ'लिगॉ'पॉली) **गुप्त करारांवर आधारलेला अल्पजनाधिकार**- ज्यामध्ये बाजारातील मोजक्याच संस्था आपापल्यातील स्पर्धा टाळण्यासाठी गुप्त करार करून, आपला मर्यादित एकाधिकार प्रस्थापित करतात, असा बाजार.

column - (कॉ'लम्) **स्तंभ** - अंकांची, चलांची वरून खाली केलेली मांडणी, मूल्यांची एकाखाली दुसरे .... याप्रकारे लंबात्मक मांडणी.

competitive goods - उपभोक्त्याची एकच गरज भागवण्यासाठी उपलब्ध असणाऱ्या अनेक पर्यायी वस्तू substitutes.

comforts - (कॅ'म्फर्टस) **सुखसोयीच्या गरजा** - मानवी आयुष्य सुखावह बनविणाऱ्या गरजा. मानवाची कार्यक्षमता वाढविणाऱ्या गरजा.

command and control system - (कमा'ऽन्ड् अन् कन्ट्रो'ऽल् सि'स्टम्) **आदेश आणि नियंत्रण पद्धती** - अशी यंत्रणा जिला आदेश देण्याचे, अंमलबजावणी करण्याचे, तपासणी करण्याचे व उल्लंघन करणाऱ्यांना दंड/शिक्षा करण्याचे संपूर्ण कायदेशीर अधिकार असून त्यांचा ती आवश्यकतेनुसार वापर करते.

command economy - (कमा'ऽन्ड् ईकॉ'नामि) **आदेशाधिष्ठित अर्थव्यवस्था**- व्यक्तिस्वातंत्र्य नसलेली शासकीय आदेशांनुसार कार्ये करणारी अर्थव्यवस्था.

commercial bill - (कम'ऽशल् बिल्) **व्यापारी प्रपत्रे** - व्यवसाय संस्थांनी पैसा उभारण्यासाठी किंवा उधारीच्या व्यवहारातून निर्माण केलेली विनिमय बिले, हुंड्या, वचनचिठ्ठ्या इ.

commercial policy - (कम'ऽशल् पॉ'लिसि) **व्यापारनीती** - देशांची आंतरराष्ट्रीय व्यापाराच्या संदर्भातील नीती. खुला व्यापार, संरक्षण इ.

commission discount - (कमि'शन्, डि'स्काउन्ट्) **वटाव** - विनिमय प्रपत्र वटवण्यासाठी मिळालेला मोबदला.

commodity - (कमॉ'डिटि) **वस्तू** - आदानांच्या साहाय्याने निर्माण केलेले भौतिक उत्पादन.

commodity markets - (कमॉ'डिटि मा'ऽकिट्) **वस्तूंचे बाजार** - विविध प्रकारच्या वस्तूंची खरेदी-विक्री होणाऱ्या जागा.

common market - (कॉ'मन् मा'ऽकिट्) **सामूहिक बाजार** - सभासद देशांनी परस्परांतील व्यापारासाठी निर्माण केलेला गट. त्यामध्ये जकात, व्यापारविषयक,

कायदे, वस्तू, सेवा, भांडवल आणि श्रमांचे स्थलांतर या संदर्भात समान परिस्थिती असते. सर्व सभासद देशांचा असा एक बाजार असतो.

comparative advantage - (कम्पॅ'रटिव्ह् ॲड्व्हा'ऽन्टिज्) **तौलनिक लाभ** - जेव्हा दोन देशांमधील एक देश हा दुसऱ्या देशापेक्षा दोन्ही वस्तूंचे उत्पादन कमी साधनसामग्री वापरून करू शकतो. मात्र त्या दोन वस्तूंपैकी एका वस्तूच्या उत्पादनात दुसऱ्या देशाच्या तुलनेने खूपच कमी साधनसामग्री लागत असेल तर फक्त तीच वस्तू बनवण्यासाठी साधनसामग्री वापरून दुसऱ्या वस्तूची आयात केली असता मिळणारा लाभ.

compensation - (कॉ'म्पिन्से'ऽशन्) **भरपाई** - नुकसान भरून काढण्यासाठी केलेली आर्थिक किंवा अन्य प्रकारची तरतूद.

competition - (कॉ'म्पिटि'शन्) **स्पर्धा** - जास्तीतजास्त लाभ मिळवण्यासाठी इतरांबरोबर केलेली चढाओढ, चुरस.

competition for corporate control - (कॉ'म्पिटि'शन् फॉऽ / फऽ कॉ'ऽपरट् कन्ट्रो'ऽल्) **कंपनी नियंत्रणाबाबत समूहातील स्पर्धा** - अधिकाधिक कंपन्या आपल्या समूहात आणण्यासाठी विविध उद्योग समूहात होणारी स्पर्धा.

complementary goods - (कॉ'म्प्लिमे'न्टरि गुड्झ) **पूरक वस्तू** - उपभोक्त्याची गरज भागवण्यासाठी एकमेकांना पूरक असणाऱ्या वस्तूंचा समूह. समूहातील एक वस्तू जरी नसली तरी ग्राहकाची गरज भागवली जात नाही. उदा. मोटार आणि पेट्रोल. अशा वस्तूंपैकी एका वस्तूची जरी किंमत वाढली तरी सर्व वस्तूंची मागणी कमी होते.

compound interest - (कॉ'म्पाउन्ड इ'न्ट्रस्ट्) **चक्रवाढ व्याज** - प्रत्येक वर्षी आधीच्या वर्षाचे मूळ मुद्दल आणि व्याज यांवर आकारले जाणारे व्याज.

compounding - (कॉ'म्पाउन्डिग) **चक्रवाढीची पद्धती** - व्याज आकारताना प्रत्येक वर्षी आधीच्या वर्षातील व्याज मुद्दलात समाविष्ट करून, त्या व्याजावरही होणारी व्याजाची आकारणी.

concave - (कॉ'न्के'ऽव्ह्) **अंतर्गोलवक्र** - डावीकडून उजवीकडे प्रत्येक वेळी उतारात घट होणारा वक्र.

concentration - (कॉ'न्सन्ट्रे'ऽशन्) **केंद्रीकरण** - सामर्थ्य, मत्ता इ. एकवटणे. एकाच प्रदेशात उद्योगधंदे निर्माण होणे.

congestion - (कन्जे'स्चन्) **दाटीवाटी** - मर्यादित भागात क्षमतेपेक्षा अधिक उपभोक्ते एकवटणे.

conglomerate merger - (कन्लॉ'मरेऽट् म'ऽजऽ) **भिन्न उद्योगातील संस्थांचे विलीनीकरण** - परस्परांशी संबंधित नसलेल्या अशा दोन उद्योगातील दोन उद्योगसंस्थाचे विलीनीकरण होऊन एकच संस्था निर्माण होणे.

consolidated accounts - (कन्सॉ'लिडेऽटेड् अका'उन्ट्) **एकत्रित हिशेब** - एका समूहातील अनेक व्यवसायसंस्थांचे दर्शवलेले एकत्रित आर्थिक व्यवहार.

consolidation - (कन्सॉ'लिडे'ऽशन्) **एकत्रीकरण** - अनेक घटक संस्था एकत्र आणणे. दृढीकरण, मजबुतीकरण.

consortium - (कन्सॉ'ऽटिअम्) **एकोद्देशी समूह** - विशिष्ट उद्दिष्ट पूर्ण करण्यासाठी एकत्र आलेल्या विविध संस्थांचा समुदाय.

conspicuous consumption - (कन्स्पि'क्युअस् कन्सि'म्(प्)शन्) **डामडौल** - सर्वसामान्यांचे डोळे दीपवण्यासाठी केली जाणारी चैन, भपकेबाज वस्तूवापर.

constraints - (कन्स्ट्रे'न्ट्) **मर्यादा** - आर्थिक व्यवहारांच्या मार्गातील अडथळे. ते दूर झाल्याखेरीज व्यवहार होऊ शकत नाही.

consultant - (कन्स'ल्टन्ट) **सल्लागार** - व्यवसायात येणाऱ्या अडचणी दूर करण्यासाठी मार्गदर्शन करणारी, संस्थेने नियुक्त केलेला व्यावसायिक मार्गदर्शक.

consumer - (कन्स्यू'मऽ) **उपभोक्ता** - वस्तूंचा व सेवांचा उपभोग घेणारा.

consumer behaviour - (कन्स्यू'मऽ बिहे'ऽव्ह्यऽ) **उपभोक्त्याचे वर्तन** - खर्च होणाऱ्या पैशांमधून उपयोगितेच्या जास्तीतजास्त मात्रा मिळवण्याची उपभोक्त्याची धडपड.

consumer borrowing, loan, debt - (कन्स्यू'मऽ बॉ'रोऽइन्ग, लोऽन्, डेट्) **ग्राहककर्ज** - उपभोगासाठी वस्तू व सेवा खरेदी करण्यासाठी घेतलेले कर्ज.

consumer durable - (कन्स्यू'मऽ ड्यू'अरबल्) **ग्राहकोपयोगी टिकाऊ वस्तू** - ज्या वस्तूंमुळे ग्राहकांची त्या वस्तूंपासून वर्षानुवर्षे गरज भागवली जाते, अशा वस्तू. फर्निचर, कपाट, धातूंची भांडी इ.

consumer goods - (कन्स्यू'मऽ गुडझ्) **उपभोक्त्याची वस्तू** - ग्राहकाने उपभोगासाठी घेतलेली वस्तू.

consumer price index, cost of living index - (कन्स्यू' मऽ प्राइस्, इ'न्डेक्स्, कॉऽस्ट् अव्ह लिव्हिन्ग इ'न्डेक्स्) **ग्राहक किंमत निर्देशांक** - बाजारातील ग्राहकोपयोगी वस्तूंच्या किरकोळ किमतींचा पर्यायाने ग्राहकांच्या राहणीमानाचा निर्देशांक.

consumer protection - (कन्स्यू'मऽ प्रटे'क्शन्) **ग्राहक संरक्षण** - फसवणूक, पिळवणूक यांपासून ग्राहकांचे हितसंबंध जपण्यासाठी केलेली कारवाई.

consumer sovereignty - (कन्स्यू'मऽ सॉ'व्ह्रिन्टि) **ग्राहकाचे सार्वभौमत्व**- ग्राहकांच्या आवडीनिवडीनुसार ग्राहकांना परवडतील अशा किंमतींना होणारी वस्तूंची आणि सेवांची निर्मिती आणि विक्री.

consumers resistance - (कन्स्यू'मऽ रेझिं'स्टन्स) **उपभोक्त्यांचा प्रतिकार** - बाजारातील अयोग्य गोष्टींविरुद्ध उपभोक्त्यांची कारवाई, संघटित प्रयत्न.

consumers share of tax on goods - (कन्स्यू'मऽ शेऽअ ऑव्ह् / अव्ह् टॅक्स् ऑन् गुड्झ) **वस्तूंवरील करांचा ग्राहकावरील चलनीभार** - सरकारने आकारलेल्या करामुळे वस्तूच्या किमतीत झालेली वाढ. बाजारातील परिस्थितीनुसार कराइतकी किंमतवाढ शक्य न झाल्यास काही चलनीभार उत्पादकावरही पडतो.

consumers surplus - (कन्स्यू'मऽ स'ऽप्लस्) **ग्राहकाचे संतोषाधिक्य** - ज्या वस्तूच्या गरजेची तीव्रता अधिक असल्याने तिच्यासाठी ग्राहक जास्त किंमत द्यायला तयार आहे, अशी वस्तू ग्राहकाला स्वस्तात, नाममात्र किमतीला उपलब्ध होणे.

consumption - (कन्सि'म्(प्)शन्) **उपभोग** - आपली गरज भागवण्यासाठी उपयुक्त असलेल्या वस्तू व सेवा यांचे उपयोग व सेवन. ग्राहकोपयोगी वस्तू व सेवा यांच्या खरेदीसाठी घेतलेले कर्ज. उदा. हप्ते खरेदी व्यवहार.

consumption function - (कन्सि'म्(प्)शन् फं'न्क्शन) **उपभोग फलन** - अर्थव्यवस्थेतील एकूण उत्पन्नाशी उपभोगावर होणाऱ्या खर्चाचे प्रमाण या प्रकारे गणिती मांडणी. उत्पन्नावर अवलंबून असणारे उपभोगाचे प्रमाण.

consumption of domestically produced goods and services - (कन्सि'म्(प्)शन् अव्ह् डोऽमेस्टि'कली प्रड्यू'स् गुड्झ ॲन्ड् स'ऽव्हिसेस्) **देशांतर्गत वस्तू व सेवा यांचा उपभोग** - देशात निर्माण झालेल्या वस्तूंवरील व सेवांवरील देशातील ग्राहकांचा एकूण खर्च. कुटुंबाकडून व्यवसायसंस्थांकडे होणारा चलनी प्रवाह.

contingency - (कन्टि'न्जन्सि) **आकस्मिकता** - अचानक, अनपेक्षितरीत्या उद्भवलेली परिस्थिती, अडचण अनपेक्षित खर्च इ.

continuity - (कॉ'न्टिन्यू'इटि) **सातत्य** - चालू राहाणे.

contraception, family planning - (कॅन्ट्र'सेप्शन्, फॅ'मिलि प्लॅनिंग) **संतती नियंत्रण** - अपत्य जन्मदर नियंत्रण आणणे. संतती प्रतिबंधक मार्गांचा अवलंब करणे.

contract - (कन्ट्रॅ'क्ट्) **करार** - विविध व्यवहारांच्या संदर्भात दोन किंवा अनेक पक्षांत होणारा लेखी कायदेशीर दस्तऐवज.

contract labour outsiders - (क'न्ट्रॅक्ट् ले'ऽबऽ आ'उट्सा'इडऽ) **कंत्राटी कामगार** - संस्थेत नियुक्ती न करता बाहेरून तात्पुरत्या स्वरूपात कामावर संस्थेने नेमलेले कामगार.

contraction - (कन्ट्रॅ'क्शन्) **संकोच** - घटकामध्ये कमतरता येणे.

contraland smuggling - (कॉ'न्ट्र'लॅन्ड् स्म'गलिन्ग्) **चोरटाव्यापार** - बेकायदेशीर, चोरून, छुपेपणाने अशा स्वरूपाची खरेदी, विक्री, आयात, निर्यात इ.

contribution - (कॉ'न्ट्रिब्यू'शन्) **अंशदान** - काही प्रमाणात देणे, कर भरणे, वर्गणी देणे.

convention - (कन्व्हे'न्शन्) **संकेत** - पूर्वापार चालत आलेले, परंपरेनुसार होणारे.

convergence - (कन्व्ह'ऽजन्स्) **जवळीक** - दोन किंवा अधिक घटक एकमेकांच्या जवळ येण्याची प्रक्रिया.

conversion - (कन्व्ह'ऽशन्) **परिवर्तन** - ऋणकोसंस्थेच्या थकीत कर्जाचे समभागात रूपांतरण करून संस्थेला आर्थिक संकटातून सोडवण्याची प्रक्रिया.

convertibility - (कन्व्हऽ'टिबिलिटी) **परिवर्तनीयता** - एका चलनाचे दुसऱ्या देशाच्या चलनात होणारे रूपांतर.

convertible debenture - (कन्व्हऽ'टिबल् डिबे'न्चऽ) **परिवर्तनीय रोखा** - कर्जरोख्याचे अंशत: किंवा पूर्णपणे समभागात रूपांतरण होऊ शकणारा रोखा.

convex - (कॉ'न्व्हेक्स्) **बहिर्गोलवक्र** - डावीकडून उजवीकडे प्रत्येक वेळी उतार वाढत जाणारा वक्र.

co-operation - (को'ऽऑपरे'ऽशन्) **सहकार** - समान उद्दिष्टांसाठी स्वखुशीने एकत्र येऊन केलेली कृती.

co-operative society - (को'ऽऑ'परटिव्ह ससा'इअटि) **सहकारी संस्था** - समान हितासाठी स्वखुशीने एकत्र आलेल्या व्यक्तींनी स्थापन केलेली संस्था.

copy right - (कॉ'पी राईट्) **लेखाधिकार** - साहित्यिकास त्याच्या कलाकृतीच्या वाङ्मयाच्या संदर्भात मिळणारा स्वामित्वाचा अधिकार. त्यायोगे तो मानधन मागू शकतो.

core worker - (काऽ/कॉअ व'ऽकऽ) **महत्वाचे श्रमिक** - उच्च शिक्षण, प्रशिक्षण, कौशल्य, गुणवत्ता आणि प्रदीर्घ अनुभव यांमुळे व्यवसाय संस्थेत अधिक वेतन घेणारे व कायमस्वरूपी नियुक्ती झालेले श्रमिक.

cornering - (कॉ'नरिन्ग्) **कोंडी** - कुचंबणा, इतरांनी एकत्र येऊन निर्माण केलेली

व्यावसायिकाची अडचण, कठीण स्थिती.

corporate governance - (कॉ'पॅरिट् ग'व्हर्नन्स्) **कंपनीप्रशासन** - संस्थेची कार्यपद्धती.

corporation - (कॉ'ऽपरे'ऽशन्) **निगम** - प्रचंड आकाराची संयुक्त भांडवली संस्था, महामंडळ, शहरातील स्थानिक स्वराज्यसभा.

corruption - (कर'प्शन्) **भ्रष्टाचार** - शासनयंत्रणा, राजकारणी, सत्ताधारी वगैरेंना आपली कामे लवकर होण्यासाठी लाच, भेटी, बक्षिसे इ. देणे. सत्तेचा गैरवापर करून आपली संपत्ती वाढवणे, नातलगांचा फायदा करून देणे.

cost benefit analysis - (कॉऽस्ट् बे'निफिट् अॅ'नॅलिसिस्) **खर्चलाभ विश्लेषण**- कोणत्याही प्रकल्पावर होणारा एकूण खर्च आणि त्या प्रकल्पामुळे अर्थव्यवस्थेला-त्या प्रदेशातील जनतेला मिळणाऱ्या लाभांचे एकूण मूल्य यांचे प्रकल्प कार्यान्वित करण्यासाठी केले जाणारे विश्लेषण.

cost of input - (कॉऽस्ट अव्ह् इ'न्पुट्) **आदान परिव्यय** - व्यवसाय संस्थेने उत्पादन घटकांना त्यांच्या सेवेच्या वापराबद्दल दिलेला मोबदला, उत्पादनाचा खर्च.

cost of capital - (कॉऽस्ट् अव्ह् कॅ'पिटल्) **भांडवलउभारणी खर्च** - भांडवल उभारण्यासाठी द्यावे लागणारे व्याज, अर्जाची तांत्रिक व कायदेशीर छाननी. फी, जाहिरात, दलाली इ.साठी येणारा खर्च.

cost of living index - (कॉऽस्ट् अव्ह लि'व्हिन्ग इ'न्डेक्स्) **राहणीखर्च निर्देशांक**- उपभोगखर्चाचा निर्देशांक, किरकोळ किंमत निर्देशांक.

cost push inflation - (कॉऽस्ट् पुश इन्फ्ले'ऽशन्) **खर्च दाबजन्य चलन अतिवृद्धी, खर्चातील वाढीमुळे उद्‌भवणारा अतिरेकी चलन विस्तार/तेजी** - साधनसामग्री, भांडवल, वेतन यांवरील खर्च वाढल्यामुळे झालेला अतिरेकी चलन विस्तार/किंमत पातळीवरील वाढ.

costly - (कॉ'स्ट्लि) **महाग** - अधिक किंमतीचे, मौल्यवान.

cost-push inflation - (कॉऽस्ट् पुश् इन्फ्ले'ऽशन्) **खर्चजन्य चलनविस्तार** - उत्पादन खर्चातील वाढीमुळे झालेली किंमतपातळीतील वाढ.

cottage industry - (कॉटिज् इन्डि'स्ट्रि) **कुटीरोद्योग** - ग्रामीण भागात राहण्याच्या जागेतच केला जाणारा उद्योग. कुटुंबातील सर्वांनी काम करून अगदी मोजक्याच पगारी श्रमिकांच्या मदतीने केलेला उद्योग.

counter action - (का'अन्टऽ ॲ'क्शन्) **प्रतिक्रिया** - एका कृतीच्या प्रत्युत्तरादाखल झालेली कृती.

counterfeit - (का'उन्टफीट) **बनावट** - नकली, हिणकस मूल्याचे.

counter party - (का'उन्टऽ पा'ऽटि) **प्रतिपक्ष** - व्यवहारातील दुसरा, समोरचा पक्ष. विक्रेता-ग्राहक, आयातदार-निर्यातदार याप्रमाणे.

countervailing duty - (काउन्ट् वे'इलिंग् ड्यू'टि) **क्षतिपूर्तीकर**- 'जशास तसे' या न्यायाने अन्य देशांतून होणाऱ्या आयातीवर आकारलेली जकात. अवपुंजन (डंपिंग) निष्प्रभ करण्यासाठी आकारलेली अधिक जकात. अवपुंजनामुळे देशी उत्पादकांचे संभाव्य नुकसान टाळण्यासाठी आयातीवर आकारलेला जाचक कर.

countervailing power - (का'उन्टव्हे'लिन्ग पा'उअ) **प्रतिक्रियात्मक शक्ती**- एका घटकाच्या सामर्थ्यात मोठी वाढ झाली असता त्याचे संतुलन घडवण्यासाठी विरुद्ध घटकाच्या सामर्थ्यात होणारी वाढ. बलाढ्य व्यवसायसंस्था निर्माण झाल्यास श्रमिकांच्या संख्येतही मोठी वाढ होऊन कामगार संघटनेचेही सामर्थ्य वाढते किंवा बलाढ्य ग्राहकसंघटना अस्तित्वात येते. एका संस्थेचे सामर्थ्य वाढत जात असताना संतुलन घडवणाऱ्या विरुद्ध बाजूच्या संस्था. उदा. मक्तेदारी,शोषण थांबवण्यास देशव्यापी ग्राहक संघटनेची निर्मिती किंवा श्रमिकांचे शोषण थांबवण्यास प्रबळ श्रमिक संघटना निर्माण होणे.

Cournot model of duopoly - (कूर्नो मॉ'ड्ल् अव्ह् ड्यूऑपलि) **कूर्नोप्रणित द्वयाधिकाराचे प्रतिमान**- बाजारात प्रचंड ग्राहक असून दोनच विक्रेते असल्यास पहिल्या विक्रेत्याच्या पुरवठा आणि किंमत निश्चितीच्या अनुषंगाने दुसरा विक्रेता हा आपला पुरवठा व किंमत विषयक डावपेच ठरवतो. त्यामुळे किमतीत सतत चढउतार होतात.

craft guild - (क्राऽफ्ट् गिल्ड्) **कारागीरसंघ** - कलाकौशल्याची उत्पादने निर्माण करणाऱ्या कारागिरांची संघटना.

crawling peg - (क्रॉऽलिन्ग् पेग्) **विनिमय दरात टप्पाटप्प्याने बदल घडवण्याची प्रक्रिया** - दोन चलनांमधील विनिमय दरात तत्काळ बदल न घडवता टप्प्याटप्प्याने बदल घडवण्याची अवलंबलेली प्रक्रिया.

creative destruction - (क्रिए'ऽटिव्ह् डिस्ट्र'क्शन) **निर्मितीसाठी आवश्यक विनाश** - कार्ल मार्क्स यांची संकल्पना. नवीन सामाजिक संस्थांच्या उदयासाठी अपरिहार्य ठरणारा आजच्या सामाजिक संस्थांचा विनाश.

credibility - (क्रे'डिबिलिटी) **विश्वासार्हता** - व्यवहारातील उभयपक्षांच्या पतीवर

अवलंबून असलेला व्यवहारपूर्ततेबाबतचा विश्वास.

credible threat or promise - (क्रे'डिबल् थ्रेट् ऑअ / ऑऽ प्रॉ'मिस्) **पूर्तताक्षम धमकी किंवा वचन** - अंमलबजावणी करण्याचे सामर्थ्य असलेल्या त्या व्यक्तीकडून मिळालेली धमकी किंवा आश्वासन.

credit - (क्रे'डिट्) **पत** - १. व्यक्तीची, संस्थेची कर्ज घेण्याची, उधारीवर व्यवहार करण्याची क्षमता, २. व्यवसायातील अमूर्त मत्ता. बाजारातील नावलौकिक, आर्थिक सामर्थ्य, इतरांना वाटणारा विश्वास यांमुळे उधारीवर खरेदी करण्याची किंवा कर्ज उभारण्याची व्यवसायाची क्षमता. प्रत्यय.

credit - squeeze - (क्रे'डिट् स्क्वी'झ्) **पतपैशाचा संकोच** - एकूण चलनपुरवठा घटवण्यासाठी पतपैशाचे प्रमाण घटवणे.

credit card - (क्रे'डिट् काऽड्) **क्रेडिट कार्ड** - बँकेने आपल्या खातेदारांना विनिमय व्यवहार करण्यासाठी दिलेले प्लॅस्टिकचे कार्ड. पैशाला पर्याय म्हणून त्याचा उपयोग होतो. खात्यावर रक्कम कमी असल्यास ठराविक रक्कम बँकेकडून कर्ज दिली जाते. पण त्यावर व्याज आकारणी मोठ्या प्रमाणात होते.

credit control - (क्रे'डिट् कन्ट्रो'ऽल्) **पतनियंत्रण** - मध्यवर्ती बँकेने व्यापारी बँकांची पत निर्मिती मर्यादित ठेवण्यासाठी अवलंबलेले मार्ग.

credit money - (क्रे'डिट् मॅ'नि) **पतपैसा** - व्यापारी बँकांनी कर्जव्यवहारातून निर्माण केलेला पैसा. ऋणकोच्या खात्यावर बँककर्जाची रक्कम जमा करते व चेकच्या मदतीने ऋणको आपले व्यवहार पूर्ण करतो. हे चेक बँकांत जमा झाले की बँकांच्या ठेवीत वाढ होते. म्हणजेच पैशाचा पुरवठा वाढतो.

credit rating - (क्रे'डिट् रेऽटिंग) **पतमापन** - कोणतीही कंपनी आपल्या प्रकल्पासाठी जनतेकडून भांडवल उभारणी करते. हे भांडवल सामान्यत: मालकीचे (Owned Capital) किंवा कर्जाऊ (Borrowed Capital) प्रकारचे असते. कंपनी जेव्हा भागभांडवल (Share Capital) बाजारातून उभे करते, तेव्हा ते मालकीचे होते. परंतु याशिवाय कंपनी लोकांकडून ठेवी अथवा कर्जरोख्याच्या माध्यमातून पैसा गोळा करते ते कर्जाऊ भांडवल म्हणता येईल. असे कर्जाऊ भांडवल वाजवी मूल्याने कंपनीला उभे करता यावे यासाठी कंपनी आपले पतमापन करून घेते. भागभांडवलाद्वारे पैसा उभारताना कंपनी उद्देशपत्र (Prospectus) प्रसारित करते. त्याचा अभ्यास करून संभाव्य गुंतवणूकदार ते भाग घ्यायचे की नाही हे ठरवितात. मुळातच भागभांडवल हे जोखीमपूर्ण असल्याने त्यात गुंतवणूक करणारे सदर जोखीम मोजू शकतात व सहन करू शकतात. परंतु कर्जरूपाने अथवा मुदतठेवरूपाने

कंपनीकडे गुंतवणूक करणारा गुंतवणूकदार किमान जोखीम व म्हणून मर्यादित उत्पन्नाची अपेक्षा करतो. त्याला कोणीतरी सक्षम संस्थेने अभ्यास करून त्याविषयी मार्गदर्शन करणे त्याला फायद्याचे ठरते.

थोडक्यात पतमापनाचा फायदा दुहेरी आहे. कंपनी स्वत:चे पतमापन करून घेऊन आपली पात्रता (Credit Worthiness) स्वतंत्र व नि:पक्षपाती संस्थेकडून अहवालरूपाने घेते व त्याच्या आधारावर लोकांकडील बचतीचा पैसा कर्जाच्या रूपाने उभा करते. दुसरीकडे या पतमापनाचे गुंतवणूकदारांना कंपनीचे स्थैर्य, गुंतवणुकीची सुरक्षितता, व्याजाची निश्चिती व परतफेडीची खात्री यांची माहिती मिळते व ते त्या आधारावर गुंतवणुकीचा निर्णय घेऊ शकतात.

कंपनीची बाजारातील पत मोजणे व ते सूत्ररूपाने मांडणे याला पतमापन म्हणता येईल. प्रामुख्याने कर्जरोखे (ऋणपत्रे / डिबेंचर्स/बॉण्ड्स) व ठेवी यांचे सुरक्षितता, परतफेड क्षमता, आणि त्यावरील व्याजाची कमाई या दृष्टिकोनातून एखाद्या कंपनीचे केलेले मूल्यमापन म्हणजे पतमापन होय. पतमापन हे कंपनीच्या आर्थिक स्थितीविषयी शास्त्रीय पद्धतीने केलेले मोजमाप असते. भारतात सध्या जे पतमापन केले जाते त्याचे वर्णन खरे तर 'ऋणमापन' (Debt rating) असे करायला हवे. आंतरराष्ट्रीय स्तरावर पतमापनाची जी ढोबळ व्याख्या केली जाते ती अशी आहे - कंपनीने उभारलेल्या कर्जाची वेळेवर परतफेड करण्याच्या आणि वेळेवर व्याज देण्याच्या क्षमतेची लावलेली प्रतवारी म्हणजे पतमापन. ही प्रतवारी जितकी उच्च श्रेणीची असेल तितकी कर्जाच्या परतफेडीची आणि वेळेवर व्याज मिळण्याची खात्री अधिक असे म्हणता येईल. साहजिकच कमी प्रतवारी असणाऱ्या कंपनीची कर्जे जोखमीची असतात.

पतमापन हे कंपनीच्या ठेवी व कर्जरोखे अशा कर्जभांडवलासाठी केले जाते, तर भाग संशोधन (Equity Research) हे भागभांडवलसाठी होते. पतमापनाचा दर्जा हा सूचक असतो, तो गुंतवणुकीविषयी जोखमीची कल्पना देतो, तो गुंतवणुकीची शिफारस करीत नाही, पतमापनाने व्याजाची अथवा गुंतवणूक वेळेवर परत मिळण्याची खात्री मिळत नाही तर पतमापनाचा दर्जा म्हणजे केवळ त्याविषयीचे अभ्यासपूर्ण मत असते. त्यामुळे गुंतवणूकदारांना पतमापन दर्जामुळे निर्णय घेण्यासाठी अधिक अभ्यासपूर्ण, स्वतंत्र, नि:पक्ष आणि तज्ज्ञांकडून माहिती मिळते इतकेच ! हे पतमापन आकडे व अक्षरे यांच्या माध्यमातून कंपनीची प्रतवारी दाखविते.

credit rating agency - (क्रे'डिट् रेऽटिन्ग ए'ऽजन्सि) **पतमूल्यांकन संस्था** - व्यवसायसंस्थेची बाजारात असलेली पत व तिच्या बरोबर व्यवहार करताना असलेली संस्थेची विश्वासार्हता याचे मूल्यांकन करणारी संस्था. उदा. क्रिसिल, इक्रा इ.

credit rationing - (क्रे'डिट् रॅ'शनिन्ग्) **नियंत्रित पतवाटप** - बँकांची पतनिर्मिती

मर्यादित होण्यासाठी व योग्य क्षेत्रांना मिळण्यासाठी अवलंबलेली पद्धती.

credit rationing, credit restriction - (क्रे'डिट् रॅ'शनिन्ग, क्रे'डिट् रिस्ट्रि'क्शन्) **पतपैशाचे नियंत्रित वाटप** - अर्थव्यवस्थेच्या दृष्टीने अयोग्य क्षेत्रांचा पतपुरवठा घटवणे व सुयोग्य क्षेत्रांचा पतपुरवठा वाढवण्याचे धोरण.

creeping inflation - (क्रीपिन्ग इन्फ्ले'ऽशन्) **सरपटणारी भाववाढ** - अतिशय मंद गतीने होणारी किंमतपातळीतील वाढ.

crisis - (क्रा'इसिस्) **गंडांतर** - अर्थव्यवस्थेवरील संकट, कठीण परिस्थिती, अर्थव्यवस्था कोसळण्याची परिस्थिती.

criterion - (क्राइटि'अरिअन्) **निकष** - अट, वैशिष्ट्य.

crop insurance - (क्रॉप् इन्शु'अरन्स्) **पीकविमा** - नैसर्गिक आपत्तीमुळे शेतीउत्पादनाच्या होणाऱ्या नुकसानीपासून शेतकऱ्यांना आर्थिक संरक्षण देणारा विमा.

crop, farm, product - (क्रॉप्, फाऽम्, प्रॉ'डक्ट्) **पीक** - शेतीतील उत्पादन.

cross price elasticity of demand - (क्रॉ'स् प्राइस् इलॅ'स्टिसिटि ऑव्ह् / अव्ह् डिमा'ऽन्ड्) **मागणीचा छेदक किंमत लवचीकपणा** - पर्यायी वस्तूंच्या मागणीत झालेल्या बदलाला मूळ वस्तूच्या किमतीतील बदलाने भागले असता मागणीची छेदककिंमत लवचिकपणा मोजता येते.

cross section analysis - (क्रॉस् से'क्शन् ॲन'लिसिस्) **स्तर छेद विश्लेषण**- आंशिक पातळीवरील विशिष्ट स्तरामधील घटकांचे केलेले विश्लेषण.

cross section data - (क्रॉस् से'क्शन् डाटा) **एका घटकातील बदलामुळे अर्थव्यवस्थेतील विविध समूहांवर झालेल्या बदलांची समूहवार आकडेवारी** - अर्थव्यवस्थेतील एका घटकात जेव्हा बदल होतो तेव्हा त्याचे समाजातील विविध गटांवर जे वेगवेगळ्या प्रकारे परिणाम होतात, त्या परिणामांची आकडेवारी.

crossed cheque - (क्रॉ'स्ड् चेक्) **रेखांकित धनादेश** - धनादेशावर नाव असणाऱ्या किंवा त्याने निर्दिष्ट केलेल्या व्यक्तीच्या खात्यावर पैसे जमा करण्याविषयी खातेदाराने बँकेस दिलेला आदेश. धनादेशाच्या डाव्या कोपऱ्यात वरील बाजूस दोन तिरप्या समांतर रेषा काढून हा आदेश दिला जातो.

crowding out - (क्राउ'डिन्ग् आउट्) **उत्सर्जन** - सार्वजनिक खर्चातील वाढीमुळे खासगी क्षेत्रातून, पैसा/साधनसामग्री अन्यत्र जाण्याची प्रक्रिया.

crude oil - (क्रूड् ऑइल्) **कच्चे असंस्करित खनिज तेल** - तेल विहिरीतून बाहेर

काढलेले, कोणतीही प्रक्रिया न केलेले खनिज तेल.

cultivable land - (कॅ'ल्टिव्हे'ऽबल् लॅन्ड्) **लागवड योग्य जमीन** - शेतीतील पीक घेण्यासाठी योग्य असलेली जमीन.

cultivation - (कॅ'ल्टिव्हे'ऽशन्) **लागवड** - पिकांसाठी जमीन लागवडीखाली आणणे.

cultivation tilling - (कॅ'ल्टिव्हे'ऽशन् टि'लिन्ग्) **लागवडीसाठी मशागत** - जमिनीमध्ये पीक घेणे,मशागत करणे, कसणे.

cumulative - (क्यू'म्युलटिव्ह्) **अनेकविध बदलांचे तत्त्व** - एका बदलातून उद्‌भवणारे अनेक बदल, सचित, संकलित राशी.

currency basket - (कॅ'रन्सि बा'ऽस्किट्) **चलनसमुच्चय** - एका देशाच्या चलनाचे महत्त्वाच्या निवडक देशांच्या चलनांचा एकत्रितपणे विचार करून त्याच्या आधारानुसार मूल्य निश्चित करताना असणारा चलनाचा समुच्यय.

currency chest - (कॅ'रन्सि चेस्ट्) **चलनपेटी** - व्यापारी बँकांना गरजेच्या वेळी रोख पैसा उपलब्ध करून देण्यासाठी विविध केद्रांत केलेली व्यवस्था.

currency principle - (कॅ'रन्सि प्रि'न्सिपल्) **चलनतत्व** - सरकारमार्फत चलन निर्मिती होत असताना १००% मौल्यवान धातूचा आधार देण्याची भूमिका, तेवढ्या मूल्याचे सोने मध्यवर्ती बँकेत ठेवून मगच चलन निर्मिती करण्याचे तत्त्व.

currency union - (कॅ'रन्सि यू'न्यन्) **एक चलन समूह** - परस्परातील देवाणघेवाणीसाठी एकच चलन वापरणाऱ्या देशांचा समूह (उदा. युरोसमूह).

current account - (क'रन्ट् अका'उन्ट्) **चालू खाते** - पुनरुद्‌भावी प्राप्ती आणि खर्च दर्शवणारे खाते.

current account of balance of payments - (क'रन्ट् अका'उन्ट् बॅ'लन्स अव्ह् पे'ऽमन्ट्) **व्यवहारतोलाचे चालू खाते** - वस्तू व सेवा यांची आयातनिर्यात, उत्पन्न, व्याज, लाभांश इ. आंतरराष्ट्रीय देवाण-घेवाणीचा हिशेब.

current account defecit - (क'रन्ट अका'उन्ट् डे'फिसिट्) **चालू खात्यावरील तूट** - चालू खात्यावरील प्राप्तीपेक्षा खर्चाचे असणारे अधिक प्रमाण.

current account surplus - (क'रन्ट् अका'उन्ट् स'ऽप्लस्) **चालू खात्यावरील शिल्लक** - चालू खात्यावरील खर्चापेक्षा प्राप्तीचे असणारे अधिक प्रमाण.

current assets - (क'रन्ट् ॲ'सेट्स्) **चालू खात्यावरील मत्ता** - रोख पैसा, कच्चा माल, पक्का माल यांचे साठे वारंवार कमीअधिक होणारी व्यवसायातील मत्ता.

custom - (कॅ'स्टम्) **जकात** - आयातीवरील व निर्यातीवरील कर.

customs union - (कॅ'स्टम यू'न्यन्) **जकातीबाबत समूह** - व्यापारासाठी एकत्र आलेल्या व जकातीचे समान दर ठेवणाऱ्या देशांचा समूह.

cut practice - (कट् प्रॅ'क्टिस्) **आमिष, लालूच दाखवून मिळवलेला व्यवसाय**- मोबदल्याचा काही भाग इतरांना देऊन त्यायोगे मिळवलेला व्यवसाय.

Cut Throat Competition - (कट् थ्रोऽट् कॉ'म्पिटि'शन्) **घातक स्पर्धा, जीवघेणी स्पर्धा** - ही स्पर्धा प्रामुख्याने Duopoly किंवा मर्यादित विक्रेते असणाऱ्या बाजारपेठेत दिसून येते. या स्पर्धेतील उत्पादक आपल्या स्पर्धकाला बाजार पेठेतून घालविण्यासाठी वस्तूंच्या किंमती कमी करण्याचे तंत्र स्वीकारतो. त्यामुळे त्याच्या स्पर्धकाकडील वस्तूची किंमत कमी होते. त्यासाठी त्याला विक्रीची किंमत कमी करावी लागते. त्याने किंमत कमी केली असता स्पर्धक आपल्या वस्तूची किंमत कमी करतो. तो स्पर्धक आपल्या वस्तूची किंमत एवढी कमी करतो की, त्याला त्याचा उत्पादन खर्चही भरून काढता येत नाही. त्यातून त्याचे नुकसान होते. व तो आपला व्यवसाय बंद करून बाजारपेठेतून पळ काढतो. अशा प्रकारची नीती जेव्हा अवलंबिली जाते तेव्हा त्याला जीवघेणी स्पर्धा म्हणतात.

cyclical fluctuations - (सा'इक्लिक् फ्लॅ'क्ट्युए'ऽशन्) **चक्रीय चढउतार** - किंमतपातळी उत्पादन, गुंतवणूक, रोजगार वगैरे अर्थव्यवस्थेतील घटकात वाढीपाठोपाठ होणारी घट व घटीनंतर होणारी वाढ.

cyclical unemployment - (सा'इक्लिक्ल अ'निम्प्लॉ'इमन्ट्) **चक्रीय, व्यापारचक्रनिर्मित बेरोजगारी** - मंदीच्या काळात उत्पादनसंस्था बंद कराव्या लागल्याने उद्भवलेली बेरोजगारी.

■

D

dam - (डॅम्) **धरण, बंधारा** - पाण्याचा प्रवाह अडवून त्याचा विशिष्ट हेतूने उपयोग करता येण्यासाठी केलेले बांधकाम.

damage cost, social cost - (डॅमिज् कॉस्टऽ, सोऽशल् कॉस्टऽ) **हानीखर्च, सामाजिक खर्च** प्रदूषण अर्थव्यवस्थेतील विविध घटकांचे होणारे नुकसान.

data - (डेऽटऽ) **आकडेवारी** - अंकात नोंदवलेली निरीक्षणे.

decontrol - (डी'कन्ट्रो'ल) **विनियंत्रण** - एखाद्या क्षेत्रावर पूर्वी असलेले निर्बंध उठवणे किंवा शिथिल करणे.

deadweight debt - (डे'ड्वेऽट् डेब्ट्) **कर्जाचा हलका न होणारा भार** - ज्या कर्जामुळे व्यक्तीच्या प्राप्तीत वाढ न झाल्याने परतफेडीची तरतूद होऊ शकत नाही व कर्जाची परतफेड त्रासदायक होते असे कर्ज.

deadweight loss of an indirect tax - (डे'ड्वेऽट् लॉस् अव्ह् अन इ'न्डिरे'क्ट् टॅक्स) **अप्रत्यक्ष करांद्वारे झालेली आधिक्य घट** - अप्रत्यक्ष करआकारणीमुळे झालेला ग्राहकांचा व उत्पादकांचा तोटा.

deadweight welfare loss from indirect tax - (डे'ड्वेऽट् वे'ल्फेऽअ लॉस् फ्रॉम इ'न्डिरेक्ट् टॅक्स्) **अप्रत्यक्ष कराद्वारे झालेला कल्याणाचा प्रचंड ऱ्हास** - कर आकारणीमुळे झालेली ग्राहक उत्पादकांच्या लाभातील घट.

dear money policy - (डिअर मं'नि पॉ'लिसि) **महाग पैशाचे धोरण** - तेजीला, अतिरेकी चलनविस्ताराला आळा घालण्यासाठी मध्यवर्ती बँकेने आपल्या बँकदरात वाढ करण्याचे अवलंबलेले धोरण.

deathrate - (डे'थ्रेऽट्) **मृत्युदर** - प्रतिवर्षी दर हजार लोकसंख्येमागे मृत झालेल्या व्यक्तींचे सरासरी प्रमाण.

debenture bond - (डिबे'न्चऽ बॉन्ड्) **ऋणपत्र** - कर्ज घेतल्याचा पुरावा असलेले विशिष्ट मूल्य व्याजाचा दर, परतफेडीची तारीख इ गोष्टींचा उल्लेख असलेले ऋणको संस्थेने दिलेले भांडवल बाजारात खरेदी केलेले प्रमाणपत्र कर्जरोखा.

debenture redemption fund - (डिबे'न्चऽ रिडि'म्शन् फन्ड्) **रोखे विमोचन निधी** - कर्जरोख्यांच्या परतफेडीसाठी निर्माण केलेला निधी.

debit card - (डे'बिट् काऽड्) **डेबिट कार्ड** - विनिमयासाठी उपयुक्त ठरणारे तेवढ्या रकमेची वजावट खातेदाराच्या बँकेतील खात्यात वजावट होणारे कार्ड.

debt deflation - (डेट् डिफ्ले'ऽशन्) **कर्जजन्य मंदी** - कर्जाचा भार पडल्याने उपभोगाची मागणी कमी होऊन उद्‌भवलेली मंदी.

debt equity ratio, gearing ratio, leverage ratio - (डेट् एक्विटि रेशिओ, गिअरिंग रेशिओ, लीव्हरिज् रेशिओ) **कर्जसमभाग गुणोत्तर** - वसूल भांडवलाशी असणारे कर्जाचे प्रमाण.

debt management - (डेट् मॅ'निज्मेन्ट्) **कर्जव्यवस्थापन** - कर्ज उभारणे, त्याचे मुद्दल आणि व्याज यांची नियमित परतफेड करणे, कर्जविषयक सेवांसाठी यंत्रणा उभारणे इत्यादी कार्यांचे व्यवस्थापन.

debt services - (डेट् स'ऽव्हिसेस) **कर्जविषयक सेवा** - कर्जउभारणी आणि परतफेड यांच्या संदर्भातील सर्व प्रकारच्या सेवा.

debtor borrower - (डे'टऽ बॉ'रोऽ) **ऋणको** - कर्ज घेणारा, उसने घेणारा.

decentralisation - (डी सेन्ट्रलाइझेशन्) **विकेंद्रीकरण** - एका विशिष्ट मर्यादेनंतर व्यवसाय एकाच भागात न एकवटता तो वेगवेगळ्या भागात निर्माण होणे. समतोल औद्योगिक विकासासाठी सरकारही केंद्रीकरणावर निर्बंध घालून विकेंद्रीकरणाला प्रोत्साहन देते.

decimal currency system - (डेसिमल् करन्सी सिस्टीम) **दशमान चलनपद्धती** - एक, दहा, शंभर, हजार... या मूल्यांमध्ये असलेली चलनपद्धती.

decision or game tree - (डिसि'झ्यन् ऑऽ गेम् ट्री) **द्यूत सिद्धान्त किंवा खेळ सिद्धान्त** - बाजारातील स्पर्धकांच्या क्रिया-प्रतिक्रियात्मक डावपेचांमधून उद्‌भवलेल्या परिणामांची आलेखात्मक मांडणी.

decreasing balance depriciation - (डी'क्रीसिन्ग बॅ'लन्स डिप्री'शिएऽशन) **घटत्या मूल्यानुसार घसारा**- यंत्रांचे किंवा भांडवलाचे मूल्य वापरामुळे प्रत्येक वर्षी घटत जाते. त्यामुळे भांडवलाच्या पुनर्स्थापनेसाठी प्रत्येक वर्षी आधीच्या तुलनेने घटत जाणारी रक्कम.

decreasing function - (डी'क्रीसिन्ग फं'न्क्शन) **घटते फलन** - स्वतंत्र चलात होणाऱ्या बदलांच्या व्यस्त प्रमाणात होणारे अवलंबित चलातील बदल दर्शवणारे फलन.

deduction - (डिड'क्शन्) **निगमन** - अन्य घटक स्थिर मानून केवळ दोन चलांतील फलन संबंधांबाबत निष्कर्ष काढण्याची पद्धती.

deepening of capital - (डी'पनिन्ग् अव्ह् कॅ'पिटल्) **भांडवल सखोलीकरण**- भांडवलाचा कार्यक्षम वापर करून, तांत्रिक बदल घडवून भांडवलाची कार्यक्षमता वाढवण्याची प्रक्रिया.

default - (डिफॉ'ऽल्ट्) **परतफेडीची असमर्थता** - कर्ज किंवा अन्य देणे रकमांची परतफेड वेळचेवेळी करता न येणे.

deficiency - (डिफि'शन्सि) **न्यूनता** - कमतरता, उणीवा, तूट.

deficiency payment - (डिफि'शन्सि पेऽमन्ट्) **त्रुटीची भरपाई** - व्यवहारात काही कमतरता राहिल्यास त्याबद्दल दिलेली रक्कम.

deficit financing - (डे'फिसिट् फिनॅ'न्सिग) **तुटीचा अर्थभरणा** - चलनपुरवठा वाढवून केलेली तुटीची तरतूद.

Deficit in Budget - (डे'फिसिट् इन् बॅ'जिट) **अर्थसंकल्पातील तूट** - अर्थसंकल्पातील तूट वेगवेगळ्या नावाने संबोधली जाते. अर्थात, उत्पन्नापेक्षा खर्च जास्त हे जरी तूट मोजण्याचे सूत्र समान असले तरी कोणत्या प्रकारच्या उत्पन्नाची कोणत्या प्रकारच्या खर्चाशी तुलना केली आहे, यावरून तुटीचा प्रकार ठरविला जातो. सामान्यत: खालील सहा गटांत तुटीची वर्गवारी होते.

१. महसुली तूट :- महसुली खर्चाचे महसुली जमेवरील आधिक्य म्हणजे महसुली तूट. महसुली खर्च म्हणजे वारंवार उद्‌भवणारा, एका वर्षापेक्षा कमी काळासाठी लाभ मिळवून देणारा, सरकारचा दैनंदिन कारभार चालविण्यासाठी केलेला व ज्यापासून मालमत्ता अथवा गुंतवणूक होत नाही असा खर्च, तर भांडवली खर्च हा वारंवार न उद्‌भवणारा, दीर्घकाळ लाभ देणारा, मालमत्ता निर्माण करणारा असा असतो. हेच निकष जमेला (आवक) लावले, तर महसूल जमा व भांडवली जमा असे वर्गीकरण करता येईल. अर्थसंकल्पात महसुली जमा व खर्च आणि भांडवली जमा व खर्च अलग अलग दाखविणे घटनेने अनिवार्य केले आहे. अंदाजपत्रकात जेव्हा महसुली खर्च हा महसुली उत्पन्नापेक्षा जास्त असतो, तेव्हा त्या फरकाला 'महसुली तूट' म्हणतात.

२. भांडवली तूट :- अर्थसंकल्पातील भांडवली खर्चातून भांडवली जमा

वजा केली, तर उरणाऱ्या रकमेला 'भांडवली तूट' म्हणतात.

३. अर्थसंकल्पातील तूट :- अंदाजपत्रकातील महसुली व भांडवली अशा एकूण खर्चातून महसुली व भांडवली अशी एकूण जमा वजा केल्यावर शिल्लक रकमेला 'अर्थसंकल्पीय/अंदाजपत्रकीय तूट' हे नाव आहे. त्याला तुटीचा पारंपारिक संकल्पना 'Conventional Deficit' असेही म्हणतात.

४. राजस्व / राजकोषीय तूट :- सरकारला नियमित उत्पन्नातून खर्च भागविण्यासाठी जी रक्कम कमी पडते तिला राजस्व तूट म्हणतात. राजस्व तुटीची रक्कम खालील पद्धतीने काढता येते -

(महसुली जमा + दिलेल्या कर्जाची परतफेड + इतर भांडवली जमा) वजा एकूण खर्च. सरकारची कर्जे आणि इतर देणी वजा अंदाजपत्रकीय तूट याही पद्धतीने राजस्व तूट ठरविता येते.

५. प्राथमिक तूट :- राजकोषीय तुटीतून घेतलेल्या कर्जावरील देय व्याज वजा केले, तर येणाऱ्या रकमेला प्राथमिक तूट म्हणतात.

६. चलनीभूत/मुद्रिभूत तूट :- तूट भरून काढण्यासाठी शासन कर्ज उभारते अथवा रिझर्व्ह बँकेकडे पैशाची मागणी करते. भारतीय रिझर्व्ह बँकेने केंद्रसरकारला केलेल्या पतपुरवठ्यातील नव्वळ वाढ म्हणजे चलनीभूत तूट होय. केंद्रसरकारला केलेला हा पतपुरवठा ९१ दिवसांच्या ट्रेझरी बिलांच्या स्वरूपात आणि केंद्रसरकारने बाजारातून उभारलेल्या कर्जातील रिझर्व्ह बँकेच्या सहभागात असतो.

अलीकडच्या काळात भांडवली तूट, अर्थसंकल्पीय तूट आणि चलनीभूत तूट या संकल्पना बाद झाल्या आहेत. अन्य तीन प्रकारच्या तुटी दाखविल्या जातात.

deficit unit - (डे'फिसिट् यू'न्यन्) **तोट्यातील संस्था** - प्राप्तीपेक्षा खर्च अधिक असलेली संस्था.

deflationary gap - (डिफ्ले'ऽशनरी गॅप्) **चलनसंकोचजन्य पोकळी** - चलनपुरवठा घटल्याने बेरोजगारी निर्माण होते. लोकांचे उत्पन्न घटून उपभोग्य वस्तूंची मागणी घटते व पुरवठा अतिरिक्त होऊन पोकळी निर्माण होते व ती पोकळी भरून काढण्यासाठी किंमतपातळी घटते.

deflationary policy - (डिफ्ले'ऽशनरी पॉ'लिसि) **चलनसंकोच नीती** - समग्र मागणीत किंवा अर्थव्यवस्थेतील एकूण मागणीत घट घडवण्यासाठी सरकारने अवलंबलेली चलनीती व वित्तनीती.

definition - (डे'फिनि'शन्) **व्याख्या** - स्वरूप,व्याप्ती, फलन संबंध वगैरेचे

थोडक्यात परंतु मुद्देसुद विवेचन करणारे शास्त्रज्ञाने व्यक्त केलेले विधान.

demand curve - (डिमा'ऽन्ड् कऽव्ह्) **बाकयुक्त मागणीवक्र** - किमतीतील बदलांची मागणीवरील परिणामाची आलेखात्मक मांडणी ते सर्व बिंदू जोडले असता मिळणारा वक्र.

demand deficient unemployment - (डिमा'ऽन्ड् डिफि'शन्ट् अें'निम्प्लॉ'इमन्ट्) **मागणीतील घटीतून उद्‌भवलेली बेरोजगारी** - समग्र मागणीत घट झाल्याने अतिरिक्त उत्पादन अस्तित्वात येते. तोटा आल्यामुळे उत्पादक उत्पादनप्रमाण कमी करतात व श्रमिकांना उत्पादन क्षेत्रातून बाहेर पडावे लागते.

demand deposits, call money - (डिमा'ऽन्ड् डिपॉ'झिट्, कॉऽल् मॅ'नि) **मागणीठेवी, मागणीदेय रक्कम** - ठेवीदाराने बँकेत ठेवलेल्या मागताक्षणीच परत मिळणाऱ्या ठेवी.

demand forecasting - (डिमा'न्ड् फऽका'ऽस्टींग्) **मागणीचा पूर्वअंदाज** - भविष्यातील मागणीविषयी व्यावसायिकाने बांधलेला अंदाज.

demand function - (डिमा'ऽन्ड् फॅ'न्क्शन) **मागणीफलन** - इतर सर्व घटक स्थिर मानून किंमत या स्वतंत्र चलाचा मागणी या अवलंबित चलावर होणारा परिणाम दर्शवणारे गणित फलन.

demand inflation, inflationary gap - (डिमा'ऽन्ड इन्फ्ले'ऽशन, इन्फ्ले'ऽशनरी गॅप्) **मागणीजन्य चलनातिरेक चलनविस्तारजन्य पोकळी** - चलनपुरवठा वाढल्याने लोकांच्या उत्पन्नात वाढ होऊन उपभोग्य वस्तूंची मागणी वाढते व त्यांचा पुरवठा न वाढल्याने मागणीत व पुरवठ्यात पोकळी निर्माण होते व ती पोकळी भरून काढण्यासाठी किंमतपातळी वाढते.

demand management - (डिमा'ऽन्ड् मॅ'निज्मन्ट्) **मागणी व्यवस्थापन** - मागणीमध्ये उद्दिष्टांना पूरक असे बदल पद्धतशीरपणे घडवणे.

demand management policy - (डिमा'ऽन्ड् मॅ'निजमन्ट् पॉ'लिसि) **मागणी व्यवस्थापन नीती** - तेजीच्या किंवा मंदीच्या परिस्थितीतून अर्थव्यवस्था बाहेर काढून आर्थिक स्थिरीकरणासाठी अवलंबलेली चलननीती व वित्तनीतीयुक्त मागणी व्यवस्थापन.

demand pull inflation - (डिमा'ऽन्ड् पुल् इन्फ्ले'ऽशन्) **मागणीजन्य चलन विस्तार/ भाववाढ** - अर्थव्यवस्थेतील जनतेच्या क्रयशक्तीत वाढ झाल्याने मागणीत वाढ होते व बाजारात टंचाई निर्माण होऊन किंमतपातळी वाढते.

demand schedule for an individual - (डिमा'ऽन्ड् शे'ड्युल् फॉऽ/ फऽ ॲन् / अन् इ'न्डिव्हि'ड्युअल्) **वैयक्तिक मागणी सूची** - किंमत बदलांचा ग्राहकाच्या व्यक्तिगत मागणीत होणारा बदल दर्शविणारे कोष्टक.

demand side policies - (डिमा'ऽन्ड् सा'इड् पॉ'लिसिज्) **एकूण मागणीशी संबंधित नीती** - एकूण मागणीत बदल घडवण्यासाठी अवलंबलेली चलननीती व वित्तनीती.

dematerialisation of shares, demat shares - (डिमटि'अरिअलाइझेऽशन् अव्ह् शेऽअ, डिमॅट् शेऽअ) **समभागांचे अमूर्तीकरण** - रोखेबाजारातील व्यवहारासाठी समभागांच्या प्रमाणपत्रांची आवश्यकता न राहणे.

demerit goods - (डिमे'रिट् गुडझ्) **हानिकारक वस्तू** - नुकसान पोचवणारी वस्तू.

demographic transition - (डिमॉ'ग्रफीक ट्रॅन्सि'शन्) **लोकसंख्या संक्रमण** - जन्मदरात मर्यादित घट व मृत्युदरात मोठी घट झाल्यामुळे लोकसंख्येत अधिक प्रमाणात वाढ होणे.

demography - (डिमॉ'ग्राफी) **लोकसंख्याशास्त्र** - देशातील लोकसंख्येचा अभ्यास करणारे शास्त्र.

demonetisation - (डि'मॉनेटायझेशन्) **विमुद्रीकरण** - एखाद्या किंवा काही रकमेचे चलन / नोटा चलन रद्द करणे.

demonstration effect - (डे'मन्स्ट्रे'ऽशन् इफे'क्ट्) **प्रदर्शन परिणाम** - लोकांना उत्पादनाकडे आकृष्ट करून घेण्यासाठी ते वापरणाऱ्या उपभोक्त्यांच्या अनुभवाची जाहिरात करून साधलेला परिणाम, प्रदर्शनी परिणाम.

demurrage charges - (डिमॅ'रिज् चाऽजेस्) **विलंब आकार** - मालवाहतूक करणाऱ्या संस्थेने वेळेवर माल सोडवून ताब्यात न घेणाऱ्या ग्राहकास आकारलेले शुल्क. वाहतुकीद्वारे आलेले सामान ताब्यात घेण्यास व्यापाराने विलंब केला तर वाहूतक कंपनीने आकारलेले शुल्क.

denationalisation - (डी'नॅ'शनला'इझेशन्) **फेरखासगीकरण** - पूर्वी राष्ट्रीयीकरण झालेली संस्था खासगी क्षेत्रातील मूळ मालकाला परत करणे.

denomination - (डिनॉ'मिने'ऽशन्) **मूल्य दर्शविणे** - चलन,रोखा वगैरेवर त्याची किंमत छापणे.

density of population - (डे'न्सिटि अव्ह् पॉ'प्युले'ऽशन्) **लोकसंख्येची घनता** - दर चौरस किलोमीटरमागे असलेले लोकसंख्येचे सरासरी प्रमाण. प्रतिचौरस किलोमीटरमध्ये असणारे

$$\text{लोकसंख्येचे सरासरी प्रमाण} = \frac{\text{देशाची लोकसंख्या}}{\text{देशाचे क्षेत्रफळ (चौ.कि.मी.)}}$$

dependency - (डिपे'न्डन्सि) **अवलंबित्व** - अन्य औद्योगिक देशांवर अल्प विकसित देशांचा विकास अवलंबून असण्याची परिस्थिती.

dependency culture - (डिपे'न्डन्सि कॅ'ल्चऽ) **परावलंबित्व संस्कृती** - कल्याणकारी शासन लोकांसाठी सर्वच गोष्टी करत असल्याने लोकांत निर्माण झालेली शासनसंस्थेवर विसंबून राहण्याची भावना.

deposit - (डिपॉ'झिट्) **ठेव** - लोकांनी किंवा संस्थांनी बँका किंवा वित्तसंस्थात मागताक्षणीच परत किंवा मुदतीनंतर परत मिळू शकेल असा ठेवलेला पैसा.

deposit insurance - (डिपॉ'झिट् इन्शु'अरन्स) **ठेवविमा** - बँक किंवा वित्तसंस्था बुडाली तरीही लोकांच्या ठेवी सुरक्षित राहून त्यांची परतफेड व्हावी यासाठी उतरवला जाणारा विमा.

depreciation - (डिप्री'शिएऽशन्) **भांडवलाची मूल्यघट** - सतत वापर झाल्याने भांडवलाची झीज होऊन झालेली मूल्यातील घट.

depreciation fund - (डिप्री'शिएऽशन् फन्ड्) **घसारा निधी** - भांडवलाच्या पुन:प्रस्थापनेसाठी व्यवसाय संस्थेने निर्माण केलेला निधी.

depreciation of capital - (डिप्री'शिएऽशन् अव्ह् कॅ'पिटल्) **भांडवलाच्या मूल्यातील घट** - सततच्या वापरामुळे झीज होऊन भांडवलाचे मूल्य कमी होणे.

depreciation of currency - (डिप्री'शिएऽशन् अव्ह् कॅ'रन्सि) **चलन मूल्यातील घट** - विशिष्ट देशाच्या चलनाची मागणी कमी झाल्यामुळे त्या चलनाचे मूल्य कमी होऊन तुलनेने अन्य देशांची चलने महाग होणे.

depressed area, backward region, less developed region - (डिप्रेस्ड् एअरिअ्, बॅकवड् रीजन्, लेस डि'व्हेलप्ड् रीजन्) **मागास प्रदेश** - कमी उत्पन्नाच्या आणि रोजगाराच्या मर्यादित संधी असलेला लोकांचे राहणीमान निकृष्ट दर्जाचे असलेला प्रदेश.

depressed inflation - (डिप्रे'स्ड् इन्फ्ले'ऽशन्) **दबलेली चलनवृद्धी** - सरकारी कारवाईमुळे कृत्रिमरीत्या नियंत्रित झालेली महागाई, तेजी.

deregulation - (डिरे'ग्युलेऽ'शन) **विनियंत्रण** - औद्योगिक क्षेत्रातील स्पर्धा वाढवून अर्थव्यवस्थेचे हित साधण्यासाठी सरकारने अवलंबिलेले धोरण (परवाना पद्धती रद्द करणे, नियंत्रण उठवणे इ.)

derived demand - (डिरा'इव्हऽ डिमा'ऽन्ड्) **अप्रत्यक्ष/परोक्ष मागणी** - वस्तूंच्या व सेवांच्या मागणीचा विचार करून त्यांचे उत्पादन करण्यासाठी उत्पादन घटकांना असलेली मागणी.

destabilising speculation - (डि'स्टॅ'बिलाइझिंग स्पेक्युले'ऽशन्) **अस्थिरतेस जबाबदार सट्टेबाजी** - सट्टेबाजांच्या वृत्तीमुळे किमतीतील चढउतार अधिकच तीव्र होतील अशी सट्टेबाजी.

debenture / bond - (डिबे'न्चऽ ऑऽ बॉन्ड्) **कंपनी रोखा** - व्यवसायसंस्थांनी कर्जउभारणीसाठी निर्माण केलेले प्रपत्र.

deteriorate - (डिटि'अरिअरेऽट्) **ऱ्हास** - दर्जा खालावणे, मूल्य घटणे, अवनती होणे.

determination - (डिट'ऽमिने'ऽशन) **निर्धारण** - ठरवणे, निश्चित करणे.

devaluation - (डीव्हॅ'ल्यूएशन्) **चलनाचे अवमूल्यन** - देशाने आपल्या चलनाचे मूल्य घटवून विदेशी चलने महाग होऊ देणे. देशाने आपल्या चलनाचे सोन्यातील मूल्य घटवणे.

development - (डिव्हे'लप्मन्ट्) **विकसन** - सुधारणा उत्पादनतंत्र, उत्पादन, राहणीमान इत्यादीमध्ये अनुकूल बदल होणे.

development economics, economics of growth and development - (डिव्हे'लपमन्ट् ई'कनॉमिक्स्, ई'कनॉ'मिक्स् अव्ह् ग्रोऽथ् ॲन्ड् डिव्हे'लपमन्ट्) **विकासाचे अर्थशास्त्र** - अल्पविकसित देशांच्या आर्थिक विकासाची मीमांसा करणारी अर्थशास्त्राची शाखा.

development potential - (डिव्हे'लप्मन्ट् प'टेन्शल्) **विकासाचे अंतःसामर्थ्य**- अर्थव्यवस्थेची भविष्यकाळात विकास घडविण्याची क्षमता.

differential - (डि'फरेन्शल्) **विकलन** - १) फरक करणे २) गणितातील एक पद्धती. वक्राचा चढ/उतार मोजण्यासाठी पद्धती वापरतात.

differentiation - (डि'फरे'न्शिएऽशन्) - स्वतंत्र चलातील बदलामुळे अवलंबित चलामधील बदलाचे प्रमाण मोजण्याचे गणितीतंत्र.

diffusion of innovation - (डिफ्यू'झ्यन् अव्ह् इ'नोऽव्हे'शन्) **नावीन्याचा प्रसार होणे** - नावीन्याचा प्रथम अवलंब करणाऱ्या उत्पादकास मोठ्या प्रमाणात नफा झाल्यामुळे प्रतिस्पर्धी उत्पादकांनी त्याचे अनुकरण केल्यामुळे घडून येणारा नावीन्याचा प्रसार.

diffusion of risks - (डिफ्यू'झ्यन् अव्ह् रिस्क्) **धोक्यांचा विलय** - विविधीकरण, मर्यादित दायित्व, इ. मार्गाचा अवलंब करून व्यवसाय संस्थेतील धोके नाहीसे, कमी करण्याचा केलेला प्रयत्न.

dispersals - (डिस्पऽसल्) **विलय** - चलघटक एकाच केंद्रात न एकवटता विखुरला जाण्याची व त्यायोगे निष्प्रभ होण्याची प्रक्रिया.

dilemma - (डिले'मऽ, / डायले'मऽ) **शृंगापत्ती** - दोन वा अधिक प्रतिकूल पर्यायांपैकी एका पर्यायाची निवड करण्याची पाळी येणे. पेच पडणे इकडे आड तिकडे विहीर असा पेच पडणे.

diminishing marginal rate of substitution - (डिमि'निशिंग मा'ऽजिनल् रेऽट् अव्ह् सॅ'ब्स्टिट्यूशन्) **घटता सीमांत पर्यायिता दर** - दोन वस्तूंमध्ये अदलाबदल करण्याच्या प्रसंगी वाढत जाणारे तसेच वस्तूला प्रतिकूल होणारे विनिमयाचे प्रमाण.

diminishing marginal return - (डिमि'निशिंग मा'ऽजिनल् रिट'ऽन्) **घटते सीमांत उत्पादन** - उत्पादनात बाकीचे घटक स्थिर ठेवून एका घटकाचे प्रमाण वाढवत नेल्यास प्रत्येक वेळी उत्पादनात अधिक प्रमाणात होणारी घट.

diminishing marginal utility - (डिमि'निशिंग मा'ऽजिनल् युटि'लिटी) **घटती सीमांत उपयोगिता** - वस्तूचा उपभोग घेताना किंवा संग्रह करताना प्रत्येक वेळी वस्तूच्या पूर्वीच्या नगापासून मिळालेल्या समाधानाच्या तुलनेने जादा नगापासून मिळणाऱ्या समाधानात झालेली घट/पूर्वीच्या नगापासून मिळालेल्या उपयोगितेच्या मात्रांच्या तुलनेने, त्या नगापासून मिळालेल्या उपयोगितेच्या मात्रांच्या तुलनेत त्या जादा नगापासून मिळणाऱ्या उपयोगितेची कमी मात्रा.

direct exchange - (डिरे'क्ट्/डाइ'रेक्ट् इक्स्चे'ऽन्ज्) **प्रत्यक्ष विनिमय** - थेट, प्रत्यक्ष एकमेकांच्या गरजेच्या वस्तूंची देवाण-घेवाण .

direct tax - (डिरेक्ट् टॅक्स्) **प्रत्यक्ष कर** - कराघात असलेल्या करदात्याला संक्रमण करता न आल्याने त्याच्यावर ज्या करांचा भार पडतो असे कर. उदा. प्राप्तिकर, संपत्तीकर इ.

disaster management - (डिझा'ऽस्टऽ मॅ'निज्मन्ट) **आपत्तीव्यवस्थापन** - आपत्तीनिवारक आणि प्रतिबंधक मार्ग व आपत्तीमध्ये सापडलेल्या लोकांचे पुनर्वसन साहाय्य या संदर्भात अवलंबली जाणारी कार्यपद्धती.

discharge the obligations - (डिस्चा'ऽज् द् ऑ'ब्लिगेऽशन्) **परतफेड** - पैसे परत देणे.

discount - (डि'स्काउन्ट्) **कसर/बट्टा** - मत्तेपासून भविष्यात मिळू शकणाऱ्या प्राप्तीमधून मत्तेची मुदतीपूर्वी वटवणूक करण्याच्या वेळी मत्ता खरेदी करणाऱ्याने कापलेली रक्कम.

discretionary devise - (डिस्क्रे'शनरी डिव्हा'इस्) **तारतम्याचे उपाय** - शासनाने उद्दिष्ट पूर्ण होण्यासाठी हेतुपुरस्सर अवलंबलेले मार्ग.

discretionary fiscal policy - (डिस्क्रे'शनरी फि'स्कल् पॉ'लिसि) **तारतम्ययुक्त वित्तनीती** - अर्थव्यवस्थेतील एकूण मागणीवर प्रभाव पाडण्यासाठी सरकारने आपली प्राप्ती आणि खर्च यांमध्ये हेतुपुरस्सर केलेले बदल.

discriminatory policy - (डिस्क्रि'मिनेऽट्री पॉ'लिसि) **भेदभावाचे धोरण** - अर्थव्यवस्थेतील काही घटकांबाबत अनुकूल तर इतर घटकांबाबत प्रतिकूल भूमिका घेण्याचे सरकारचे धोरण.

discriminating monopoly - (डिस्क्रि'मिनेऽटींग् मनॉपलि) **विभेदी मक्तेदारी**- एकाच उत्पादनाची वेगवेगळ्या ग्राहकांना ज्या मक्तेदारीत वेगवेगळी किंमत आकारली जाते अशी मक्तेदारी.

diseconomies of scale - (डिस्'ईकॉ'नमाइझ अव्ह् स्केऽल्) **प्रमाणाधारित तोटे** - व्यवसाय संस्थेतील उत्पादन एकापेक्षा अधिक प्रमाणात वाढल्यास त्याच्या सरासरी खर्चात होणाऱ्या वाढीस कारणीभूत ठरणारे घटक.

diseconomies - (डि'सिकॉ'नमिज्) **अबचती** - विशिष्ट मर्यादेनंतर उत्पादन वाढल्यास सरासरी खर्चात वाढ होण्यास जबाबदार घटक.

disguised umemployment - (डिस्गा'इझ् अे'निम्प्लॉ'इमन्ट्) **प्रच्छन्न बेकारी**- उत्पादनक्षेत्रातील श्रमिकांचे आवश्यकतेपेक्षा अधिक असलेले प्रमाण. ज्यायोगे सीमांत श्रमिकाची उत्पादकता शून्य किंवा त्यापेक्षा कमी झालेली असते. सुप्त, प्रक्षिप्त, छुपी बेकारी.

disinflation - (डिसि'न्फ्ले'ऽशन्) **चलनविस्तार रोख** - अवरोध अतिरेकी चलनविस्ताराला आळा घालण्यासाठी अवलंबलेल्या मार्गांचा परिणाम.

disinvestment - (डिसि'न्व्हे'स्ट्मन्ट्) **निर्गुंतवणूक** - मत्तेचे, भांडवलाचे प्रमाण कमी करण्याची प्रक्रिया.

disinvestment, consuming the capital - (डि'सिन्व्हे'स्ट्मन्ट्, कन्स्यू'मिन्ग दी / द कॅ'पिटल्) **अपगुंतवणुक** - गुंतवणुकीतील घट, ऱ्हास. मात्रेत घट होणे, भांडवल मोडून खाण्याची प्रक्रिया.

शासनाच्या मालकीचे उद्योग व उपक्रम यांतून शासनाने आपले भांडवल वा गुंतवणूक परत घेणे यास ढोबळमानाने निर्गुंतवणूक म्हणता येईल. सार्वजनिक क्षेत्रातील उद्योगातील भाग (शेअर्स) बाजारात विकून या उद्योगातील आपली गुंतवणूक शासन मोकळी करते, त्यामुळे या उद्योगांची मालकी पूर्णत: अथवा अंशत: खासगी उद्योजकांकडे जाते. कंपनी कायद्यातील तरतुदींनुसार ५०% पेक्षा जास्त भागभांडवल असणाऱ्यांकडे त्या कंपनीचे व्यवस्थापन असते. म्हणून शासनाने ५०% पेक्षा कमी भागभांडवल स्वत:कडे ठेवले, तर त्यास निर्गुंतवणूक व व्यवस्थापन हस्तांतरण असे म्हणता येईल.

विविध प्रकारांनी निर्गुंतवणूक करता येते. त्यातील काही प्रकार पुढीलप्रमाणे -

१. सार्वजनिक उपक्रमातील सर्व भागभांडवल विकणे - यात विक्रीनंतर शासनाचा त्या उद्योगात काहीच सहभाग उरत नाही व संपूर्ण उपक्रमाची मालकी व व्यवस्थापन खासगी क्षेत्राकडे वर्ग केली जाते.

२. ५०% पेक्षा कमी भागभांडवल विकणे - या प्रकारात शासनाकडे ५१% पेक्षा जास्त भागभांडवल उरते, त्यामुळे त्या उपक्रमाचे व्यवस्थापन प्रामुख्याने शासनाकडेच राहते.

३. उपक्रमातील कामगारांना भागभांडवल विकणे - यात पूर्णत: किंवा अंशत: उपक्रमाची मालकी व व्यवस्थापन कामगारांकडे हस्तांतरित केले जाते.

४. भागभांडवल नव्याने बाजारात विकणे - या प्रकारात शासनाकडे असलेले भाग शासनाकडेच राहतात. त्याची विक्री होत नाही. परंतु आणखी भाग बाजारात विकून कंपनीचे भागभांडवल वाढविले जाते. यामुळे शासनाचे भागधारण प्रमाण कमी होते. उदा. सध्या १ कोटी भांडवलाच्या कंपनीत १००% भागधारणा शासनाची आहे. आता या कंपनीने आणखी दोन कोटी रुपयांचे भाग नव्याने बाजारात विकून भांडवलउभारणी केली, तर एकूण भागभांडवल रु. ३ कोटी होईल व शासनाचा त्यातील हिस्सा रु. १ कोटी म्हणजेच १/३ इतकाच उरेल.

५. कंपनी अवसायानात नेणे - म्हणजेच सार्वजनिक उपक्रम बंद करणे.

निर्गुंतवणूक यापैकी कोणत्या मार्गाने करायची हे त्या उद्योगाच्या परिस्थितीनुसार ठरविले जाते. सर्व उपक्रमांच्या निर्गुंतवणुकीसाठी समान/एकच धोरण लागू करता येत नाही.

disposable income - (डिस्पो'ऽझ्‌बल्‌ इ'न्किम्‌) **खर्चयोग्य उत्पन्न** - व्यक्तिगत उत्पन्नातून देय असलेल्या सर्व प्रत्यक्ष करांची वजावट केल्यानंतर शिल्लक राहिलेले उत्पन्न.

disposable income, after tax income - (डिस्पो'ऽझ्‌बल्‌ इ'न्किम्‌, आ'ऽफ्टऽ टॅक्स्‌ इ'न्कम्‌) **खर्चयोग्य उत्पन्न** - सरकारचे सर्व कर दिल्यानंतरचे उर्वरित उत्पन्न. त्याचा विनियोग व्यक्ती आपल्या इच्छेनुसार करू शकते.

dissaving - (डिसाव्हिन्ग्‌) **बचतघट** - बचतीचे प्रमाण पूर्वीपेक्षा कमी होणे.

distribution of income by class of recipient - (डि'स्ट्रिब्यूशन्‌ अव्ह्‌ इ'न्कम्‌ / इ'न्किम्‌ बाइ क्लाऽस अव्ह्‌ रिसि'पिअन्ट्‌) **उत्पन्नाचे समूहानुसार विभाजन** - विविध व्यक्तिसमूहांनुसार दर्शविलेली उत्पन्नाची विभागणी उदा. जमिनीचे मालक, श्रमिक, गुंतवणूकदार, संघटक या प्रकारचे समूह.

diversification - (डाइव्हऽसिफि'केशन्‌) **विविधीकरण** - व्यवसायसंस्थेने एका उत्पादनाऐवजी विविध उत्पादने निर्माण करणे, वेगवेगळ्या व्यवसायात पदार्पण करणे.

divestment - (डाइव्हे'स्ट्‌मन्ट्‌) **व्यवसायसंकोच** - संस्थेने आपले काही व्यवसाय थांबवणे. मक्तेदारी नियंत्रणासाठी केलेली कृती.

dividend - (डि'व्हिडन्ड्‌) **लाभांश** - व्यवसायसंस्थेने आपल्या समभागधारकांना वाटलेला आपल्या नफ्याचा काही हिस्सा.

Division of a Department - (डिव्हि'झ्यन्‌ अव्ह्‌ अ्‌ डिपा'ऽट्‌मन्ट्‌) **उपविभाग**- एखाद्या खात्याचे उपशाखेत विभाजन करणे.

division of labour - (डिव्हि'झ्यन्‌ ॲव्ह्‌ लेऽब्ऽ) **श्रमविभागणी** - उत्पादनाच्या अनेक प्रक्रिया, भाग असताना एकाच श्रमिकाने सर्व उत्पादन निर्माण न करता प्रत्येक भाग हा वेगवेगळ्या श्रमिकांनी निर्माण करून उत्पादनाची जुळणी करणे.

domestic - (डोमे'स्टिक्‌) **देशांतर्गत** - एकाच देशातील.

domestic economy - (डोमे'स्टिक्‌ ईकॉ'नामि) **देशांतर्गत अर्थव्यवस्था** - एका देशाची इतर देशांपासून अलिप्त असल्याचे गृहीत धरलेली अर्थव्यवस्था.

domestic product - (डोमे'स्टिक्‌ प्रॉडक्ट्‌) **देशांतर्गत उत्पादन** - देशामधील सर्व व्यवसायसंस्थांनी निर्माण केलेले एकूण उत्पादन.

dot. com. company - (डॉट्‌.कॉम्‌ कं'म्पनि) **डॉटकॉम कंपनी** - ग्राहकांना विविध सेवा इंटरनेटमार्फत उपलब्ध करून देणारी कंपनी.

double coincidence of wants - (ड'बल् कोऽइ'न्सिडन्स् अव्ह् वॉन्टस्) **परस्पर गरजांचा मेळ घालणे** - वस्तुविनिमयातील आवश्यक अट 'अ' ला 'ब' जवळील व 'ब'ला 'अ' जवळील वस्तूंची गरज असणे.

double counting - (ड'बल् काउन्टिग) **दुहेरी मोजणी** - उत्पन्नमापनातील एक समस्या. एकाच उत्पादनाची पुन्हा मोजणी. उदा. उसाचे मूल्य + साखरेचे मूल्य, कापसाचे मूल्य + कापडाचे मूल्य याप्रमाणे.

double entry, book-keeping - (ड'बल् एन्ट्रि, बुक् कीपिंग्) **द्विनोंदी हिशेबलेखन** - एकाच व्यवहाराची येणे आणि देणे अशा दोन खात्यावर नोंदणी करण्याची पद्धती.

double taxation - (ड'बल् टॅक्सेऽशन्) **दुहेरी करआकारणी** - एकाच उत्पन्नावर दोन वेळा किंवा अनेक वेळा होणारी करआकारणी. उदा. सुतावर पहिला कर आणि कापडावर दुसरा कर या प्रकारची करआकारणी.

down payment - (डाउन् पे'ऽमन्ट्) **किमतीचा प्रथम दिलेला भाग** - हप्ता खरेदी किंवा भाडेखरेदी करारात खरेदीसाठी दिलेली प्रारंभिक रक्कम.

drawback - (ड्रॉ'ऽ बॅक्) **प्रतिग्रह** - दिलेली करांची रक्कम परत मिळणे.

drip irrigation - (ड्रिप् इ'रिगे'ऽशन्) **ठिबकसिंचन** - रोपांना थेंबाथेंबाने पाणी देणे.

drug in the market \ drug on the market - (ड्रग् इन् द मा'कीट्\ ड्रग् ऑन् द मा'कीट्) **बाजारातील पडून राहिलेली वस्तू** - बाजारात मागणी नसल्याने विक्री न झालेली वस्तू.

dual economy, economic dichotomy - (ड्यू'अल् ईकॉ'नामि ई'कनॉ'मिक् डा'इकॉ'टमि) **द्विस्तरी/दुहेरी अर्थव्यवस्था** - एकाच अर्थव्यवस्थेतील आढळणारे पारंपरिक आणि आधुनिक असे भिन्न स्तर.

dualism - (ड्यू'अलिझ्म्) **द्विस्तरी रचना** - अर्थव्यवस्थेतल्या एकाच वेळी परस्परांपासून भिन्न असलेल्या दोन स्तरांचे अस्तित्व-आधुनिक समाज व पारंपरिक समाज. प्रगत विभाग व मागासलेला विभाग याप्रमाणे.

dual prices - (ड्यु'अल् प्राइसेस्) **दुहेरी किंमत** - सरकार नियंत्रित किंमत जी सार्वजनिक वितरण व्यवस्थेत आकारली जाते आणि खुल्या बाजारातील मागणी पुरवठ्याच्या समतोलातून ठरणारी अशा दोन प्रकारच्या किंमती.

dumping - (डॅम्पिन्ग) **अवपुंजन** - आंतरराष्ट्रीय बाजारपेठेत शिरकाव करून घेण्यासाठी इतर देशात अगदी नाममात्र, उत्पादन खर्चापेक्षाही वस्तूंच्या कमी किमती ठेवून, त्या व्यापारातील तोटा भरून काढण्यासाठी देशातल्या ग्राहकांना अधिक किंमत आकारण्याचे धोरण.

duopoly - (ड्युआ'पली) **द्वयाधिकार** - असंख्य ग्राहक आणि दोनच विक्रेते अशी परिस्थिती अस्तित्वात असलेला बाजाराचा प्रकार.

duopsony - (ड्युअप्सॉनी) **द्विग्राहकाधिकार** - अनेक विक्रेते आणि फक्त दोनच ग्राहक असलेला बाजार.

durable goods - (ड्यू'अरबल् गुडझ्) **टिकाऊ वस्तू** - ज्या वस्तूंचा उपभोग हा व्यक्ती वर्षानुवर्षे घेत असते अशा वस्तू.

dynamics - (डाइनॅमिक्स्) **गतिशास्त्र** - बदलांचा, गतीचा अभ्यास करणारे शास्त्र.

■

E

earned income - (अऽन्ड् इ'न्कम्) **अर्जित उत्पन्न** - कष्ट करून मिळालेले उत्पन्न.

earnings - (अ'ऽनिंगझ्) **उत्पन्न** - १. व्यक्तीला मिळालेला मोबदला/प्राप्ती, २. व्यवसायसंस्थेची प्राप्ती.

easy fiscal policy - (ई'झि फिस्कल् पॉ'लिसि) **सुलभ वित्तनीती** - करात घट, सार्वजनिक खर्चात वाढ या प्रकारची लोकप्रिय वित्तनीती.

easy money - (ई'झि मँ'नि) **सुलभ पैसा** - १. कष्ट न करता मिळणारा पैसा, २. संस्थेला सोईस्कर अटीवर कमी व्याजाने मिळणारे कर्ज.

econometric models - (ईकनॉ'मेट्रिक् मॉ'ड्ल्) **अर्थमितीतील प्रतिमाने** - बीजगणिती समीकरणे मांडून आर्थिक प्रवाहांचे फलनसंबंध आणि त्यातून मिळणारे निष्कर्ष या संदर्भात तयार केलेली प्रतिमाने.

econometrics - (इकनॉ'मेट्रिक्स्) **अर्थमिती** - अर्थशास्त्रातील विविध फलनसबंधाचे गणिती पद्धतीने विश्लेषण करणारे शास्त्र. गणित, संख्याशास्त्र यांच्या साहाय्याने अर्थशास्त्रीय विश्लेषण करणारे शास्त्र.

economic activities - (ई'कनॉ'मिक् ॲक्टि'व्हिटिज्) **अर्थव्यवहार** - उपभोग, उत्पादन, विनिमय, विभाजन अशा आर्थिक क्षेत्रातील व्यवहार, आर्थिक घडामोडी.

economic anthropology - (ई'कनॉ'मिक् ॲ'न्थ्रपॉ'लजि) **आर्थिक मानववंशशास्त्र** - विविध जमाती आणि समुदाय यांच्यामधील साधनसामग्रीची वाटणी आणि आर्थिक व्यवहारांची चिकित्सा करणारे शास्त्र.

economic appraisal - (ई'कनॉ'मिक् अप्रे'ऽझल्) **आर्थिक मूल्यांकन** - प्रकल्पाची अर्थशास्त्रीय घटकांच्या आधारे केलेली छाननी आणि व्यवहार्यतेचे मापन.

economic discrimination - (ई'कनॉ'मिक डिस्क्रि'मिने'ऽशन्) **आर्थिक भेदभाव** - समान पात्रता असणाऱ्या श्रमिकांना वंश, लिंग व अन्य कारणांमुळे भिन्नभिन्न वेतन देणे.

economic efficiency - (ई'कनॉ'मिक् इ'फिशन्सी) **आर्थिक कार्यक्षमता** - किमान उत्पादन खर्चाद्वारे किंवा साधनसामग्रीचा वापर करून उत्पादन निर्माण करणे.

economic goods - (ई'कनॉ'मिक् गुडझ्) **आर्थिक वस्तू** - उपयोगिता असणाऱ्या व बाजारात ज्यांच्या विनिमय होऊ शकतो अशा वस्तू.

economic growth - (ई'कनॉ'मिक् ग्रोऽथ्) **आर्थिक वृद्धी** - अर्थव्यवस्थेतील एकूण उत्पादनात वाढ होणे.

economic justice - (ई'कनॉ'मिक् जे'स्टिस्) **आर्थिक न्याय** - उत्पन्न, संपत्तीच्या संदर्भातील विषमता कमी होणे. दुर्बलता, शोषितांना विकासाची संधी मिळणे.

economic man - (ई'कनॉ'मिक मॅन्) **अर्थपरायण पुरुष** - स्वार्थी, केवळ स्वत:च्या आर्थिक हिताला प्राधान्य देणारा माणूस.

economic model - (ई'कनॉ'मिक् मॉ'ड्ल्) **आर्थिक प्रतिमान** - आर्थिक घटकांतील फलनसंबंध व्यक्त करणारे गणित किंवा भूमिती यांच्या आधाराने व्यक्त केलेले प्रतिरूप.

economic nationalism - (ई'कनॉ'मिक् नॅ'शनलिझम्) **आर्थिक राष्ट्रवाद** - देशाला आर्थिकदृष्ट्या स्वयंपूर्ण आणि सामर्थ्यशाली बनवण्याची भूमिका.

economic rent - (इ'कनॉ'मिक् रेन्ट्) **आर्थिक खंड** - उत्पादन घटकास विशिष्ट उपयोगासाठी मिळणारा त्याच्या पर्यायी उपयोगातील मोबदल्यापेक्षा अतिरिक्त मोबदला.

economic sanctions - (ई'कनॉ'मिक् सॅ'न्क्शन्स्) **आर्थिक निर्बंध** - एका देशाने अनुकूल प्रतिसाद न देणाऱ्या दुसऱ्या देशाचे कर्ज, आर्थिक मदत, व्यापार वगैरे क्षेत्रात स्थगित केलेले व्यवहार.

Economic Survey - (ई'कनॉ'मिक् स'ऽव्हेऽ) **आर्थिक सर्वेक्षण** - अर्थसंकल्प मांडण्यापूर्वी संसदेत दोन दस्तऐवज सादर केले जातात. एक असतो आर्थिक सर्वेक्षणाचा, तर दुसरा रेल्वेच्या अर्थसंकल्पाचा.

सर्वेक्षण सादर करण्याची जबाबदारी अर्थमंत्रालयाची आहे. आर्थिक सर्वेक्षणाचे बरेचसे मूलभूत काम व संशोधन तसेच त्याचा प्राथमिक मसुदा आर्थिक व्यवहारासंबंधीचे खाते करत असते. हे खाते केंद्रीय अर्थमंत्रालयाचा एक भाग आहे. प्राथमिक मसुद्यास मुख्य आर्थिक सल्लागार व आर्थिक व्यवहारसंबंधीच्या खात्याचे सचिव यांची संमती

घेतली जाते. त्यांच्या सूचनांनुसार आवश्यक ते बदल व दुरुस्त्या करून सुधारित मसुदा अर्थसचिव व अर्थमंत्री यांच्यापुढे ठेवला जातो. त्यांच्या संमतीनंतर आर्थिक सर्वेक्षणाचा अंतिम मसुदा पुस्तक स्वरूपात संसदेत मांडला जातो.

आर्थिक सर्वेक्षणास 'आर्थिक पाहणी' किंवा 'आर्थिक आढावा' असेही म्हणतात. केंद्रीय अर्थमंत्रालयाने देशाच्या अर्थव्यवस्थेसंबंधी चालू वर्षातील आर्थिक स्थितीचे एकत्रितपणे केलेले लेखी निवेदन म्हणजे आर्थिक सर्वेक्षण. अर्थमंत्रालयाने एका वर्षाच्या कालावधीतील आर्थिक विकासाचे केलेले मूल्यांकन या सर्वेक्षणात नमूद केलेले असते. मागील अंदाजपत्रकाच्या पार्श्वभूमीवर प्रत्यक्षातील आर्थिक घडामोडींचा अभ्यास करून अहवाल तयार केला जातो. शेती, उद्योग, विदेश व्यापार, रोजगार, दारिद्र्य निर्मूलन, बचत, गुंतवणूक इत्यादी आघाड्यांवर गेल्या वर्षातील स्थिती त्यात नमूद केलेली असते. करांचा व इतर उत्पन्न साधनांचा आढावा घेऊन खर्चाच्या विविध बाबींची छानबिन केली जाते. गेल्या वर्षी अर्थसंकल्पात काय ठरविले होते आणि प्रत्यक्षात काय घडले याचा ऊहापोह या पाहणीत असतो.

economic welfare - (ई'कनॉ'मिक् वेल्फेऽ) **आर्थिक कल्याण** - पैशामध्ये ज्याचे मापन करता येईल असे कल्याण - ए. सी. पिगू.

economics - (ई'कनॉ'मिक्स्) **अर्थशास्त्र** - अमर्यादित साध्ये व मर्यादित परंतु पर्यायी उपयोगाची साधने यांचा मेळ घालण्यासाठी होणाऱ्या मानवी प्रयत्नांचे विश्लेषण करणारे शास्त्र- प्रा. रॉबिन्स.

economics of transport - (ई'कनॉ'मिक्स् अव्ह् ट्रॅन्स्पॉ'ऽट्) **परिवहनाचे अर्थशास्त्र** - रेल्वे, रस्ते, जल, हवाई वाहतूक इ. वाहतुकीच्या प्रकारांचे अर्थशास्त्रीय नियमांनुसार केले जाणारे विश्लेषण.

economies - (ई'कनॉ'मिज्) **बचती** - सरासरी उत्पादन खर्च घटवणारे व्यवसाय संस्थेच्या वाढीमुळे व स्थानिकीकरणामुळे संस्थेला मिळणारे लाभ. उदा. तंत्रज्ञान विषयक, भांडवल विषयक, खरेदी विक्रीच्या संदर्भातील व्यवस्थापकीय आणि आर्थिक स्थैर्याच्या संदर्भातील बचती.

economies of scale - (ईकॉ'नमिज् अव्ह् स्केऽल्) **उत्पादनप्रमाणातील वाढीचे आर्थिक लाभ/बचती** - उत्पादन प्रमाणात वाढ केल्याने व्यवसाय संस्थेच्या सरासरी उत्पादन खर्चात झालेली घट.

economies of scope - (ईकॉ'नमिज् अव्ह् स्कोऽप्) **उत्पादन प्रकारांतील वाढीचे आर्थिक लाभ/बचती** - विविध प्रकारची उत्पादने निर्माण केल्याने संस्थेच्या सरासरी उत्पादन खर्चात झालेली घट.

economic imperialism - (ई'कनॉ'मिक् इम्पि'अरिअलिझ्म्) **आर्थिक साम्राज्यवाद**- प्रबळ देशाने आपल्या नियंत्रणाखाली असलेल्या विविध देशांतील शेती, उद्योग, व्यापार, वाहतूक इ. आर्थिक क्षेत्रांचे शोषण करणे.

economist - (ई'कॉ'नमिस्ट्) **अर्थतज्ज्ञ** - आर्थिक घडामोडींचे नेमके विश्लेषण करून लोकांना आर्थिक व्यवहारांच्या संदर्भात मार्गदर्शन करणारा शास्त्रज्ञ.

economy, frugality - (ईकॉ'नमि, फ्रूगॅ'लिटि) **मितव्ययता** - काटकसर, खर्च घटवण्याचा केलेला प्रयत्न, कर आकारणीचे तत्त्व.

effect - (इफे'क्ट) **परिणाम** - फलन, घटकांचे कार्य, परिणाम, अंमल.

effective demand - (इफे'क्टिव्ह् डिमा'ऽन्ड्) **परिणामकारक मागणी** - अर्थव्यवस्थेतील एकूण उपभोगावरील खर्च, एकूण गुंतवणूक आणि सरकारी खर्च या सर्व रकमांची एकूण बेरीज.

effective rate of protection - (इफे'क्टिव्ह रेट अव्ह् प्र'टेक्शन्) **संरक्षणाचा प्रभावी दर** - संरक्षण दिल्यामुळे व्यवसायसंस्थेच्या उत्पादनात झालेल्या वाढीचे प्रमाण.

efficacy - (ए'फिकसि) **सामर्थ्य** - कुवत, बल.

efficiency - (इफि'शन्सि) **कार्यक्षमता** - उत्पादनासाठी आदानांचा किमान वापर किंवा मर्यादित साधनसामग्रीच्या मदतीने कमाल उत्पादन करण्याची क्षमता.

efficiency of wage rate - (इफि'शन्सि ऑव्ह् / अव्ह् वेऽज् रेऽट्) **वेतनदराची कार्यक्षमता** - जे वेतन दिल्याने श्रमिकांना प्रेरणा मिळून त्यांच्या कार्यक्षमतेत वाढ झाल्याने व्यवसायसंस्थेला कमाल नफा मिळू शकेल असे वेतनप्रमाण.

efficient capital market hypothesis - (इफि'शन्ट् कॅ'पिटल मा'किट हाइपॉ'थिसिस) **समभाग मूल्यानुसार संस्थेविषयी केलेले अनुमान** - संस्थेच्या भांडवल बाजारातील समभागांच्या बाजारभावांतील चढउतारानुसार संस्थेची कार्यक्षमता व विकास याबाबत बांधलेला अंदाज.

elastic demand - (इलॅ'स्टिक् डिमा'न्ड्) **लवचीक मागणी** - वस्तूच्या मागणीतील बदल हा किमतीतील बदलाच्या तुलनेने अधिक असलेली मागणी.

elasticity - (इलॅ'स्टिसिटी) **लवचीकपणा** - अवलंबित चलातील बदलाची स्वतंत्र चलातील बदलाशी केलेली तुलना.

eligible paper, negotiable document - (एलजिब्ल् पेऽपऽ, निगोऽशिअबल् डॉ'क्युमन्ट्) **विनिमययोग्य प्रपत्र** - विनिमयव्यवहार, कर्ज उभारणे, वटवणूक, फेरवटवणूक इत्यादी व्यवहारात आवश्यक त्या सर्व अटींची पूर्तता केलेले प्रपत्र.

empirical - (ए'म्पिरिकल्) **सार्वत्रिक** - सर्वत्र आढळून येणारा, अनुभवाधिष्ठित.

employees stock option plan (ESOP) - (एम्प्लॉइज् स्टॉक् ऑप्शन् प्लॅन्) **कर्मचारी समभाग खरेदी योजना** - संस्थेने आपले समभाग कर्मचाऱ्यांना विकत देण्याची योजना.

employment - (इम्प्लॉ'इमन्ट) **रोजगारी** - काम उपलब्ध होणे. सेवेत नियुक्ती होणे. घटकांचा वापर होणे.

endogeneous growth theory - (इन्डॉ'जीनिअस् ग्रोऽथ् थि'अरी) **कक्षांतर्गत विकास सिद्धान्त** - शासकीय संस्था, प्रोत्साहन व सहभाग या अर्थव्यवस्थेच्या कक्षेतील घटकांमुळे आर्थिक विकास होऊ शकतो असे मत मांडणारा सिद्धान्त.

endogeneous variable - (इन्डॉ'जीनिअस् व्हे'अरिअबल) **कक्षांतर्गत चल** - प्रतिमानाच्याच कक्षेतील प्रतिमानात बदल घडवणारा घटक. विविध आर्थिक प्रतिमानांच्या कक्षेच्या आत असलेले चल.

endorsement, backing (इन्डॉ'स्मन्ट्, बॅ'किंग्) **पृष्ठांकन** - धनादेशाच्या मागे स्वाक्षरी करणे. विनिमय बिलाची पुष्टी करणे.

Engel curve - (एऽन्जल् कर्व्ह्) **एंजेल वक्र** - एंजेल या अर्थशास्त्रज्ञाने मांडलेल्या कौटुंबिक खर्चविषयक सिद्धान्तातील उत्पन्न आणि विविध प्रकारच्या गरजांवर होणारा कुटुंबाचा खर्च यांमधील फलनसंबंध दर्शवणारा वक्र.

enterprise - (ए'न्टप्राइझ्) **उपक्रम** - साहस करून व्यवसाय सुरू करणे.

entrepreneur - (ऑ'न्त्रपनऽर्) **साहसी** - व्यवसायातील सर्व धोके व अनिश्चितता पत्करण्यास तयार असलेला प्रवर्तक.

entrepreneurship - (ऑ'न्त्रपनऽरशिप्) **साहसी उद्योजकता** - नवीन वस्तू उत्पादन तंत्र, संघटन, नवीन बाजारातील पदार्पण वगैरेचा अवलंब करताना त्यामध्ये असलेले धोके पत्करण्याची संघटकाची तयारी.

envelope curve - (इन्व्हे'लप् कऽर्व्ह्) **पाकीट वक्र** - अल्पकालीन सरासरी खर्चांच्या वक्रांचे सर्व स्पर्शबिंदू एकमेकांना जोडून काढलेला दीर्घकालीन सरासरी खर्चाचा वक्र, शृंखला वक्र, समूह वक्र.

environment - (इन्व्हा'इअरमन्ट्) **पर्यावरण** - व्यक्तीच्या सभोवतीचा नैसर्गिक व मानवी परिसर.

equal absolute sacrifice - (ई'क्वल् ॲ'ब्सलू'ट् सॅ'क्रिफाइस्) **समान निरपेक्ष त्याग** - सर्वांवर सारखीच होणारी कर आकारणी उत्पन्न, संपत्ती वगैरे क्षमतेचा कोणताही निकष विचारात न घेता होणारी कर आकारणी उदा. दरडोई कर.

equal sacrifice theories - (ईक्वल् सॅ'क्रिफाइस् थि'अरिज्) **समानत्याग सिद्धान्त**- कर आकारताना सर्व करदात्यांचा त्याग समान झाला पाहिजे, असे मत मांडणारे सिद्धान्त - १. समान निरपेक्ष त्याग, २. समप्रमाण त्याग, ३. समसीमांत त्याग असे तीन सिद्धान्त आहेत.

equalisation - (ई'क्वलाइझे'शन्) **समानीकरण** - एकाच पातळीला आणणे.

equation of exchange - (इ'क्वे'शन् अव्ह् इक्स्चे'ऽन्ज् / ए) **विनिमय समीकरण** - किंमतपातळी आणि पैशाचे मूल्य यातील फलनसंबंध दर्शविणारे पैसा हे केवळ विनिमय माध्यम गृहीत धरून मांडलेले द्रव्यनिधी सिद्धान्ताचे समीकरण.

equilibrium price - (ई'क्विलि'ब्रिअम प्राइस्) **समतोल किंमत** - ज्या किमतीला बाजारातील मागणी आणि पुरवठा यांचे परिमाण समान होते अशी किंमत.

equimarginal principle - (ई'क्विमा'ऽजिनल प्रि'न्सिपल्) **समसीमांत तत्त्व** - सर्व वस्तूंच्या सीमांत नगापासून मिळणारी उपयोगिता/सर्व उत्पादन घटकांच्या सीमांत परिमाणापासून मिळणारी उत्पादकता ही त्यांच्या किमतीना किंवा मोबदल्यांना समान होणे.

equimarginal sacrifice - (ई'क्विमा'ऽजिनल सॅ'क्रिफाइस्) **समसीमांत त्याग** - सरकारला कर दिल्यानंतर सर्वांच्या उत्पन्नाची सीमांत उपयोगिता समान होईल अशाप्रकारे सर्वांनी केलेला त्याग तीव्र प्रगतिशील करआकारणीचे समर्थन.

equiproportional sacrifice - (ईक्वि'प्रपॉ'शनल् सॅ'क्रिफाइस्) **समान प्रमाणशीर त्याग** - श्रीमंत किंवा गरीब सर्वांनीच त्यांच्या उत्पन्नाच्या विशिष्ट प्रमाणात कर देऊन केलेला त्याग.

equities - (ए'क्विटि) **समभाग** - मर्यादित दायित्वाच्या तत्त्वानुसार धारकांना मालक बनवणारे व त्यांना नफ्यात लाभांश देणारे व्यवसायसंस्थेने भांडवल बाजारात विक्रीसाठी आणलेले भांडवल उभारण्याचे प्रपत्र.

equity, equality - (ए'क्विटि, ईक्वॉ'लिटि) **समानता**, समता - सारखेपणा, कर आकारणीचे तत्त्व.

ergonomics - (अग'नॉमिक्स) श्रम कार्यक्षमता शास्त्र.

establishment - (इस्टॅ'ब्लिश्मन्ट्) **आस्थापना** - व्यवसाय संस्था.

estimated cost - (ए'स्टिमिट् कॉऽस्ट) **अंदाजित परिव्यय** - उत्पादन होण्यापूर्वी खर्चाचा बांधलेला अंदाज, प्राक्कलित परिव्यय.

event management - (इव्हे'न्ट मॅ'निज्मन्ट्) **समारंभव्यवस्थापन** - संपूर्ण समारंभाची, सोहळ्याची पद्धतशीर योजना तयार करून तिची कार्यवाही करणे.

ex-ante - (एक्सअॅन्टे) **घटना पूर्व** - घटना होण्याआधी.

ex-ante investment - (एक्स अॅन्टे इन्व्हे'स्टमन्ट्) **नियोजित गुंतवणूक**

excess - (इक्से'स् /ए-) **अतिरिक्त** - अधिक जास्तीचा वाढीव.

excess burden of taxes - (इक्से'स् ब'ऽड्न अव्ह् टॅक्सेस) **करांचा अतिरिक्त भार** - करआकारणीमुळे सरकारला मिळणाऱ्या लाभांच्या तुलनेने करदात्यांना करावा लागलेला अधिक प्रमाणातील त्याग.

excess capacity - (इक्से'स् कॅप'सिटि) **अतिरिक्त क्षमता** - विविध कारणांमुळे व्यवसायसंस्थेला पूर्णपणे वापरता न आलेली उत्पादन यंत्रणा.

exchange bank - (इक्स्चे'ऽन्ज् बॅ'न्क्)) **विनिमय बँक** - विदेशी चलनांचे व्यवहार करणारी बँक.

exchange control - (इक्स्चे'ऽन्ज कन्ट्रोल'ऽल्) **विनिमय नियंत्रण** - विदेशी चलन व्यवहारांवरील नियंत्रण.

exchange equation - (इक्स्चे'ऽन्ज् ई'क्वेशन्) **विनिमय समीकरण** - प्रा. फिशर यांनी द्रव्यनिधी सिद्धान्ताचे विनिमय माध्यम गृहीत धरून मांडलेले समीकरण.

exchange rate - (इक्स्चे'न्ज् रे'ऽट्) **विनिमय दर** - आंतरराष्ट्रीय नाणे बाजारात एका चलनाचे दुसऱ्या चलनात रूपांतर करताना असलेला दर, विविध चलनांच्या खरेदीविक्रीसाठी आकारलेली किंमत.

१५ जुलै २००७ रोजी भारताच्या रुपयाची किंमत आंतरराष्ट्रीय बाजारात घसरली आणि विनिमयाचा दर १ डॉलर = ४६.७५ रुपये झाला. गेल्या तीन वर्षांतील रुपयाचे हे सर्वांत कमी मूल्य होते. मागील वर्षाच्या तुलनेत रुपयाची ही घसरण डॉलरसाठी ५% तर युरोसाठी ११% होती. त्यानंतर रुपयाची घसरण थांबली आणि रुपया सशक्त होऊ लागला. सध्या १ डॉलर = रु. ३९.५० पैसे याच्या आसपास त्याचे मूल्य आहे. चर्चेत असलेली 'विनिमय दर' ही संकल्पना समजून घेऊ या.

आंतरराष्ट्रीय स्तरावर वस्तूंची खरेदी-विक्री, सेवांचा पुरवठा, कर्जाची देवाण घेवाण, गुंतवणूक असे व्यवहार होतात तेव्हा परकीय चलनाची गरज भासते. स्थानिक चलन देऊन त्या बदल्यात विदेशी चलन घ्यावे लागते. म्हणजेच स्थानिक चलनाचा विनिमय होतो व त्यासाठी दर ठरवावा लागतो. विदेशी चलनाचे एक परिमाण विकत घेण्यासाठी/विकण्यासाठी स्थानिक चलनाचे किती परिमाण लागते, त्याला 'विनिमय

दर' असे म्हणतात. एका चलनाची दुसऱ्या चलनाच्या भाषेतील किंमत म्हणजे 'विनिमय दर' होय. उदा. १ डॉलर = ४६.७५ रुपये म्हणजेच एका डॉलरची रुपयांत किंमत ४६.७५ आहे.

exchange rate index - (इक्स्चे'न्ज् रेऽट् इ'न्डेक्स्) **विनिमय दर निर्देशांक** - आधारवर्षातील विनिमय दराचा निर्देशांक १०० मानून त्यानुसार संदर्भ वर्षातील विनिमयदरात झालेल्या बदलांचा त्रैराशिकानुसार काढलेला निर्देशांक.

exogenous variables - (इक्स्चेऽन्जेनीअस् व्हे'अरिअब्ल्) **कक्षाबाह्य चल** - विविध आर्थिक प्रतिमानांच्या कक्षेच्या बाहेर असलेले प्रतिमानावर परिणाम घडवणारे चल.

excise duty - (एक्साइझ् ड्यू'टि) **उत्पादन शुल्क** - सरकारने वस्तूंच्या व सेवांच्या उत्पादनावर आकारलेला कर. अबकारी कर.

exclusion - (इक्स्क्लू'झ्यन्) **वगळण्याची प्रक्रिया** - वस्तूच्या अधिक किमतीमुळे ज्यांना वस्तू खरेदी करता येत नाही ते वस्तूच्या उपभोगापासून वंचित राहतात.

executor - (इग्झे'क्युटऽ,ए-) **व्यवस्थापक** - अंमलबजावणी करणारा, निष्पादक.

ex-gratia payment - (एक्सॅग्रशिआ पे'मन्ट्) **सानुग्रह** - उपकाराच्या किंवा दयेच्या भावनेतून दिलेली रक्कम.

exhaustable resources - (इग्झॉ'ऽस्टेबल रिसॉ'र्सस्) **वापरून संपुष्टात येणारी संसाधने** - एकदाच वापरल्यामुळे नष्ट होणारी साधनसामग्री. खनिज तेल, कोळसा इ.

exhibition - (एक्सिबि'शन्) **प्रदर्शन** - विक्री वाढवण्यासाठी अवलंबलेला एकमार्ग, सुशोभित पद्धतीने वस्तू दाखवणे.

exhogenous variable - (इग्झॉ'जीन्यस् व्हे'अरिअब्ल्) **कक्षाबाह्य चल** - प्रतिमानावर परिणाम घडवणारे, प्रतिमानात समाविष्ट असलेल्या चल घटकांव्यतिरिक्त अन्य चल.

exit - (एक्सिट्) **बहिर्गमन** - संस्थेने बाजारातून/उत्पादनक्षेत्रातून बाहेर पडणे.

expansion - (इक्स्पॅ'न्शन्) **विस्तार** - घटकामध्ये वाढ होणे.

expansion and contraction of demand - (इक्स्पॅ'न्शन् ॲन्ड् / अन् कन्ट्रॅ'क्शन् ऑव्ह् / अव्ह डिमा'न्ड्) **मागणीचा विस्तार/संकोच** - किमतीतील बदलांमुळे

वस्तूच्या मागणीत होणारे बदल, हे एकाच मागणीवक्रावर दर्शवले जातात. मागणीचे स्थानांतर.

expansion and contraction of supply - (इक्स्पॅ'न्शन् अॅन्ड् / अन् कन्ट्रॅ'क्शन् ऑव्ह् / अव्ह् सप्ला'इ) **पुरवठ्याचा विस्तार/संकोच** - किमतीतील बदलांमुळे वस्तूच्या पुरवठ्यात होणारे बदल. हे एकाच पुरवठा वक्रावर दर्शविले जातात, पुरवठ्याचे स्थानांतर.

expansion path - (इक्स्पॅ'न्शन् पाऽथ्) **विस्तारपथ** - उत्पादनाच्या संदर्भात क्ष अक्षावर एक व य अक्षावर दुसरा घटक घेऊन दोन्ही घटकांचे प्रमाण वाढवल्यावर प्रत्येकवेळी दोन्ही घटकांचा किमानखर्च निदर्शक (कमाल उत्पादन असलेला) समूह दर्शवणारे समउत्पादन वक्रांवरील बिंदू जोडून तयार होणारी रेषा.

expectations - (ए'क्स्पेक्टे'शन्) **अपेक्षा** - भावी आर्थिक घटनांविषयी बांधलेला अंदाज.

expenditure aggregate demand, effective demand - (इक्स्पे'न्डिचऽ अॅ'ग्रिगट् डिमा'ऽन्ड्, इफे'क्टिव्ह् डिमा'ऽन्ड्) **राष्ट्रीय खर्च** - देशातील सर्व लोकांचा उपभोग आणि गुंतवणुकीवरील एकूण खर्च, समग्र मागणी, परिणामकारक मागणी.

expenditure tax - (इक्स्पेन्डिचऽ टॅक्स्) **खर्च कर** - प्रा. कॅल्डॉर यांनी प्राप्तिकरास पर्याय म्हणून सुचवलेला कर. व्यक्ती किंवा कुटुंबाच्या एकूण खर्चावर आकारलेला कर.

explicit cost - (इक्स्प्लि'सिट् कॉऽस्ट्) **प्रगट खर्च** - उत्पादनातील आदानांचा प्रत्यक्षात केलेला खर्च आदानांच्या विक्रेत्यांना दिलेली किंमत.

exploitation - (एक्स्प्लॉइटेऽशन्) **शोषण** - कार्ल मार्क्स यांची संकल्पना - भांडवलशाहीमध्ये श्रमिकांची उत्पादकता अधिक असूनही त्यांना निर्वाहापुरते दिलेले वेतन म्हणजेच श्रमिकांचे होणारे शोषण. यातूनच भांडवलदारांना नफा मिळतो.

export - (ए'क्स्पॉऽट्) **निर्यात** - एका देशातील उत्पादकांनी अन्य देशांतील ग्राहकांना केलेली विक्री.

export incentives - (ए'क्स्पॉऽट् इन्से'न्टिव्ह्) **निर्यात प्रोत्साहन** - निर्यातवाढीसाठी सरकारने निर्यातदारांना दिलेल्या विविध सवलती.

expost - (एक्सपोस्ट) **घटनोत्तर** - घटना झाल्यानंतर.

external benefits - (इक्स्ट'ऽनल् बे'निफिट्) **बाह्य फायदे** - उत्पादनापासून

उत्पादकांना किंवा उपभोगापासून उपभोक्त्यांना जे फायदे मिळतात, त्या व्यतिरिक्त इतरांना मिळणारे फायदे.

external cost - (इक्स्ट'ऽनल् कॉऽस्ट्) **बाह्य खर्च** - उत्पादनाचा उत्पादकांना किंवा उपभोगासाठी ग्राहकांना कराव्या लागणाऱ्या खर्चाव्यतिरिक्त इतरांना करावा लागणारा खर्च.

external diseconomies of scale - (इक्स्ट'ऽनल् डि'सिक'नामिझ् अव्ह् स्केऽल्) **बाह्य अबचती** - उद्योगाच्या आकारमानात वाढ झाल्यामुळे त्यातील व्यवसायसंस्थेच्या सरासरी खर्चात होणारी वाढ.

external economies of scale - (इक्स्ट'ऽनल् ईकॉ'नॉमिझ् अव्ह् स्केऽल्) **बाह्य बचती** - उद्योगाच्या आकारमानात वाढ झाल्यामुळे त्यातील व्यवसाय संस्थेच्या सरासरी खर्चात होणारी घट, बाह्य अनुमापी लाभ.

external policy objectives - (इक्स्ट'ऽनल् पॉ'लिसि ऑब्जे'क्टिव्ह) **बाह्य (आंतरराष्ट्रीय) धोरणाची उद्दिष्टे** - अर्थव्यवस्थेची आंतरराष्ट्रीय संबंधांच्या धोरणासंदर्भात असलेली उद्दिष्टे.

externalities - (इक्स्ट'ऽनॅलिटि) **बाह्यता** - उपभोगापासून किंवा उत्पादनापासून संपूर्ण अर्थव्यवस्थेला मिळालेले लाभ किंवा करावा लागलेला खर्च.

F

face value - (फेऽस् व्हॅ'ल्यू) **दर्शनी मूल्य** - प्रपत्रावर दर्शविलेले मूल्य.

factor cost - (फॅ'क्टऽ कॉऽस्ट्) **उत्पादन खर्च** - उत्पादन घटकांना त्यांच्या उत्पादनातील सेवेबद्दल दिलेला एकूण मोबदला.

factor endowment - (फॅ'क्टऽर इन्डा'उमन्ट्) **देशाजवळील नैसर्गिक देणगीस्वरुपी साधनसामग्रीचा साठा** - देशाजवळ असणारी एकूण नैसर्गिक व मानवी संसाधने.

factor market - (फॅ'क्टऽ मा'ऽकिट्) **उत्पादनघटकांचा बाजार** - उत्पादनघटकांचे मालक आणि उत्पादक यांच्यामध्ये होणारा उत्पादनघटकांच्या सेवांचा विनिमय.

factor price equalisation - (फॅ'क्टऽ प्राइस् ईक्वलाइझे'शन्) **उत्पादक घटकांच्या मोबदल्यातील समानता** - देशांतर्गत किंवा आंतराष्ट्रीय व्यापारामुळे घटकांच्या मोबदल्यातील तफावत कमी होण्याची प्रक्रिया.

factoring service - (फॅ'क्टरिन्ग् स'ऽव्हिस्) **कर्जवसुली सेवा** - धनकोंना योग्य तो आकार घेऊन दिलेली ऋणकोंकडील परतफेड न होणारे कर्ज वसूल करून देण्याची सेवा.

factors of production - (फॅ'क्टऽ अव्ह् प्रडॅ'क्शन्) **उत्पादन घटक** - उत्पादनात वापरली जाणारी भूमी, श्रम, भांडवल आणि संघटन ही आदाने.

faculty - (फॅ'कल्टि) **समूह** - एकाच क्षेत्रातील लोकांचा संघ.

fair - (फेअ') **रास्त** - उचित, वाजवी, अवास्तव नसलेला, न्याय्य.

fall, slump, drop, regression - (फॉ'ऽल्, स्लिम्प ड्रॉप्, रिग्रे'शन्) **मंदीची लाट** - अर्थव्यवस्था वेगाने घसरणे.

fallacy - (फॅ'लसि) **तर्कदोष** - विसंगती.

fallacy of composition - (फॅ'लसि अव्ह् कॉ'म्पझि'शन्) **अनुमानातील विरोधाभास** - जे एकाच्या बाबतीत खरे असेल ते समूहाच्या संदर्भात खरे असेलच असे नाही. अनुमानातील तर्कदुष्टता.

fallow land - (फॅ'लो लॅन्ड्) **पडीक जमीन** - लागवडीखाली न आलेली जमीन.

famine - (फॅ'मिन्) **दुष्काळ** - प्रतिकूल नैसर्गिक परिस्थितीमुळे उद्‌भवलेली धान्योत्पादनातील प्रचंड घट.

farm management - (फाऽम् मॅ'निज्मन्ट) **कृषिव्यवस्थापन** - शेतीव्यवसायाचे व्यवस्थापन.

farm subsidize - (फाऽम् स'ब्सिडाइझ्) **कृषी अनुदाने** - शेतकऱ्यांना दिले जाणारे अर्थसाहाय्य.

farmer - (फा'ऽम) **शेतकरी** - शेतीव्यवसायाद्वारे उपजीविका करणारा कृषीवल, किसान.

farming - (फा'मिन्ग) **मशागत** - शेतीत लागवड करणे.

feasibility - (फी'झबिलिटि) **व्यवहार्यता** - अवलंब करण्याची क्षमता.

feature, characteristic - (फी'चऽ, कॅ'रक्टरि'स्टिक्) **वैशिष्ट्य** - लक्षण.

federal finance - (फेडरल् फिनॅन्स्) **संघीय वित्तव्यवहार** - केंद्र सरकार आणि राज्य सरकार यांच्यामधील वित्तव्यवहार.

fertile - (फ'ऽटाइल) **सुपीक** - कसदार, चांगल्या गुणवत्तेची.

fertiliser - (फ'ऽटिलाइझऽ) **रासायनिक खत** - जमिनीची सुपीकता वाढवण्यासाठी युरिया, सल्फेट, पोटॅशियम इ. रसायने वापरून बनवलेले खत.

fertility - (फऽटि'लिटि) **सुपीकपणा** - जमिनीची उपजशक्ती.

feudalism - (फ्यू'डलिझम्) **सरंजामशाही** - धनिक जमीनदार, उमराव, सरदार, धर्मगुरू हे सर्वोच्च स्थानी; त्या खालील स्तरावर शेतकरी, कारागीर, सर्वसामान्य लोक व सर्वांत खालच्या स्तरावर गुलाम, कुळे अशी रचना असलेली समाजव्यवस्था.

fiat money - (फा'इअॅट मॅ'नि) **आदिष्ट पैसा, विश्वासाधिष्ठित पैसा** - कोणतेही मौल्यवान धातू, विदेशी कर्जरोखे यांचे तारण न ठेवता सरकारने आपल्या गरजेनुसार मध्यवर्ती बँकेमार्फत निर्माण केलेले चलन.

fictitious - (फिक्टि'शस्) **काल्पनिक** - खोटा, बनावट.

fidelity, reliability, loyalty - (फिडे'लिटि, रि'लाइअबि'लिटी, लॉ'इअल्टि) **विश्वासार्हता** - इमानदार, विश्वासू व्यक्तीचा गुणधर्म, निष्ठा.

final - (फा'इनल्) **अंतिम** - शेवटचा, अखेरचा.

final goods, consumer's goods, finished goods - (फा'इनल् गुडझ्, कन्स्यूमऽ गुडझ्, फि'निश गुडझ्) **अंतिम वस्तू** - उपभोक्त्याची वस्तू, भांडवल म्हणून न वापरली जाणारी वस्तू.

finance - (फिनॅ'न्स्) **वित्तव्यवस्था** - पैशाची उभारणी आणि खर्च यांचे विश्लेषण.

finance bill - (फिनॅ'न्स् बिल्) **वित्तविधेयक** - अर्थसंकल्पातील जमेच्या बाजूला संसदेची संमती मिळवण्यासाठी वित्तमंत्र्यांनी संसदेत मांडलेले विधेयक.

Finance Commission - (फिनॅ'न्स् कमि'शन्) **वित्तआयोग** - घटनात्मक तरतुदीनुसार केंद्र आणि राज्य यांच्यातील वित्तीय संबंध- राज्यांचा करांतील वाटा, कर्जे,अनुदाने वगैरे ठरवण्यासाठी नेमलेला आयोग.

स्वातंत्र्यानंतर भारताच्या घटना समितीने भारतात 'संघराज्य' संरचना स्वीकारली. परंतु शब्दप्रयोग करताना Union States (राज्यांचा संघ) असे म्हटले. यातून दोन बाबी स्पष्ट होतात - १) राज्यांच्या करारांमुळे भारतातील संघराज्य अस्तित्वात आलेले नाही. आणि २) संघराज्यातील राज्यांना अलग होण्याचे स्वातंत्र्य नाही. अर्थात, केंद्रशासनास सर्वोच्च अधिकार प्रदान करण्यात आले. राज्यांच्या विधिमंडळावर केंद्रीय अधिकाऱ्यांचे नियंत्रण राहील, केंद्राला आणीबाणी जाहीर करता येईल. समान अखिल भारतीय सेवा, अशा तरतुदी राज्यघटनेत करण्यात आल्या. स्वाभाविकपणे केंद्र व राज्ये यांच्या कायद्याविषयी, प्रशासनाविषयी व आर्थिक अधिकारांचे वाटप करणे आवश्यक झाले. केंद्र व राज्यांचे आर्थिक संबंध कसे असावेत, यासाठी स्वातंत्र्यानंतर नलिनी रंजन सरकार यांच्या अध्यक्षतेखाली एक समिती नेमली गेली. तसेच ऑक्टोबर १९४८ मध्ये श्री. व्ही. व्ही. कृष्णम्माचारी यांच्या अध्यक्षतेखाली भारतीय राज्य वित्त चौकशी समिती नेमली. या समित्यांच्या शिफारशी व घटनेतील कलम २७३ व २७५ मधील मार्गदर्शक तत्त्वांनुसार केंद्राने कर उत्पन्नातील राज्यांना द्यायचा वाटा आणि साहाय्यक अनुदान यांचे सूत्र ठरविण्यात आले. आयकर, कंपन्यांचे कर, आयातशुल्क, उत्पादनशुल्क असे वाढते उत्पन्न देणारे कर लावण्याचा अधिकार घटनेने केंद्रशासनास दिला. राज्यसरकारांकडे जमीनमहसूल, शेतीवरील कर, विक्रीकर, करमणूक कर अशांसारखे कर आहेत. भारतात कर भरू शकणाऱ्या लोकांचे मर्यादित प्रमाण, उत्पन्नावर व वस्तूवर कर लावण्याचा केंद्राचा आग्रह आणि राज्यांच्या उत्पन्नांच्या बाबी स्थितिशील असणे, यामुळे राज्यांकडे कर महसूल वाढविण्यास कमी वाव असतो. सबब केंद्राच्या उत्पन्नातील काही वाटा, राज्यांना देण्याची तरतूदही घटनेत करण्यात

आली. त्यांची शिफारस करण्यासाठी वित्त-आयोगाची स्थापना करण्यात येतो. घटनेच्या कलम २८० नुसार दर पाच वर्षांनी राष्ट्रपतीकडून असा वित्त आयोग नेमला जातो.

financial assets - (फिनॅ'न्शल् ॲसेट्स्) **वित्तीय मत्ता** - पैसा, ठेवी, समभाग, रोखे, विनिमय बिले यांसारखे भांडवल उभारणीची वित्तीय साधने.

financial crowding out - (फिनॅ'न्शल् क्राउ'डिंग आउट्) **वित्तीय उत्सर्जन** - सरकारच्या कर्जातील वाढीमुळे खासगी क्षेत्रातील पैसा बाहेर पडून सरकारकडे स्थलांतरित होण्याची प्रक्रिया.

financial deregulation - (फिनॅ'न्शल् डि'रेग्युले'ऽशन्) **वित्तीय विनियंत्रण**- वित्तसंस्थावरील, सरकारी निर्बंध कमी करण्याची, शिथिल करण्याची प्रक्रिया.

financial innovation - (फिनॅ'न्शल् इनोऽव्हे'ऽशन्) **वित्तीय नववर्तन/नवायोजन** - वित्तीय क्षेत्रातील नवीन संस्था, नव्या प्रकारची वित्तीय प्रपत्रे इ.

financial institutions - (फिनॅ'न्शल् इ'न्स्टिट्यू'शन्) **वित्तसंस्था** - भांडवलपुरवठा करणाऱ्या संस्था.

financial intermediaries - (फिनॅ'न्शल् इ'न्टमी'डिअरिज्) **वित्तीय मध्यस्थ**- ठेवीदार, गुंतवणूकदार यांच्याकडील पैसा गोळा करून गरजूंना कर्ज पुरवठा करणाऱ्या सर्व बँका, वित्तपुरवठा संस्था इ.

financial neutrality - (फिनॅ'न्शल् न्यूट्रॅ'लिटि) **वित्तीय तटस्थता** - सरकारचे कोणत्याही घटकाबाबतीत भेदभाव न करण्याचे प्राप्ती व खर्चविषयक धोरण.

financial ratio - (फिनॅ'न्शल् रे'ऽशिओ) **वित्तीय गुणोत्तरे** - व्यवसायसंस्थेची आर्थिक परिस्थिती दर्शवणारी विविध प्रकारची मत्ता आणि देयतेच्या संदर्भातील गुणोत्तरे.

financial services - (फिनॅ'न्शल् सऽव्हिसेस्) **वित्तीय सेवा** - कर्जउभारणी, गुंतवणूक, मत्ताव्यवस्थापन इ. विविध प्रकारच्या सेवा.

financial year - (फिनॅ'न्शल् यिअ) **अर्थसंकल्पी वर्ष (आर्थिक वर्ष)** - त्या वर्षातील १ एप्रिलपासून पुढील वर्षाच्या ३१ मार्चअखेर पूर्ण होणारे वर्ष.

financier - (फिनॅ'न्सिअ) **वित्तदाता** - व्यवसायाला भांडवल पुरवणारा.

firm - (फऽम्) **व्यवसायसंस्था** - भूमी, श्रम, भांडवल आणि संघटन हे चारही घटक एकत्र आलेली, सर्व प्रकारचे आर्थिक निर्णय घेऊ शकणारी, नफ्यासाठी व्यवसाय करणारी संस्था.

first degree price discrimination - (फऽस्ट् डिग्री प्राइस् डिस्क्रि'मिने'ऽशन्)

पहिल्या दर्जाचा मूल्यभेद - जेव्हा मक्तेदार विविध ग्राहकांना वेगवेगळ्या किमती आकारताना कोणंत्याही ग्राहकास संतोषाधिक्य मिळणार नाही अशा प्रकारे किंमत आकारणी करू शकतो. (जो ग्राहक जास्त किंमत द्यायला तयार आहे त्याला जास्त किंमत या प्रकारे) अशा प्रकारचा मूल्यभेद.

fiscal - (फि'स्कल्) **राजकोषीय** - सरकारची प्राप्ती आणि खर्च यांच्या संदर्भातील.

fiscal drag - (फि'स्कल् ड्रॅग्) **वित्तीय फरपट** - मंदीतून अर्थव्यवस्था पुनरुज्जीवित होत असताना येणारे वित्तीय अडथळे.

fiscal policy - (फि'स्कल् पॉ'लिसि) **वित्तनीती** - विशिष्ट उद्दिष्टांच्या पूर्ततेसाठी कर, कर्ज इ. पासून वित्तीय प्राप्ती आणि खर्च यांमध्ये हेतुपुरस्सर बदल घडवण्याचे शासकीय धोरण.

fixation - (फिक्से'ऽशन्) **निर्धारण** - ठरवून देणे. निश्चित करणे.

fixed cost - (फिक्स्ट् कॉऽस्ट्) **स्थिर खर्च** - उत्पादनप्रमाणाशी संबंधित नसलेला खर्च. हा खर्च उत्पादन वाढले, घटले किंवा बंद केले तरीही कायम असतो.

fixed costs overhead - (फिक्स्ट् कॉ'ऽस्ट् ओ'व्हेड) **उपरी किंवा वरकड खर्च** - उत्पादनाशी ज्या खर्चाचा प्रत्यक्ष संबंध नसतो, असा व्यवसायसंस्थेतील प्रशासन शाखेकडील खर्च, स्थिर खर्च.

fixed exchange rate - (फिक्स्ट् इक्स्चे'ऽन्ज् रेऽट्) **स्थिर विनिमयदर** - विनिमयदरातील चढउतार टाळून एकाच पातळीला ज्यात सरकार कोणतेही बदल होऊ देत नाही असा विनिमयदर.

flexible firm - (फ्ले'क्सिबल् फ'ऽम्) **परिवर्तनशील व्यवसायसंस्था** - परिस्थितीनुसार स्वत:त अनुरूप बदल घडवणारी, लवचीक व्यवसायसंस्था.

flight of capital - (फ्लाइट् अव्ह् कॅ'पिटल्) **भांडवलाचे उड्डाण** - एका देशातून अधिक मोबदल्याच्या अपेक्षेने भांडवल दुसऱ्या देशात जाणे.

floating exchange rate - (फ्लो'ऽटिंग इक्स्चे'ऽन्ज् रेऽट्) **तरता विनिमयदर** - बाजारातील विविध देशांच्या चलनांना असणाऱ्या मागणी आणि पुरवठा यांना अनुसरून त्यांच्या समतोलातून ठरणारा दोन चलनांमधील विनिमयाचा दर.

floor price - (फ्लॉअऽ प्राइस) **किमान किंमत** - किंमत स्थिरीकरणाच्या संदर्भात सरकारने निश्चित केलेली कमीतकमी किंमत. त्यापेक्षा किंमत घसरू नये यासाठी सरकार किमान किमतीला उत्पादन खरेदी करते.

floriculture - (फ्लॉ'रिकॅ'ल्चऽ) **फुलशेती** - फुलझाडांच्या लागवडीचा व्यवसाय.

flow - (फ्लोऽ) **प्रवाह** - काल परिमाणानुसार केले जाणारे मापन. उदा. वेग-किलोमीटर प्रति तास, व्याज-दरसाल (दर शेकडा बाजारातील आजची मागणी, दरमहा वेतन) याप्रमाणे.

flow chart - (फ्लो चाऽट्) **ओघतक्ता** - प्रणालीतील टप्प्यांची मांडणी दर्शवणारा तक्तासमूह.

food crops - (फूड् क्रॉप्स्) **अन्नपिके** - धान्ये, डाळी, भाजीपाला, कडधान्ये इ. अन्न म्हणून वापरली जाणारी पिके.

food security - (फूड् सिक्यु'अरिटि) **अन्नसुरक्षितता** - जनतेला अन्नधान्य, दूध, मांस, फळे इ. विविध अन्नाचा पुरवठा करण्याची शासनातर्फे दिली जाणारी हमी.

food stamps - (फूड् स्टॅम्प्) **अन्नचिठ्ठ्या** - गरिबांना अन्न उपलब्ध करून देण्यासाठी सरकारने वितरित केलेली कूपने.

forced savings, involuntary savings - (फॉऽस्ड से'व्हिन्ग्, इन्व्हॉ'लन्टरि से'व्हिन्ग्) **सक्तीची बचत** - १. पैशाचा उपभोग घेता न आल्याने झालेली बचत. २. तेजीला आळा घालण्यासाठी सरकारने जनतेवर सक्ती करून जनतेला करायला लावलेली बचत.

forecasting - (फॉऽकाऽस्टिन्ग) **पूर्वअंदाज** - भावी काळाविषयी आज अंदाज बांधून घेतलेले निर्णय.

foreign bills - (फॉ'रिन् बिल्स्) **विदेशी विनिमयप्रपत्रे** - आयात-निर्यात व्यापारातून किंवा आंतरराष्ट्रीय विनिमय व्यवहारातून निर्माण होणारी विदेशी चलनातील प्रपत्रे.

foriegn debt, external debt - (फॉ'रिन् डेट्, इक्स्ट'ऽनल् डेट्) **विदेशी कर्ज** - अन्य देशांतील सरकार, वित्तसंस्था, सावकार यांच्याकडून विदेशी चलनात दिले जाणारे कर्ज, बाह्य कर्ज.

form utility - (फॉऽम् यूटि'लिटि) **आकार उपयोगिता (रूप उपयोगिता)** - विशिष्ट आकार दिल्याने निर्माण झालेली उपयोगिता उदा. लाकडापासून खुर्ची, टेबल इ. चे उत्पादन.

formal - (फॉऽमल्) **औपचारिक** - रीतसर.

formula - (फॉ'ऽम्युलऽ) **सूत्र** - सिद्धान्ताची संक्षिप्त मांडणी.

forward exchange market - (फॉऽ'वड् इक्स्चे'ऽन्ज् मा'ऽकिट्) **परकीय चलन**

वायदे बाजार - आज भविष्यकाळांत पूर्तता करण्याचे परकीय चलन व्यवहार करणारा बाजार.

forward exchange, forward market - (फॉ'वड् इक्स्चे'न्ज् / फॉ'ऽवड् मा'ऽकिट्) **वायदाबाजार** - भविष्यकाळातील सौदे/विनिमय निर्धारित करणारा बाजार.

forward linking effect - (फॉ'र्वर्ड् लिंकिंग् इफे'क्ट्) **अग्रशृंखला परिणाम**- एखाद्या गुंतवणुकीमुळे त्यापुढील प्रक्रिया करणाऱ्या उद्योगांवर होणारा अनुकूल परिणाम.

forward linking - (फॉ'ऽवड् लिंकिंग्) **परिणामांची अग्रशृंखला** - एका व्यवसायसंस्थेतील बदलांचा त्यावर अवलंबून असलेल्या पुढील व्यवसायसंस्थेवर होणारा परिणाम. उदा. कापडाची किंमत वाढली की तयार कपड्यांच्या किमतीत होणारी वाढ.

forward price / future price - (फॉऽ'वड् प्राइस् / फ्यू'चऽ प्राइस्) **वायदा किंमत** - भविष्यातील व्यवहारासाठी आजच निश्चित केलेली किंमत.

forward shifting - (फॉ'ऽवड् शि'फ्टिंग) **अग्रसंक्रमण** - भार पुढे ढकलणे, पुरस्सरण.

fragmentation of holding - (फ्रॅ'गमन्टेऽशन् अव्ह् होऽल्डिंग) **अपखंडन** - विविध ठिकाणी असलेल्या जमिनींचे तुकडे होणे.

franchisee - (फ्रॅ'न्चाइझी) **प्रतिनिधित्व/अधिकार धारण करणारी संस्था**- उल्लेखलेल्या कालमर्यादेपर्यंत एका संस्थेच्या वतीने कार्य करणारे अधिकार प्राप्त झालेली दुसरी संस्था.

fraud - (फ्रॉऽड्) **फसवणूक** - आर्थिक व्यवहारात दुसऱ्याला फसवून केलेले नुकसान.

free economy - (फ्री ईकॉ'नमि) **मुक्त अर्थव्यवस्था** - शासकीय निर्बंध किमान असलेली अर्थव्यवस्था.

free economy, market economy - (फ्री ईकॉ'नमि, मा'किट् ईकॉ'नमि) **मुक्त/अनिर्बंध अर्थव्यवस्था** - शासन संस्थेची नियंत्रणे किमान असणारी, आर्थिक निर्णय बाजार यंत्रणेद्वारे घेणारी अर्थव्यवस्था बाजाराधिष्ठित अर्थव्यवस्था.

free goods - (फ्री गुडझ्) **विनामूल्य वस्तू** - ज्यासाठी कोणतीही किंमत द्यावी लागत नाही. अशा हवा, सूर्यप्रकाश, पाणी यासारख्या वस्तू.

free market economy - (फ्री मा'ऽकिट् ईकॉ'नमि) **खुली बाजाराधिष्ठित अर्थव्यवस्था** - ज्या अर्थव्यवस्थेत सर्व आर्थिक निर्णय हे बाजारयंत्रणेद्वारा घेतले जातात, अशी अर्थव्यवस्था.

free market economy - (फ्री माऽकिट् ईकॉ'नमि) **मुक्त बाजाराधिष्ठित अर्थव्यवस्था** - बाजारयंत्रणेच्या मार्गदर्शनानुसार सर्व आर्थिक निर्णय जिच्यात व्यक्तिगत पातळीवर घेतले जातात अशी खुली अर्थव्यवस्था.

free port - (फ्री पॉऽट्) **खुलेबंदर** - आयात निर्यात ज्या बंदरात अनिर्बंधपणे होऊ शकते असे बंदर.

free trade area - (फ्री ट्रेऽड् ए'अरिअ) **खुले व्यापार क्षेत्र** - आयातनिर्यातीबाबत कोणतेही निर्बंध नसलेले क्षेत्र, मुक्त व्यापारक्षेत्र.

free trade zone - (फ्री' ट्रे'ऽड् झो'न्) **मुक्त व्यापारक्षेत्र** - ज्या क्षेत्रात आयातनिर्यातीवर कोणतेही निर्बंध नसतात असे क्षेत्र.

freely floating exchange rate - (फ्री'लि फ्लो'ऽटिंग इक्स्चे'ऽन्ज् रेऽट्) **अनिर्बंध तरता विनिमयदर** - जो विनिमयदर हा सर्वस्वी मागणी व पुरवठा यानुसार ठरतो व त्यात मागणी-पुरवठ्यातील बदलांनुसार चढउतार होतात. त्यात सरकारचा हस्तक्षेप नसतो असा दर.

frictional unemployment - (फ्रि'क्शन् अे'निम्प्लॉ'इमन्ट्) **घर्षणी बेरोजगारी**- उत्पादनतंत्रात बदल झाल्यामुळे पारंपरिक तंत्र अवगत असलेले श्रमिक, घर्षणामुळे बाहेर पडणाऱ्या ठिणग्यांप्रमाणे संघर्षामुळे उत्पादन क्षेत्रातून बाहेर फेकले जातात, बेरोजगार होतात.

fringe benefits - (फ्रिन्ज् बे'निफिट्) **आनुषंगिक लाभ, अन्य लाभ** - कर्मचाऱ्यांना वेतनाखेरीज दिलेल्या अन्य सुखसोयी, सवलती.

fundamental - मूलभूत, प्रारंभी असलेले.

full employment - (फुल् इम्प्लॉ'इमन्ट) **पूर्ण रोजगार** - उत्पादन घटकांचा पूर्णपणे वापर होणे. देशातील काम करण्याची इच्छा आणि पात्रता असणाऱ्या सर्व श्रमिकांना रोजगार प्राप्त होणे.

full employment level of national income - (फुल् इम्प्लॉ'इमन्ट् ले'व्हल् अव्ह् नॅ'शनल् इ'न्कम्) **राष्ट्रीय उत्पन्नाची पूर्णरोजगाराची पातळी**- अर्थव्यवस्थेत ज्या उत्पन्नपातळीला पूर्णरोजगार निर्माण होतो अशी राष्ट्रीय उत्पन्नाची पातळी - उपभोग खर्च+गुंतवणुक+सरकारी खर्च यांचे एकूण प्रमाण.

function- (फें'न्क्शन) फक्त स्वतंत्र चलाचा अवलंबित चलावरील परिणाम.

functional distribution of national income - (फें'न्क्शनल् डि'स्ट्रिब्यूशन् अव्ह् नें'शनल् इ'न्कम्) **राष्ट्रीय उत्पन्नाचे कार्यानुसार विभाजन -** उत्पादन घटकांना त्यांच्या उत्पादन कार्यातील सेवेबद्दल मिळणारा मोबदला खंड, वेतन, व्याज, या प्रमाणे.

functional finance - (फें'क्शनल् फाइनें'न्स्) **परिणामानुसार वित्तव्यवहार -** सरकारच्या प्राप्ती व खर्चविषयक निर्णयांचे मूल्यमापन त्यांच्या अर्थव्यवस्थेवरील होणाऱ्या परिणामांच्या अनुषंगाने केले जाते.

functional flexibility - (फें'न्क्शनल् फ्ले'क्सिबिलिटी) **कार्य लवचिकपणा (श्रमिकांबाबत) -** ज्यावेळी उद्योजक हा आपल्याकडील श्रमिकांना व्यवसायाच्या गरजेनुसार एका कार्यक्षेत्रातून दुसऱ्या कार्यक्षेत्रात सहजासहजी पाठवू शकतो. त्यावेळी असलेली परिस्थिती.

functional relationship - (फें'न्क्शनल् रिले'शन्शिप) **फलनसंबंध -** स्वतंत्र चलातील बदलाचा अवलंबित चलांवर होणारा परिणाम दर्शवणारे गणिती विश्लेषण.

G

gains from trade - (गेऽन्स् फ्रॉम ट्रेड) **आंतरराष्ट्रीय व्यापाराचे लाभ** - विविध अर्थव्यवस्थांमध्ये आंतरराष्ट्रीय व्यापारामुळे कल्याणात पडलेली भर, कार्यक्षमतेतील वाढ.

galloping inflation - (गॅ'लपिन्ग् इन्फ्ले'ऽशन्) **चौखूर उधळलेली भाववाढ**- घोडदौडीने होणाऱ्या भाववाढीच्या प्रमाणावर नियंत्रण अशक्य झालेली भाववाढ.

gambling - (गॅ'म्ब्लिन्ग्) **जुगार** - भविष्यातील अनिश्चिततेमधून लाभ मिळवण्यासाठी केलेली कृती.

game theory - (गेम्ऽ थिअरि) **खेळाचा सिद्धान्त** - अल्पजनाधिकाराच्या बाजारात विक्रेते हे प्रतिस्पर्धी विक्रेत्यांची व्यूहरचना, डावपेच विचारात घेऊन आपले निर्णय घेऊन यशासाठी डावपेच निश्चित करतात. खेळामधील प्रतिस्पर्ध्यासारखे एकमेकांचे वर्तन असते. यावर आधारलेला खेळ सिद्धान्त हा विक्रेत्याच्या वर्तनाचे स्पष्टीकरण करतो.

gazette - (गझे'ट्) **राजपत्र** - सरकारचे महत्त्वाचे निर्णय, निवेदने वगैरेची माहिती देणारे सरकारने प्रसिद्ध केलेले पत्रक.

general - (जे'नरल्) **सर्वसामान्य** - सार्वत्रिक, सर्वसाधारण.

General Agreement on Tariff & Trade - (जे'नरल् अग्री'मन्ट् ऑन् टॅ'रिफ् अन् ट्रेऽड्) **गॅट करार** - १९८६ साली सुरू झालेली गॅटची उरुग्वे येथील चर्चा फेरी गाजली. १९९१ साली डंकेल ड्राफ्ट आला आणि १९९४ साली करार करून जागतिक व्यापार संघटना अस्तित्वात आली.

general equilibrium - (जे'नरल् ई'क्विलि'ब्रिअम्) **सर्वसाधारण समतोल** - अर्थव्यवस्थेतील अब्जावधी वस्तू व सेवा यांच्या बाजारांत निर्माण झालेली स्थिरावस्था सार्वत्रिक समतोल. (समतोलावस्था)

general meeting - (जे'नरल् मी'टिंग्) **सर्वसाधारण सभा** - व्यवसायसंस्थेचे सभासद, समभागधारक वगैरे संस्थेच्या विविध आर्थिक व्यवहारांची माहिती देण्यासाठी

व त्यांची संमती घेण्यासाठी संस्थेच्या संचालक मंडळाने घेतलेली सभा. ही वर्षातून किमान एकदा किंवा आवश्यकतेनुसार अधिक वेळा (विशेष सर्वसाधारण सभा) घेतली जाते.

general price level - (जे'नरल् प्राइस् ले'व्हल्) **सामान्य किंमत पातळी** - अर्थव्यवस्थेतील सर्वसामान्य वस्तू व सेवा यांच्या किंमतींची पातळी.

geographical mobility - (जिओग्रॅ'फिक्(ल्) मो'ऽबिलिटी) **भौगोलिक गतिक्षमता** - उत्पादन घटकांची एका प्रदेशातून दुसऱ्या प्रदेशात स्थलांतर होण्याची पात्रता.

geographical or territorial division of labour - (जिओग्रॅ'फिक् (ल्)ऑअ टे'रिटॉ'ऽरिअल् डिव्हि'झ्यन् अव्ह् ले'ऽबऽ) **प्रादेशिक श्रमविभागणी**- वेगवेगळ्या प्रदेशात नैसर्गिकदृष्ट्या अनुकूल उत्पादने करणे व प्रतिकूल उत्पादने अन्य प्रदेशातून मागवणे. परस्पर विनियम. सर्व देशांनी सर्वच उत्पादने निर्माण न करता ज्यांचा उत्पादन खर्च कमी तेवढीच उत्पादने बनवून इतर उत्पादनांची आयात करणे. भौगोलिक श्रमविभागणी.

Giffen goods - (गिफन् गुड्झ) **गिफेनवस्तू** - अशा ग्राहकाच्या वस्तू की, उत्पन्नवाढीबरोबर ज्यांची मागणी कमी होते.
(अशा निकृष्ट ऋण उत्पन्न परिणाम => ०).

gilt edged securities - (गिल्ट् एज् सिक्यु'अरिटि) **दुधारी रोखे** - गुंतवणुकीवर चांगला मोबदला आणि मूल्य घटण्याचा धोका नसलेले कधीही रोखेत रूपांतर होऊ शकेल असे कर्ज रोखे. दोन्ही बाजूंच्या धारदार तलवारीप्रमाणे कोणत्याही दृष्टीने उपयुक्त असणारे रोखे.

global warming - (ग्लो'ऽबल् वॉऽमिन्ग्) **जागतिक उष्णतावाढ** - खनिज इंधनाच्या अतिरेकी वापरामुळे हवेतील कर्बद्विप्राणिल वायूचे (कार्बनडायऑक्साइड) प्रमाण वाढून त्यायोगे झालेले हवामान, पर्जन्यमान, समुद्रपातळी वगैरेत झालेल्या बदलांमुळे उद्‌भवलेले जगावरील संकट.

globalisation - (ग्लोऽबलाइझेशन्) **जागतिकीकरण** - एका देशाचा जगातील सर्व देशांशी संपर्क प्रस्थापित होण्याची प्रक्रिया.

glut - (ग्लट्) **अतिरिक्त पुरवठा** - मागणीपेक्षा अधिक प्रमाणात निर्माण झालेला उत्पादनाचा पुरवठा, सुकाळ.

gold - (गोल्ड्) **सोने** - एक मौल्यवान धातू, ज्याचा दागिने घडवणे, विनिमय माध्यम, आंतरराष्ट्रीय विनिमय माध्यम, मूल्यसंग्रहाचे साधन अशा अनेकविध प्रकारांनी उपयोग केला जातो.

gold currency standred - (गोल्ड् कॅ'रन्सि स्टॅ'न्डऽड्) **सुवर्ण चलन परिमाण**- विनिमयामध्ये सोन्याच्या नाण्यांचा वापर होणारी चलनपद्धती.

gold exchange standard - (गोल्ड् इक्स्चे'न्ज् स्टॅ'न्डऽड्) **सुवर्ण विनिमय परिमाण**- चलन मूल्याइतके सोने सरकारी तिजोरीत ठेवून विनिमयात कागदी चलन व इतर धातूंची नाणी यांचा अवलंब होणारी पद्धती.

gold standard - (गोल्ड स्टॅ'न्डऽड्) **सुवर्ण परिमाण** - सोन्यावर आधारित चलनपद्धती. पूर्वी विविध देशांच्या चलनातील सोन्यावर आधारित आंतरराष्ट्रीय देवाण-घेवाणीतील विनिमय पद्धती किंवा चलनातील सोन्याच्या मूल्यानुसार ठरणारी दोन चलनांतील विनिमयदराची पद्धती.

golden age - (गोल्डन् एऽज्) **सुवर्णयुग** - अर्थव्यवस्थेतील भरभराटीचा काळ, वैभवशाली अर्थव्यवस्था.

golden handshake - (गोऽल्डन् हॅन्ड्ऽशेऽक्) **सुवर्ण हस्तांदोलन** - संस्थेत अतिरिक्त झालेल्या कर्मचाऱ्यांना त्यांनी स्वखुशीने संस्थेतून बाहेर पडावे यासाठी दिलेले भरपूर प्रमाणातील आर्थिक लाभ.

golden means - (गोऽल्डन् मीन्) **सुवर्णमध्य** - दोन परस्परविरोधी हितसंबंध असलेल्या पक्षांनी आपापले आग्रह सोडून साधलेला समन्वय.

goods of the first order - (गुडझ् अव्ह् दी / द फऽस्ट् ऑ'ऽडऽ) **प्रथम श्रेणीतील वस्तू** - उपभोगत्यांच्या वस्तू, अंतिम वस्तू.

goods of the second order - (गुडझ् अव्ह् दी से'कन्ड् ऑ'ऽड्ऽ) **दुसऱ्या श्रेणीतील वस्तू** - अंतिम वस्तू निर्माण करणारी उत्पादने, अर्धपक्की उत्पादने.

goods of the third order - (गुडझ् अव्ह दी थऽड् ऑ'ऽडऽ) **तृतीय श्रेणीतील वस्तू** - दुसऱ्या श्रेणीतील उत्पादने निर्माण करणारी उत्पादने-कच्चा माल.

goodwill - (गुड्विल्) **नावलौकिक** - संस्थेजवळील अमूर्त मत्ता - बाजारात असलेली संस्थेच्या नावाची पत.

government - (गॅ'व्हन्मेन्ट) **सरकार** - देशाचा किंवा राज्याचा कारभार चालवणारी यंत्रणा.

government debt - (गॅ'व्हन्मन्ट डेट्) **सरकारचे कर्ज** - केंद्रापासून ते स्थानिक स्वराज्यसंस्थांच्या पातळीवरील शासनसंस्थांनी घेतलेले एकूण कर्ज.

government sector, public sector - (गॅ'व्हन्मन्ट सेक्टऽर, प'ब्लिक् सेक्टऽर) **सरकारी क्षेत्र** - सरकारी मालकीच्या व्यवसायांचे क्षेत्र, सार्वजनिक क्षेत्र.

government transfer payment - (गॅ'व्हन्मन्ट ट्रॅन्स्फ'ऽ पेऽमन्ट्) **सरकारी हस्तांतरण** - ज्याच्या मोबदल्यात कोणतेही उत्पादन निर्माण होत नाही अशा

प्रकारच्या सरकारने दिलेल्या निवृत्तीवेतन, बेरोजगारभत्ता यांसारख्या रकमा.

grace days - (ग्रेऽस् डेऽज्) **अनुग्रह दिवस - दयेचे दिवस** - विनियम बिलाची मुदत पूर्ण झाल्यानंतर पूर्ततेसाठी दिलेले अतिरिक्त दिवस.

gradation - (ग्रेडे'शन्) **प्रतवारी** - गुणवत्तेनुसार उत्पादनांची श्रेणी निश्चित करणे.

grant in aid - (ग्राऽन्ट् इन् एऽड्) **आर्थिक अनुदाने** - केंद्र सरकारने राज्य सरकारला किंवा स्थानिक स्वराज्य संस्थेला तसेच राज्य सरकारने स्थानिक स्वराज्य संस्थांना दिलेले अर्थसहाय्य.

gratuity - (ग्रट्यू'इटि) **उपादान** - कृतज्ञता म्हणून दिलेली रक्कम (निवृत्त कर्मचाऱ्यांना).

great depression - (ग्रेऽट् डिप्रेशन्) **जागतिक महामंदी** - १९२७ ते १९३७ या दशकात जगातील बहुतेक देशांवर आलेले उत्पादनघट, बेकारी, चलनसंकोच यांचे संकट.

green book - (ग्रीन बुक्) वित्तविषयक विवरण पुस्तक.

green revolution - (ग्रीन् रे'व्हॅलू'शन्) **हरितक्रांती** - अल्पविकसित देशांतील शेतीव्यवसायात झालेले आमूलाग्र बदल व उत्पादनातील प्रचंड वाढ.

green tax - (ग्रीन् टॅक्स्) **हिरवाई कर** - पर्यावरण रक्षणासाठी प्रदूषण वाढवणारे व्यवसाय संस्थेतील उत्पादन घटवण्यासाठी/थांबवण्यासाठी आकारलेला कर.

gross - (ग्रोऽस्) **एकूण** - ज्यातून कोणतेही मूल्य वजा झाले नाही असे मूल्य, समग्र.

gross domestic product - (ग्रोऽस् डो'मेस्टिक प्रॉ'डक्ट्) **एकूण राष्ट्रीय उत्पादन**- अर्थव्यवस्थेत एका वर्षाच्या कालावधीत निर्माण झालेल्या सर्व वस्तू आणि सेवा यांचे बाजारभावानुसार काढलेले एकूण मूल्य, अर्थव्यवस्थेतील लोकांचे एकूण उत्पन्न, अर्थव्यवस्थेतील एकूण खर्च.

gross national income - (ग्रोऽस् नॅ'शनल् इ'न्कम्) **एकूण राष्ट्रीय उत्पन्न** - एकूण राष्ट्रीय उत्पादन+विदेशातून मिळालेले निव्वळ उत्पन्न.

growth rate - (ग्रोऽथ् रेऽट्) **अभिवृद्धी दर** - राष्ट्रीय उत्पन्नातील वृद्धीचे वार्षिक प्रमाण.

growth with stability - (ग्रॉऽथ विद् स्टॅबि'लिटि) **स्थैर्यासह विकास** - किंमतपातळी, रोजगार, गुंतवणूक इ. घटकातील चढउतार रोखून अन्य कारणांमुळे (तांत्रिक प्रगती, संघटनात्मक बदल इ.) झालेली अर्थव्यवस्थेतील उत्पादनवाढ.

guarantee - (गॅ'रन्टी) **हमी** - जामीन, पूर्ततेचे आश्वासन, सदोष उत्पादन, तत्काळ व विनामूल्य माल बदलून देण्याची उत्पादकाने ग्राहकांना दिलेली कृती.

guarantee, warrantee - (गॅ'रन्टी, वॉ'रन्टी) **लेखीहमी** - उत्पादकाने सदोष उत्पादन विनामूल्य बदलून देण्याची दिलेली लेखी हमी.

H

haggle, higgle - (हॅ'गल्, हि'गल्) **घासाघीस** - बाजारात विक्रेत्याने सांगितलेली किंमत कमी करून मागणे.

hallmark - (हॉ'ऽल्मा'ऽक्) **प्रमाण चिन्ह** - वस्तूच्या गुणवत्तेबद्दल ग्वाही देणारे चिन्ह.

hammered - (हॅ'मऽ) **रोखे बाजारातील दिवाळखोर** - रोखेबाजारात देणे फेडण्यास असमर्थ ठरलेला.

handicraft - (हॅ'न्डिक्रा'ऽफ्ट्) **हस्तव्यवसाय** - कलाकौशल्य, मानवी कारागिरीला अधिक वाव देणारा व्यवसाय.

handloom - (हॅ'न्डलूम्) **हातमाग** - हाताने चालवण्याचा कापड विणण्याचा माग.

hard currency - (हाऽड् कॅरन्सि) **दुर्मीळ चलन** - आंतरराष्ट्रीय नाणेबाजारात ज्या चलनाला अन्य देशांच्या असलेल्या प्रचंड मागणीच्या तुलनेत चलनाचा पुरवठा वाढू शकत नाही असे चलन. आंतरराष्ट्रीय नाणेनिधी असे चलन दुर्मीळ झाल्याचे जाहीर करून सभासद देशांनी त्या देशाबरोबर व्यवहार कमी करण्याची सूचना देतो.

harvest - (ह'ऽव्हिस्ट्) **सुगी** - शेतीतील चांगले उत्पादन प्राप्त झालेला हंगाम.

head tax, poll tax - (हेड् टॅक्स्, पॉऽल् टॅक्स) **दरडोईकर** - व्यक्तीचे अस्तित्व या एकाच निकषानुसार आकारलेला कर.

heavy industry - (हे'व्हि इन्डि'स्ट्रि) **अवजड उद्योग** - लोखंड, पोलाद, अवजड यंत्रसामुग्री, विद्युतनिर्मितीची अवजड यंत्रसामुग्री वगैरे उत्पादने निर्माण करणारा उद्योग.

heavy tax - (हे'व्हि टॅक्स्) **न पेलणारा कर** - ज्या कर आकारणीचे करदात्यावर अनिष्ट परिणाम होतात. कर देण्यास तो असमर्थ असतो असा कर.

Heckscher Ohline version of comparative advantage - तौलनिक लाभ - हेक्स्चर व ओहलीन प्रणित विश्लेषण - अर्थव्यवस्थेतील संख्येने अधिक असलेल्या उत्पादन घटकाचा उत्पादन प्रक्रियेत वापर केल्याने उत्पादन खर्च कमी राहून आंतरराष्ट्रीय व्यापारात मिळणारा लाभ.

hedging - (हेजिन्ग्) **सुरक्षा कुंपण, हानिनिवारण व्यवस्था** - मत्तेच्या किमतीतील चढउतारामुळे होणारे नुकसान टाळण्यासाठी किंवा किमान नुकसान होईल या दृष्टीने केलेली तरतूद. वायदे बाजारात होणाऱ्या नुकसानीपासून संरक्षण करण्यासाठी केलेली तरतूद.

hedonism - (ही'डोनिझ्म्) **सुखलोलुपता** - मानवाचे प्रयत्न हे सुख मिळवण्यासाठी होतात तथापि कर्तव्य व जबाबदारी यांचीही काळजी त्यात घेतली जाते अशा आशयाची विचारसरणी.

heterogeneity - (हे'टरजी'निटी) **विविधता** - उत्पादनप्रकार, त्यांची गुणवत्ता, सेवा यांबाबत बाजारात आढळून येणारे विविध प्रकार.

hindu undivided family - (हिन्दू अन्‌डिव्हा'इडेड् फॅ'मिलि) **संयुक्त हिंदू कुटुंब** - कर्ता आणि त्याच्या कुटुंबातील इतर सर्व सभासद (चुलते, भाऊ, इ. नजीकचे नातेवाईक) यांनी एकत्रितपणाने चालवलेला व वैध मान्यता असलेला व्यवसाय करणारा घटक.

historic cost - (डिस्टॉ'रिक् कॉऽस्ट्) **ऐतिहासिक खर्च** - पूर्वी साधनसामग्रीची खरेदी करण्याच्या वेळी व्यवसाय संस्थेने प्रत्यक्षात केलेला खर्च/दिलेली किंमत. आज त्यामध्ये वाढ आढळून येते.

hit and run competition - (हिट् ॲन्ड्/अन् र'न् कॉ'म्पिटि'शन्) **'ठोक आणि पळ' स्पर्धा** - संस्था किंमत वाढल्यास ते उत्पादन निर्माण करून भरपूर नफा मिळवते व किंमत घटल्यावर नफा बंद झाला की तत्काळ ते उत्पादन बंद करते, स्पर्धेच्या बाजारातील अशी स्थिती.

hoarding - (हॉऽडिन्ग्) **साठा/संचय** - बाजारात टंचाई होऊन किंमत वाढून नफा मिळवण्यासाठी वस्तूंचा केलेला संचय.

holding company / H. form organisation - (हो'ऽल्डिंग् कं'म्पनि / एच्. फॉ'रम् ऑ'गनाइझे'ऽशन्) **धारकसंस्था** - अनेक कंपन्यांचे ५१% किंवा त्याहून अधिक समभाग खरेदी करून त्यांवर नियंत्रण प्रस्थापित करुन एकाधिकार निर्माण करण्याची पद्धती.

home economics - (होम् इ'कनॉ'मिक्स्) **गृहअर्थशास्त्र** - कुटुंबातील आर्थिक समस्यांची चिकित्सा करणारे अर्थशास्त्र.

homogeneity - (हो'मोऽजी'निअटी) **एकसारखेपणा** - वस्तूचे सर्व नग, उत्पादन घटक हे गुणवत्ता प्रत या बाबतील एकसारखे असणे.

honorarium - (ऑ'नरे'रिअम्) **मानधन** - अल्प कालवधीसाठी घेतलेल्या सेवांसाठी वेतनाला पर्याय म्हणून दिला जाणारा मोबदला.

horizontal equity - (हॉ'रिझॉ'न्टल् ए'क्विटि) **समसमानता** - एक सारख्या व परिस्थितीतील व्यक्तींबाबत (करआकारणी करताना) समानता ठेवणे.

horizontal merger - (हॉ'रिझॉ'न्ट्ल् म'ऽजऽ) **सम विलीनीकरण** - एकाच प्रकारचे उत्पादन करणाऱ्या दोन किंवा अधिक संस्थांचे झालेले विलीनीकरण.

horizontal summation, cross addition - (हॉ'रिझॉ'न्टल् सॅम'ऽशन्, क्रॉस् ॲडि'शन्) **आडवी बेरीज** - कोष्टकातील मूल्यांची डावीकडून उजवीकडे किंवा उजवीकडून डावीकडे केलेली बेरीज.

hot money - (हॉट मॅ'नि) **गरम पैसा** - व्यवहारतोलातील असंतुलन दूर होण्यासाठी आंतरराष्ट्रीय नाणेनिधीने तत्काळ दिलेले अल्पमुदतीचे कर्ज.

hotch potch - (हॉ'च्पॉच्) **सरमिसळ** - अनेक घटक एकत्र आणून बनवलेले.

household, unit of consumption - (हा'उस्हो'ऽल्डऽ, यू'निट अव्ह, कॅन्स'म्(प्)शन्) **गृह** - घर, कुटुंब उपभोगाचे एकक.

human development index - (ह्यू'मन् डिव्हे'लप्मन्ट् इ'न्डेक्स्) **मानव विकास निर्देशांक** - आर्थिक विकासाचा नवा निर्देशक, सरासरी आयुर्मान. शिक्षण, आरोग्य, राहणीमान अशा निकषांवर आधारित मानवी संसाधन विकासाचा निर्देशांक.

human resource, human capital - (ह्यू'मन् रिसॉऽस्, ह्यू'मन् कॅ'पिटल्)) **मानवी संसाधन** - कार्यक्षमतेत वाढ घडवणारी श्रमिकांतील पात्रता, गुणवत्ता, कौशल्य इ. (मानवी भांडवल)

hybrid seeds - (हा'इब्रिड् सीड) **संकरित बियाणे** - प्रयोगशाळेत विविध प्रयोगांद्वारे संस्कारित केलेले अधिक उत्पादन देणारे बियाणे.

hyper inflation - (हाइप इन्फ्लेऽशन्) **अनियंत्रित चलनविस्तार** - मध्यवर्ती बँकेला ज्यावर नियंत्रण ठेवणे अशक्य होते असा अतिरेकी चलनविस्तार.

hypothecation - (हाइपो'थिकेऽशन्) **नजरगहाण** - मत्ता गहाण ठेवण्याचा एक प्रकार. यात मत्ता ऋणकोच्या ताब्यात असते व तो बाजारात तिची विक्रीही करू शकतो. त्यायोगे धनकोचे कर्ज फेडणे ऋणकोला शक्य होते. मात्र अशा मत्तेवर धनकोची नजर राहते.

hypothesis testing verification - (हाइपॉ'थिसिस् टे'स्टिंग्, व्हे'रिफिके'इशन्) **पडताळा** - निष्कर्षाची बिनचूकता अजमावणे.

hypothetical - (हाइपथे'टिकल्) **काल्पनिक** - वस्तुस्थितीचा विचार न करता मांडलेले.

I

idealism - (आइडि'अलिझ्म्) **आदर्शवाद** - मूल्य विवेकाच्या आधाराने चांगली ध्येये, सामाजिक आदर्श व उच्च नीतिमत्ता यांचे समर्थन करणारी विचारसरणी.

identification problem - (आइडे'न्टिफिकेशन् प्रॉ'ब्लम्) **चलनिश्चितीची समस्या** - फलनसंबंध मांडताना स्वतंत्र चल कोणता व अवलंबित चल कोणता हे ठरवता न आल्याने उद्भवलेली समस्या (उदा. किंमत व मागणी, किंमत व पुरवठा इ.)

identity - (आइडे'न्टिटि) **नित्यसमा** - समीकरणाच्या डाव्या आणि उजव्या बाजूंचे मूल्य कायम तेवढेच असणे उदा. खरेदी ही विक्री असते. खरेदी म्हणजेच विक्री. खरेदी ≡ विक्री.

idle balance - (आ'इड्ल् बॅ'लन्स्) **निष्क्रिय रोख शिल्लक** - अर्थव्यवस्थेतील विविध व्यवहारांवर अनुकूल वा प्रतिकूल असा कोणतेही परिणाम न होणारी लोकांजवळील रोख. चलन प्रवाहाबाहेर गेलेली रोखता.

idle balances, idle money - (आ'इड्ल् बॅ'लन्स्, आ'इड्ल् मॅ'नि) **निष्क्रिय पैसा** - व्यवहारातून बाहेर काढून मूल्यसंग्रहासाठी राखून ठेवलेला पैसा.

illegitimate, illicit - (इ'लिजि'टिमिट्, इलि'सिट्) **बेकायदेशीर** - कायदा धुडकावून केलेली गोष्ट, विधिनिषिद्ध.

illiquidity - (इ'लि'क्विडिटि) **अद्रव्यता** - मत्तेचे रोखतेत रूपांतरण होण्याची क्षमता नसणे.

immigration - (इ'मिग्रे'शन्) **आप्रवासन स्थलांतर** - रोजगारासाठी किंवा कायमचे स्थायिक होण्यासाठी परदेशात जाणे. श्रमांचे, मानवी संसाधनांचे एका देशातून दुसऱ्या देशात होणारे स्थलांतर. हे कायमच्या किंवा दीर्घकालीन वास्तव्यासाठी होते. अल्पविकसित देशातील दारिद्र्य, रोजगाराच्या मर्यादित संधी, प्रगत देशातील उच्च वेतनपातळी इत्यादी घटक स्थलांतराला प्रवृत्त करतात.

immiserising growth - (इ'मिसेरिग्झ् ग्रोऽथ्) **विकासामधून मानवी कल्याणाचा ऱ्हास दारिद्र्यकारक अभिवृद्धी**- एका बाजूला आर्थिक प्रगती होऊनही आंतरराष्ट्रीय व्यापारातील प्रतिकूल व्यापारशर्तीमुळे प्रगत देशांकडून प्रगतीकडे वाटचाल करणाऱ्या देशांचे होणारे शोषण. त्यायोगे विकसनशील देशांतील जनतेच्या कल्याणात झालेली घट; कल्याण ऱ्हास.

immovable - (इमू'व्हबल्) **स्थावर** - अचल, कायम एकाच जागी स्थिर राहणारी (मत्ता).

immovable property - (इ'मूव्हबल् प्रॉ'पटि) **स्थावर संपत्ती** - एका जागी स्थिर राहणारी, स्थलांतर होऊ न शकणारी मत्ता उदा.जमीन, इमारत इ.

imperative planing, planning by direction, dicatatorial planning - (इम्पे'रटिव्ह् प्लॅनि'न्ग्, प्लॅनि'न्ग् बाइ डिरे'क्शन्, डिक्टटॉ'ऽरिअल प्लॅनि'न्ग्) **आदेशातून नियोजन** - हुकूमशाही नियोजन, नियोजनाचा सक्तीने होणारा, आदेशांद्वारे होणारा अवलंब.

implicit cost - (इम्प्लि'सिट् कॉऽस्ट्) **अंतर्भूत खर्च** - जो खर्च प्रत्यक्षात होत नाही तथापि त्याची पुस्तकी नोंद केली जाते, असा खर्च (उदा. संस्थेच्या गोडाऊनमधून उत्पादन विभागाकडे पाठवलेल्या कच्च्या मालाच्या किमतीची नोंद).

import - (इम्पॉऽट्) **आयात** - एका देशातील ग्राहकांनी अन्य देशांतील उत्पादकांकडून केलेली खरेदी.

import license - (इम्पॉऽट् ला'इसन्स्) **आयात परवाने** - सरकारने आयातदारांना दिलेली विशिष्ट मर्यादेपर्यंत आयात करण्याची परवानगी.

import restrictions - (इम्पॉऽट् रिस्ट्रि'क्शन्स्) **आयात निर्बंध** - आयातीवर घातलेली बंधने. परकीय चलन दुर्मीळ असताना किंवा व्यापारतोल प्रतिकूल असताना त्यांचा अवलंब करावा लागतो.

import substituting industrialisation - (इम्पॉऽट् स'ब्स्टिट्यूटिन्ग् इन्डि'स्ट्रिअलाइझेशन्) **आयात पर्यायी औद्योगिकरण** - ज्यायोगे देशातील औद्योगिक क्षेत्र आयातीस पर्यायी असलेल्या वस्तूंची निर्मिती करते, असे औद्योगिकीकरण.

incentive - (इन्से'न्टिव्ह) **प्रोत्साहन** - उत्तेजनादाखल दिली जाणारी बक्षिसी.

incidence of tax - (इ'न्सिडन्स् ऑव्ह् / अव्ह् टॅक्स्) **कर भार** - वस्तूचे ग्राहक आणि विक्रेते या दोघांवर पडणारे अप्रत्यक्ष करांचे ओझे.

income consumption curve - (इ'न्कम् / इ'न्कॅम् कन्सॅ'म्(प्)शन् कऽव्ह) **उत्पन्न उपभोगवक्र** - वेगवेगळ्या पातळ्यांवरील उत्पन्न रेषांना स्पर्शून जाणाऱ्या प्रत्येक समवृत्ती वक्राच्या स्पर्श बिंदूंना जोडून मिळणारा वक्र. उत्पन्न परिणाम सर्वसाधारण वस्तू, निकृष्ट दर्जाची वस्तू आणि गिफेन वस्तू यांच्या संदर्भात दर्शवणारा वक्र.

income effect - (इ'न्कम् / इ'न्कॅम् इफे'क्ट्) **उत्पन्न परिणाम** - उत्पन्नातील बदलाचा ग्राहकाला वस्तुगटापासून मिळणाऱ्या समाधानावर होणारा परिणाम.

income elastic investment, - (इ'न्कम् इलॅ'स्टिक् इन्व्हे'स्टमन्ट;) **उत्पन्न लवचीक गुंतवणूक** - उत्पन्न वाढीबरोबर गुंतवणुकीत अधिक प्रमाणात होणारी वाढ,

income elasticity - (इ'न्कम् / इ'न्कॅम् इलॅ'स्टिसिटि) **उत्पन्न लवचीकपणा** - वस्तूच्या मागणीतील बदलास उपभोक्त्याच्या उत्पन्नातील बदलाने भागल्यावर मिळणारे लवचीकतेचे मूल्य.

income velocity of money - (इ'न्कम् व्हिलॉ'सिटि अव्ह मॅ'नि) **चलनाचा उत्पन्न निर्मिती भ्रमणवेग** - राष्ट्रीय उत्पन्नाला एकूण चलन प्रमाणाने भागले असता चलनामुळे किती पट उत्पन्न निर्माण झाले ते समजते. त्याला चलनाचा उत्पन्ननिर्मिती भ्रमणवेग असे म्हटले जाते.

income velocity of money circulation - (इ'न्कम् व्हिलॉ'सिटी अव्ह मॅ'नि स'ऽक्युले'ऽशन्) **चलनाचा उत्पन्न भ्रमणवेग** - चलनाच्या भ्रमणवेगातून होणाऱ्या उत्पन्ननिर्मितीचे प्रमाण.

inconvertible paper currency - (इ'न्कव्हऽटिबल पे'पऽ कॅ'रन्सि) **अपरिवर्तनीय कागदी चलन** - कागदी चलनाचे सोन्यात रूपांतर करून देण्याची सरकारवर किंवा मध्यवर्ती बँकेवर कोणतीही कायदेशीर जबाबदारी नसणारे कागदी चलन.

increasing opportunity cost of production - (इन्क्री'सिन्ग् ऑ'पट्यू'निटि कॉऽस्ट् अव्ह् प्रडॅ'क्शन् / प्रो-) **वाढता संधित्याग खर्च** - एका वस्तूच्या उत्पादनात वाढ करीत असताना प्रत्येक वेळी पर्यायी वस्तूच्या उत्पादनात अधिकाधिक प्रमाणात होणारी घट.

increasing returns - (इ'न्क्रीसिन्ग रिट'न्स्) **वाढते उत्पादनफल** - औद्योगिकक्षेत्रात प्रारंभी प्रत्येक वेळी आदानांपेक्षा उत्पादनात अधिक वेगाने होणारी वाढ.

incremental cost - (इ'न्क्रिमन्ट्ल्) कॉऽस्ट्) **वाढीव परिव्यय** - विशिष्ट उत्पादनामुळे एकूण उत्पादनखर्चात झालेली वाढ.

indemnity - (इन्डे'म्निटि) **क्षतिपूर्ती** - नुकसान भरपाईची जबाबदारी.

indemnity, compensation - (इन्डे'म्निटि, कॉम्पिन्से'ऽशन्) **क्षतिपूर्ती** - नुकसान भरपाई.

independent risks - (इ'न्डिपे'न्डन्ट् रिस्क्) **स्वतंत्रपणे उद्‌भवणारे एकाहून अधिक धोके** - परस्परांशी संबंधित नसलेले एकाच वेळी किंवा पाठोपाठ उद्‌भवणारे धोके.

index - (इ'न्डेक्स्) **निर्देशांक** - आधारवर्षातील निर्देशांकाचे मूल्य १०० मानून त्यानुसार, संदर्भ वर्षातील बदलांच्या मूल्यांचे तौलनिक साधन.

indifference curve - (इन्डि'फ्रन्स् कऽव्ह्) **समवृत्तीवक्र** - दोन वस्तूंच्या प्रमाणात बदल करून (एकात घट व दुसऱ्यात वाढ) जे वेगवेगळे वस्तुगट तयार होतात, त्या वस्तुगटांपासून मिळणारे समाधानाचे समान प्रमाण दर्शवणारे बिंदू जोडून मिळणारा वक्र, तटस्थतावक्र.

indifference map - (इन्डि'फ्रन्स् मॅप्) **समवृत्तीवक्रांचा नकाशा** - समाधानाच्या प्रमाणात वाढ दर्शवणारा खालच्या पातळीवरील समवृत्तीवक्रांपासून वरच्या पातळीवरील समवृत्तीवक्रापर्यंत परस्परांना समांतर असलेल्या अनेक समवृत्तीवक्रांची मालिका दर्शवणारी आकृती.

indifference set - (इन्डि'फ्रन्स् सेट्) **समवृत्ती निदर्शक कोष्टक/तासिका**- ०समवृत्तीवक्रावरील वस्तुगटांची अंकांद्वारे केलेली मांडणी.

indirect tax - (इ'न्डिरे'क्ट् टॅक्स्) **अप्रत्यक्ष कर** - करदाता ज्या कराचा भार दुसऱ्यावर संक्रमित करू शकतो असा कर.

indirect taxes - (इ'न्डिरे'क्ट् टॅक्सेस्) **अप्रत्यक्ष कर** - जेव्हा कराचा आघात एकावर होतो व तो त्याचे संक्रमण इतरांवर करू शकतो, त्यायोगे कर भार इतरांवर पडतो असे कर.

individualism - (इ'न्डिव्हि'ड्युअलिझम्) **व्यक्तिवाद** - आर्थिक, राजकीय किंवा सामाजिक दृष्टीने व्यक्तीच्या विकासाला प्राधान्य देणारी विचारसरणी.

indivisibility - (इ'न्डिव्हि'सिबि'लिटि) **अविभाज्यता** - जेव्हा वस्तूचे किंवा घटकाचे लहान भागात विभाजन होऊ शकत नाही. केल्यास ते निरुपयोगी ठरते, असा गुणधर्म.

induced investment - (इन्ड्यू'स्ड् इन्व्हे'स्ट्मन्ट्) **प्रेरित गुंतवणूक** - मागणीत वाढ झाल्यामुळे तिची पूर्तता करण्यासाठी केलेली भांडवल गुंतवणूक.

induction - (इन्'डक्शन्) **विगमन** - प्रत्यक्षातील निरीक्षणावर आधारित शास्त्रीय नियमांची बांधणी निरीक्षण-परीक्षण-विश्लेषण-पडताळा व नियम अशा पद्धतीने नियम सिद्ध करण्याची तर्कशास्त्राची शाखा.

industrial bank - (इन्'डस्ट्रिअल बँक) **औद्योगिक बँक** - औद्योगिक विकासासाठी दीर्घकालीन अर्थसहाय्य देणारी बँक.

industrial democracy - (इन्'डस्ट्रिअल् डिमॉ'क्रसि) **औद्योगिक लोकशाही**- संयुक्त भांडवली संस्था किंवा सहकारी संस्थांमधील सभासदांच्या मतानुसार संचालकांची निवड, संस्थेचा कारभार, हिशेब वगैरेबाबत निर्णय घेणारी पद्धती.

industrial dispute - (इन्'डस्ट्रिअल् डिस्प्यू'ट्) **औद्योगिक कलह** - व्यवसायसंस्थांमधील मालक आणि श्रमिक यांच्यामध्ये विविध कारणांनी निर्माण होणारा संघर्ष.

industrial economics - (इन्'डस्ट्रिअल ई'कनॉ'मिक्स्) **औद्योगिक अर्थशास्त्र**- उद्योग क्षेत्राचे आर्थिक नियमांच्या आधारे विश्लेषण करणारे अर्थशास्त्र.

industrial policy - (इन्'डस्ट्रिअल् पॉ'लिसि) **औद्योगिक नीती** - सरकारनें उद्योगक्षेत्राच्या संदर्भात अवलंबलेले धोरण-औद्योगिक विकास, उत्पादकता वाढ, नियंत्रण अशी विविध उद्दिष्टे त्यामागे असतात.

industrialisation - (इन्'डस्ट्रिअलाइझे'शन्) **औद्योगिकीकरण** - देशातील उद्योगधंद्यांचा विकास घडवणे.

industry - (इन्'डस्ट्रि) **उद्योग** - एकाच प्रकारचे उत्पादन एका बाजारासाठी करणाऱ्या सर्व उत्पादनसंस्थांचा समूह.

inelastic demand - (इ'निलॅ'स्टिक् डिमा'ऽन्ड्) **अलवचीक मागणी** - किमतीत कितीही बदल झाले तरी त्याचा मागणीवर काहीही परिणाम न होणारी मागणी, ताठर मागणी.

infant industry - (इ'न्फन्ट् इन्'डस्ट्रि) **बालोद्योग** - अर्थव्यवस्थेत नव्यानेच निर्माण झालेला उद्योग, त्याला विदेशी स्पर्धेपासून संरक्षण देण्याची गरज असते.

inferior goods - (इन्फि'अरिअ गुड्झ) **निकृष्ट वस्तू** - मागणीचा उत्पन्न लवचिकपणा ऋण असणाऱ्या वस्तू. उत्पन्न वाढीबरोबर अशा वस्तूंची मागणी घटते.

inflationary gap - (इन्फ्ले'ऽशनरी गॅप्) **चलनविस्तारजन्य पोकळी** - पूर्ण रोजगाराच्या पातळीनंतर उद्भवलेली सरकारी खर्चातील वाढ व सरकारच्या प्राप्तीतील घट यांमधील तफावत. किंमतवाढीद्वारे ही पोकळी भरून काढली जाते.

inflationary spiral - (इन्फ्ले'शनरी स्पा'इअरल्) **अतिरेकी चलन विस्तारावर्त** - प्रचंड चलन विस्तारामुळे ओढवलेले आर्थिक संकट, दुष्टचक्र.

informal sector - (इन्फॉऽमल् से'क्टऽ) **अनौपचारिक व्यवसायक्षेत्र** - अल्पविकसित देशांमधील श्रमप्रधान, परंपरागत उत्पादनतंत्राचा अवलंब करणारे छोटे, स्वयंरोजगारी असलेले व्यावसायिक क्षेत्र. उदा. विणकाम, सुतारकाम, लोहारकाम, चांभारकाम वगैरे विविध व्यवसाय. उत्पादन आणि विनिमयाचे असे क्षेत्र जेथे पैशात व्यवहार होत नाहीत किंवा हिशेब ठेवले जात नाहीत.

infrastructure - (इन्फ्रस्ट्र'क्चऽ) **पायाभूत सोयीसुविधा** - औद्योगिक प्रगतीसाठी आवश्यक असलेले रस्ते, दळणवळण, ऊर्जा, वित्तीयसेवा, पाणीपुरवठा, निस्सारण वगैरे सोयीसुविधा, अंगभूत संरचना.

inheritance tax, death duty - (इन्हे'रिटन्स् टॅक्स, डेथ्ड्यू'टि) **वारसा कर** - व्यक्तीच्या मृत्यूनंतर तिची संपत्ती वारसदारांना प्राप्त होताना त्यांच्यावर आकारलेला कर.

injection - (इन्जे'क्शन्) **प्रत्याभरण** - अर्थव्यवस्थेतील एकूण क्रयशक्तीत वाढ होण्याची प्रक्रिया उदा. सरकारी खर्चात वाढ, करात कपात, सरकारने केलेली कर्जाची परतफेड इ.

input output analysis - (इ'न्पुट् आ'उट्पुट् अनॅ'लिसिस्) **आदानप्रदान विश्लेषण**- अर्थव्यवस्थेची द्विस्तरीरचना. ज्यामध्ये परस्परांत आदाने आणि प्रदाने घडतात. उत्पादन घटकांच्या आदानातून उत्पादन निर्माण होते तर उत्पादन घटक उपभोक्त्यांच्या भूमिकेतून उत्पादन आदान म्हणून स्वीकारतात.

inputs - (इ'न्पुटस्) **आदाने** - उत्पादनक्षेत्रात वापरल्या जाणाऱ्या उत्पादनघटकांच्या सेवा.

inside information - (इन्सा'इड इ'न्फमे'ऽशन्) **अंतर्गत माहिती** - व्यवसायसंस्थेमधूनच समजलेली आर्थिक दृष्टीने महत्त्वाची माहिती.

insolvency - (इन्सॉ'ल्व्हन्सि) **दिवाळखोरी** - व्यवसायसंस्थेची धंद्यात नुकसान आल्यामुळे देणी फेडण्याच्या संदर्भातील असमर्थतता.

insolvent bankrupt - (इन्सॉ'ल्व्हन्ट् बॅ'न्क्रप्ट्) **नादार** - आर्थिक क्षमता पूर्णपणे नष्ट झालेला, दिवाळखोर.

instability - (इ'न्स्टबि'लिटि) **अस्थिरता** - एका जागी कायम न रहाणे, चंचलता, डळमळीतपणा.

institutional economics - (इ'न्स्टिट्यू'शनल् ई'कनॉ'मिक्स्) **संस्थात्मक अर्थशास्त्र** - आर्थिक, राजकीय आणि सामाजिक संस्था आणि संघटना यांच्या आर्थिक घडामोडीवरील प्रभावाचे विश्लेषण करणारे व्हेब्लेन, मिचेल इ. अर्थशास्त्रज्ञांनी मांडलेले अर्थशास्त्र.

institutional training - (इ'न्स्टिट्यू'शनल् ट्रेऽनिंग्) **व्यावसायिक शिक्षण** - रोजगार उपलब्ध करून देणारे तांत्रिक व्यावसायिक अभ्यासक्रम.

instrument - (इ'न्स्ट्रुमन्ट्) **साधन** - उद्दिष्ट पूर्ण करण्याचा मार्ग, कार्यासाठी उपयुक्त हत्यार, अवजार, इ.

instrument document - (इ'न्स्ट्रुमन्ट् डॉ'क्युमन्ट्) **दस्तऐवज** - विनिमय प्रपत्र, संलेख, वैध स्वरूपाचीं लेखी नोंद.

insurance - (इन्शु'अरन्स्) **विमा** - धोके, जोखीम या विरुद्ध केलेली तरतूद.

intangible asset, invisible asset - (इ'न्टॅन्झिबल ॲ'सेट्, इन्व्हि'झिब्ल् ॲ'सेट्) **अमूर्त मत्ता** - अदृश्य स्वरूपाची संपत्ती. उदा नावलौकिक, कायद्याने मिळालेले स्वामित्व, एकाधिकार, संशोधकाचे पेटंट, इ.

integrated economy - (इ'न्टिग्रेऽटेड् ईकॉ'नमि) **एकात्मिक अर्थव्यवस्था** - शेती, उद्योग, व्यापार, वाहतूक, सेवा इ. विविध क्षेत्रांमध्ये परस्परावलंबित्व असलेली अर्थव्यवस्था.

integration - (इ'न्टिग्रेऽशन्) **एकत्रीकरण** - एकत्र आणणे, एकमेकांना जोडणे.

बौद्धिक संपदा अधिकार

मनुष्यप्राण्यास निसर्गतः बुद्धी असल्याने तो नित्य नवीन गोष्टींच्या शोधामागे असतो. काही बाबी निसर्गात असतातच फक्त त्या मनुष्यमात्रास माहीत नसतात. कोणी तरी त्या सर्व प्रथम पाहतो, अनुभवतो, इंग्रजीत त्याला 'डिस्कव्हरी' असे म्हणता येईल. तर काही गोष्टी मनुष्य आपल्या बुद्धीने, चिंतनाने, प्रयत्नाने नव्याने तयार करीत असतो. इंग्रजीत त्याला 'इन्व्हेन्शन' म्हणता येईल. मानवाच्या व अर्थव्यवस्थांच्या विकासासाठी या दोन्ही गोष्टी आवश्यक आहेत. नवीन गोष्टींचा शोध घेतल्यावर आणि शोध लावल्यावर माणसाचे जीवन अधिक सुखकर व संपन्न होऊ शकते. अशा शोधांसाठी शोधकर्त्याजवळ बौद्धिक संपदा असायला हवी, ती सर्वांकडेच नसते. शोधकर्त्याने आपल्याजवळील अशी संपदा वापरून शोध लावावे व लावलेल्या शोधाचा त्याला आर्थिक लाभ मिळावा, यासाठी त्याला अधिकार मिळावेत अशी त्यामागे कल्पना ! कायद्याने शोधकर्त्यास लावलेल्या शोधासाठी दिलेले अधिकार म्हणजे बौद्धिक संपदा अधिकार होय. असे अधिकार शोध लावण्यासाठी (इन्व्हेन्शन) मिळतात, शोध

घेण्यासाठी (डिस्कव्हरी) नव्हे. थोडक्यात मानवनिर्मित वस्तू, उत्पादने, प्रक्रिया आदींसाठी बौद्धिक संपदा अधिकार मिळू शकतात.

शोधकर्त्यांने शोध लावण्यासाठी केलेले श्रम, वापरलेली बुद्धी व पैसा, खर्च केलेला वेळ इत्यादींची भरपाई करणे व शोध लावण्याची त्याची वृत्ती वाढीस लावणे, याकरिता त्याला आर्थिक लाभ मिळवून देणे हा बौद्धिक संपदा अधिकार देण्यामागे उद्देश असतो. सर्वच देशात असे अधिकार देण्याची प्रथा आहे. तरीही काही मंडळींच्या मते शोधकर्त्याच्या एकट्याच्या प्रयत्नाने कोणताच शोध लागत नाही. समाजातील सुविधा, पूर्वी लागलेले शोध या साऱ्यातूनच नवीन शोध शक्य होतात. म्हणून कोणत्याही शोधकर्त्यास बौद्धिक संपदा अधिकार देऊन मक्तेदारी निर्माण करू नये, असाही एक क्षीण मतप्रवाह आहे.

शोधकर्त्याला मिळणारा हा अधिकार कायद्याने त्याला मक्तेदार बनवितो. विशिष्ट काळासाठी शोधाचा वापर करणे अथवा न करणे हे शोधकर्ता ठरवितो. अन्य कोणी त्याच्या परवानगीशिवाय शोधाचा वापर करू शकत नाही. स्वत: न वापरता शोधकर्ता तो शोध दुसऱ्या कोणासही विकू शकतो अथवा त्या शोधाच्या वापराचा परवाना दुसऱ्या कोणास देऊ शकतो. उत्पादन, विक्री, वापर इत्यादींचा मक्तेदारी अधिकार शोधकर्त्यास आर्थिक लाभ मिळवून देतो.

सामान्यत: बौद्धिक संपदा अधिकाराचे दोन प्रकारात वर्गीकरण करता येईल. लेखन, साहित्य, संगीत, कला, फोटोग्राफी, दृक्‌श्राव्यनिर्मितीसाठीचे अधिकार कॉपीराइट आणि संबंधित अधिकार यात मोडतात तर पेटंट्स, इंडस्ट्रियल डिझाइन्स, ट्रेडमार्क्स, इंटिग्रेटेड सर्किट्स हे औद्योगिक बौद्धिक संपदेत येतात.

intensive cultivation - (इन्टे'न्सिव्ह् कॅ'ल्टिव्हे'ऽशन्) **सघन शेती** - मर्यादित जमिनीची उत्पादकता वाढवून केलेली शेती.

interdependence - (इ'न्डिपे'न्डन्स्) **परस्परावलंबन** - एकमेकांवर अवलंबून असणे, परस्परांच्या गरजा भागवणे. घटकाघटकांमधील बदलांचा एकमेकांवर परिणाम होणे. उदा. एका व्यक्तीने इतरांच्या गरजा भागवल्याखेरीज त्या व्यक्तीच्या गरजा इतरांकडून भागवल्या जाणार नाहीत.

interest - (इ'न्ट्रस्ट्) **व्याज** - भांडवलाला रोकडपसंती, कालप्राधान्य, कर्जातील जोखीम, उपभोग त्याग, कर्जव्यवस्थापन खर्च आणि भांडवलाची उत्पादकता या घटकांचा विचार करून दिलेला मोबदला.

interference, intervention - (इ'न्टफि'अरन्स्, इ'न्टव्हे'न्शन्) **हस्तक्षेप** - ढवळाढवळ.

interim - (इ'न्टरिम्) **अंतरिम** - मुदत पूर्ण होण्याआधीचा.

interim dividend - (इ'न्टरिम् डिव्हा'इडेड्) **अंतरिम लाभांश** - संस्थेने आपले वार्षिक हिशेब पूर्ण होण्याआधीच समभागधारकांना दिलेला लाभांश. तिमाही, सहामाही, नऊमाही हिशेब झाल्यानंतर त्यातील नफ्यानुसार तो दिला जातो.

interlock - (इ'न्टलॉ'क्) **अंतर्बद्ध** - अंतर्गततरीत्या, आतलाबाजूने जोडलेले.

internal - (इ'न्ट'ऽनल्) **अंतर्गत** - आतील, अंतर्भागीय.

internal policy objectives - (इ'न्ट'ऽनल् पॉ'लिसि ऑब्जे'क्टिव्ह्) **अर्थव्यवस्थेची अंतर्गत उद्दिष्टे** - आर्थिक धोरण ठरवण्यासाठी सरकार समोरील उद्दिष्टे. ज्यांचा संबंध अन्य देशांशी येत नाही. उदा. किंमत स्थैर्य, पूर्ण रोजगार इ.

internal trade, domestic trade - (इन्ट'नल् ट्रेऽड, डोमे'स्टिक् ट्रेऽड) **देशांतर्गत व्यापार** - एकाच देशामधील विविध भागात होणारा व्यापार.

international - (इ'न्टऽनॅशनल) **आंतरराष्ट्रीय** - देशाबाहेरील, देशादेशांमधील, जागतिक.

international liquidity - (इन्टऽनॅ'शनल् लि'क्विडिटि) **आंतरराष्ट्रीय रोखता**- आंतरराष्ट्रीय व्यवहारांच्या पूर्ततेसाठी संबंधित सर्व देशांची चलने पुरेशा प्रमाणात उपलब्ध होणे. आंतरराष्ट्रीय देवाणघेवाणीसाठी उपयुक्त माध्यम.

International Monetory Fund (I.M.F.) - (इन्टऽनॅशनल् मॅ'निटरी फन्ड्) **आंतरराष्ट्रीय नाणेनिधी** - आंतरराष्ट्रीय व्यापार आणि विनिमय व्यवहारा यांच्या विकासासाठी निर्माण संस्था.

international money market - (इ'न्टऽनॅ'शनल् मॅ'नि मा'ऽकिट्) **आंतरराष्ट्रीय नाणेबाजार** - विदेशी चलनांच्या विनिमयाचे, विदेशी चलनातील अल्पमुदती कर्जाच्या देवाणघेवाणीचे कार्य करणारा चलनबाजार.

international trade multiplier - (इ'न्टऽनॅ'शनल् ट्रे'ऽड् मॅ'ल्टिप्लाअर) **आंतरराष्ट्रीय व्यापार गुणक** - दोन्ही देशांतील राष्ट्रीय उत्पन्नातील वाढीला त्या देशातील आयातनिर्यात व्यापाराने भागले असता मिळणारे गुणकाचे मूल्य. आंतरराष्ट्रीय व्यापारामुळे दोन्ही देशांच्या राष्ट्रीय उत्पनात झालेली वाढ/दोन्ही देशांमधील आंतरराष्ट्रीय व्यापाराचे एकूण मूल्य.

interrelate - (इ'न्टरिले'ऽट्) **परस्परसंबंध** - एकमेकांशी संबंध ठेवणे, संपर्क निर्माण करणे.

interim bridge finance - (इ'न्टरिम् ब्रिज् फिनॅन्स्) **अंतरिम वित्तपुरवठा** - कर्ज उपलब्ध होईपर्यंत केलेली तात्पुरती अल्पकालीन उसनवारी.

introduction - (इ'न्ट्रॅडॅ'क्शन्) **प्रस्तुती** - पुढे ठेवणे, आरंभ प्रस्तावना, ओळख करून देणे.

invalid - (इन्व्हॅ'लिड्) **अग्राह्य**- वैध नसल्याने रद्द झालेला.

invention - (इन्व्हे'न्शन्) **नवीन शोध** - नवनिर्मिती, संशोधन.

inverse - (इन्व्ह'ऽस्) **व्यस्त** - च्या विरुद्ध, उलटा.

investment - (इन्व्हे'स्ट्मन्ट्) **गुंतवणूक** - भविष्यकालीन उपभोगासाठी उपयुक्त असणाऱ्या साधनसामग्रीची निर्मिती. या साधनसामग्रीपासून उपभोग्य वस्तूंचे उत्पादन होते.

investment functions - (इन्व्हे'स्ट्मन्ट् फं'क्शन्स्) **गुंतवणूकफलन** - गुंतवणूक ज्या ज्या घटकांवर अवलंबून असते, त्यांचा गुंतवणुकीवर होणारा परिणाम.

investment multiplier - (इन्व्हे'स्ट्मन्ट् मॅ'ल्टिप्लायअर्) **गुंतवणूकगुणक** - एकूण गुंतवणुकीला प्रारंभिक गुंतवणुकीने भागिले असता मिळणारे मूल्य. हा गुणक प्रारंभिक गुंतवणुकीमुळे एकूण गुंतवणुकीत कितीपट वाढ झाली ते दर्शविते.

irrecoverable - (इ'रिक'व्हरबल) **बुडीत** - वसूल होणे शक्य नसलेला.

irrigation - (इ'रिगे'ऽशन्) **सिंचन** - ओलिताखाली आणणे, शेतीसाठी पाणीपुरवठा करणे.

isocost - (आ'इसोकॉऽस्ट्) **समखर्चवक्र** - विशिष्ट खर्चात उपलब्ध होऊ शकणारे दोन उत्पादन घटकांचे विविध गट दर्शवणारा वक्र.

■

J

jobber - (जॉ'बऽ) **अडत्या** - मध्यस्थ, काम करणारा.

joint account - (जॉइन्ट् अका'उन्ट्) **संयुक्त खाते**- एकापेक्षा अधिक कमाल तीन व्यक्तींच्या नावाचे एकत्रित खाते.

joint and several liability - (जॉइन्ट् अॅन्ड् से'व्हरल् ला'इअबि'लिटी) **संयुक्त आणि व्यक्तिगत दायित्व**- एकत्रित आणि स्वतंत्रपणे व्यक्तिश: देणे फेडण्याची जबाबदारी.

joint demand - (जॉइन्ट् डिमा'ऽन्ड्) **संयुक्त मागणी** - एका वस्तूच्या उपभोगासाठी आवश्यक असणारी अन्य वस्तूंची मागणी उदा. चहा, दूध, साखर, किंवा मोटार व पेट्रोल.

joint products - (जॉइन्ट् प्रॉ'डक्टस्) **जोडउत्पादने** - एका उत्पादनाबरोबरच निर्माण होणारी अन्य उत्पादने.

joint sector - (जॉइन्ट् से'क्टर्) **संयुक्त क्षेत्र** - खासगी आणि सरकारी क्षेत्रांच्या समन्वयातून निर्माण केलेले क्षेत्र.

joint stock company - (जॉइन्ट् स्टॉक् कं'म्पनि) **संयुक्त भांडवली संस्था**- मर्यादित दायित्व असलेल्या समभागांची विक्री करून भांडवल उभारणारी संस्था.

joint supply - (जॉइन्ट् सप्ला'इ) **संयुक्तपुरवठा** - एकाच वेळेला एक उत्पादन होत असताना दुसरेही उत्पादन होते, त्या दोन्ही उत्पादनांच्या पुरवठ्याला संयुक्तपुरवठा असे म्हणतात.

judicious, just - (जूडि'शस्, जॅस्ट्) **न्याय्य** - कायद्यानुसार, विवेकी, योग्य.

■

K

key position - (की पझि'शन्) **महत्त्वपूर्ण स्थान** - प्रमुख, मध्यवर्ती.

knowhow - (नो'ऽहाउ) **विशिष्टज्ञान** - विशेष प्रकारचे ज्ञान.

kinky demand curve - (किंकी डिमांड कर्व्ह) - बाकयुक्त मागणीवक्र एकाच मागणीवक्रावर भिन्न उतारामुळे बाक आलेला मागणीवक्र.

L

labour - (ले'बऽ) **श्रम** - उत्पादनाचा मानवी घटक- मोबदला मिळवण्यासाठी केले जाणारे शारीरिक आणि मानसिक कष्ट. मानवी भांडवल, मानवी संसाधन.

labour economics - (ले'ऽबऽ ई'कनॉ'मिक्स्) **श्रमिकांचे अर्थशास्त्र** - आर्थिक नियमांच्या आधाराने श्रमिकांच्या वर्तनाचे केलेले विश्लेषण.

labour force - (लेऽबऽ फॉऽस्) **मनुष्यबळ** - रोजगार असलेले आणि नसलेले असे देशातील सर्व श्रमिक.

labour intensive technique of production - (ले'ऽबऽ इन्टे'न्सिव्ह टेक्नी'क् अव्ह् प्रडॅ'क्शन्) **श्रमप्रधान उत्पादनतंत्र** - अधिक श्रम व अल्प भांडवल यांचा अवलंब करणारे उत्पादनतंत्र.

labour saving technique - (ले'ऽबऽ से'ऽव्हिन्ग् टेक्नी'क्) **श्रमबचत तंत्र** - उत्पादनात श्रमांचा कमी वापर होणारे तंत्र.

labour theory of value - (ले'ऽबऽ थि'अरि अव्ह् व्हॅ'ल्यू) **श्रममूल्य सिद्धान्त**- वस्तूचे मूल्य तिच्या निर्मितीसाठी लागणाऱ्या श्रमांनुसार ठरते या आशयाचा सिद्धान्त.

labourer - (ले'ऽबरऽ) **श्रमिक** - पैसा मिळवण्यासाठी शारीरिक व मानसिक कष्ट घेणारा उत्पादनाचा घटक.

Laffer curve - (लॅफेर कर्व्ह) **लॅफेर वक्र** - अर्थर लॅफेर या अर्थशास्त्रज्ञाच्या सिद्धान्तावरून या वक्रांस त्याचे नाव दिले आहे. सरकारने आकारलेल्या करापासून होणाऱ्या प्राप्तीच्या संदर्भात कराचा दर आणि प्राप्ती यातील फलनसंबंध दर्शविणारा वक्र. एका मर्यादेनंतर कराचा दर वाढल्यास एकूण प्राप्ती घटते असा निष्कर्ष या वक्राद्वारे मिळतो. तसेच करदरातील कपातीमुळे एकमर्यादेपर्यंत महसूलात वाढ घडून येते.

lag - (लॅग्) **खंड** - अंतर, तफावत.

land mortgage bank - (लॅन्ड् मॉ'ऽगिज् बॅ'न्क्) **भूतारण बँक** - जमिनीच्या तारणावर कर्जरोखे निर्माण करून त्याच्या विक्रीतून भांडवल उभारून शेतकऱ्यांना दीर्घ मुदती अर्थसाहाय्य (कर्ज) देणारी बँक.

land reforms - (लॅन्ड् रिफॉ'र्मस्) **भूमिसुधारणा** - जमीन सुधारणाविषयक कार्यक्रम/ कायदे.

land survey - (लॅन्ड् स'ऽव्हेऽ) **भू-सर्वेक्षण** - जमिनीची पाहणी, भू-सर्वेक्षण.

lateral integration - (लॅ'ट्रल् इ'न्टिग्रेऽशन्) **पूरक उद्योग संस्थांचे एकत्रीकरण** - व्यवसाय संस्थेच्या उत्पादनास पूरक अशा अन्य उत्पादनांची निर्मिती करणाऱ्या उद्योग संस्था एका नियंत्रणाखाली आणणे.

law of comparative advantage - (लॉ अव्ह् कम्पॅ'रटिव्ह् अॅड्व्हा'ऽन्टिज्) **तुलनात्मक लाभाचा सिद्धान्त** - आंतरराष्ट्रीय व्यापाराच्या संदर्भात दोन देशांपैकी एक देश दोन्ही वस्तू दुसऱ्या देशापेक्षा कमी खर्चात बनवू शकतो तरीही जर तो देश पहिल्या वस्तूपेक्षा दुसरी वस्तू खूपच कमी खर्चात बनवू शकत असेल तर त्याने फक्त दुसरी वस्तू बनवावी व पहिल्या वस्तूची आयात करावी. त्यामध्ये तौलनिक लाभ अधिक असतो.

law of consumption - (लॉ अव्ह् कन्सं'म्(प्)शन्) **उपभोग नियम** - उत्पन्न वाढीबरोबर तुलनेने कमी प्रमाणात उपभोग खर्चात वाढ होते.

law of demand - (लॉ अव्ह् डिमा'न्ड्) **मागणीचा सिद्धान्त** - किंमत व मागणी यातील फलनसंबंध मांडणारा सिद्धान्त. इतर परिस्थिती कायम असताना वस्तूची मागणी ही किमतीच्या व्यस्त प्रमाणात बदलते.

law of diminishing marginal return - (लॉ अव्ह् डिमि'निशिन्ग मा'ऽजिनल् रिट'ऽन्) **घटत्या सीमान्त उत्पादनफलाचा सिद्धान्त** - इतर उत्पादन घटक स्थिर ठेवून एका घटकाचे प्रमाण वाढवल्यास अखेरच्या तिसऱ्या टप्प्यात सीमांत उत्पादन फलातील बदल मांडणारा सिद्धान्त.

law of large numbers - (लॉ अव्ह् लाऽज् नें'म्बऽ) **व्यापक समूहाबाबतचे नियम** - सामाजिकशास्त्रांतील नियम हे प्रत्येकाच्या बाबतीत लागू होतीलच असे नाही. तथापि सर्वसाधारण पातळीवर व्यापक प्रमाणावर त्यांचा अनुभव येतो.

lay off - (ले'ऽऑफ) **काम स्थगिती** - काम बंद करणे संस्थेने मागणीत घट झाल्यास काही काळापुरते उत्पादन थांबवून श्रमिकांना अल्पावधीसाठी काम थांबवण्याची सूचना देणे.

leakage - (ली'किज्) **छिद्रक** - गळती, परिणामात घट होणे.

leasing - (लीसिन्ग्) **भांडवल भाड्याने देणे** - व्यवसायसंस्थेला गरजेपुरती यंत्रसामुग्री भाडे कराराने देणे.

least cost combination - (ली'स्ट् कॉऽस्ट् कॉ'म्बिने'ऽशन्) **किमान परिव्यय संयोग** - सरासरी उत्पादन खर्च ज्यायोगे किमान होईल अशा प्रकारचे उत्पादन घटकांचे संयोजन.

legal official - (ली'गल् अफि'शल्) **अधिकृत** - कायद्याने संमत केलेला.

leisure - (ले'झ्यऽ) **आराम** - विश्रांती, कार्यमुक्तता.

lender of the last resort - (ले'न्डऽ अव्ह् लाऽस्ट् रिझॉ'ऽट्) **निर्वाणीचा धनको** - मध्यवर्ती बँकेचे व्यापारी बँकांच्या संदर्भातील एक कार्य. रोखता उभारता न आल्याने बँका संकटात येऊ नयेत, यासाठी मध्यवर्ती बँकेचे बँकांना रोख रक्कम उपलब्ध करून देण्याचे कार्य.

liability - (ला'इबि'लिटि) **देयता** - संस्थेने इतरांची असलेली कायदेशीर देणी.

Liberalization, Privatisation and Globalization (LPG) उदारीकरण, खासगीकरण आणि जागतिकीकरण (उखाजा) - बाजारपेठांचा देशांच्या सीमांपलीकडे विस्तार हे जागतिकीकरणाचे आर्थिक अंग आहे. भांडवलशाहीचे स्वरूपच असे आहे की, तिला सतत विस्तारणाऱ्या बाजारपेठेची गरज असते. देशांतर्गत बाजारपेठ विस्तारण्याला मर्यादा असतात म्हणून भांडवलशाहीव्यवस्थेबरोबर जागतिक पातळीवर विस्तारणाऱ्या बाजारपेठा ही स्वाभाविक प्रक्रिया झाली. नवे विज्ञान, तंत्रज्ञान, भांडवलशाहीचा स्वीकार आणि माहिती व दळणवळण या क्षेत्रांतील प्रगती यांनी जागतिकीकरणाचा पाया घातला.

जागतिकीकरणात जशी भौगोलिकदृष्ट्या विस्तारणारी बाजारपेठ अभिप्रेत आहे, तसाच बाजारपेठेत समाविष्ट होणाऱ्या बाबींचा विस्तार गृहीत आहे. औद्योगिक उत्पादने, शेतीमाल, गुंतवणूक, सेवा, बौद्धिक संपदा अधिकार अशा सर्वांचीच बाजारपेठ जागतिक स्तरावर निर्माण होणे त्यात अपेक्षित आहे. कोणत्याही व्यक्ती, संस्था, कंपनीला जगातील कोणत्याही प्रदेशात खरेदी, विक्री, उत्पादन, भांडवल- गुंतवणूक, सेवापुरवठा, शेती, खाणकाम, शोधक्रिया इ. करण्याचे स्वातंत्र्य म्हणजे जागतिकीकरण असे ढोबळमानाने म्हणता येईल.

उदारीकरण - उदारीकरण हे जागतिकीकरणाच्या प्रक्रियेचे देशांतर्गत अंग आहे. उद्योग, व्यापार व आर्थिक व्यवहार यातील अनावश्यक बंधने दूर करून त्यांना देशात मुक्तपणे काम करू देणे हे उदारीकरणाचे उद्दिष्ट आहे. अर्थात, उदारीकरण हे

जागतिकीकरणास केवळ पूरकच नव्हे, तर त्याचे एक अविभाज्य अंग आहे. जागतिकीकरण म्हणजे देशांच्या सीमेपलीकडे आर्थिक व्यवहारांचा विस्तार आणि त्याचा पाया आहे उदारीकरण! विदेशी चलन, वित्त, श्रम, कृषिमाल, वस्तू, सेवा, बौद्धिक संपदा इत्यादी साऱ्यांच्या देशांतर्गत बाजारांवरील (उत्पादन, वितरण, व्यवस्थापन) नियंत्रणे टप्प्याटप्प्याने कमी करत पूर्णत: हटविणे उदारीकरणात अभिप्रेत आहे. थोडक्यात, देशांतर्गत बाजारपेठ बंधनमुक्त करणे व देशादेशांतील बाजारपेठ खुली करणे या दोन परस्परावलंबी व पूरक बाबी आहेत. म्हणूनच दोन्हींची अंमलबजावणी सामान्यत: बरोबरीनेच केली जाते असा अनुभव आहे.

खासगीकरण - उदारीकरणाच्या व जागतिकीकरणाच्या प्रक्रियेत बाजारपेठा मुक्त करण्यावर भर असल्याने शासनाचा हस्तक्षेप व सहभाग कमीत कमी असणे आवश्यक ठरते. सबब शासनाने अशा उद्योगातून अंग काढून घ्यावे, यासाठी आग्रह धरला जातो. त्यालाच निर्गुंतवणूक किंवा खासगीकरण म्हणता येईल. शासन आपली गुंतवणूक काढून खाजगी उद्योजकांकडे ती सुपूर्त करते किंवा आपल्या गुंतवणुकीपेक्षा अधिक गुंतवणूक त्या उद्योगात करण्यास खासगी क्षेत्राला परवानगी देते. त्यामुळे त्या उद्योगातील मालकी व व्यवस्थापन शासनाकडून खासगी उद्योगाकडे वर्ग केले जाते.

lien - (लीअन्) **धारणाधिकार** - ताबा, हक्क.

liquid, assets - (लि'क्विड् अॅ'सेट्) **द्रव मत्ता** - रोख स्वरूपी मत्ता.

liquidation - (लि'क्विडे'ऽशन्) **विसर्जन** - संस्था गुंडाळणे, दिवाळे निघणे.

liquidity - (लि'क्विडिटी) **रोखता** - अशी मत्ता जिचे गरजेच्या वेळी कोणतेही नुकसान न होता रोख रकमेत रूपांतर करता येते उदा. बँकेतील मागणी ठेवी, रोकड रक्कम.

liquidity preference - (लि'क्विडिटि प्रे'फरन्स्) **रोख पसंती** - लोकांनी रोख रकमेला प्राधान्य देण्याची प्रवृत्ती.

liquidity ratio - (लि'क्विडिटी रे'ऽशिओ) **रोखता गुणोत्तर** - खातेदारांच्या पैशाच्या गरजा भागवण्यासाठी बँकेने रोखस्वरूपात बाळगलेल्या रकमेचे एकूण ठेवींशी असलेले प्रमाण.

liquidity trap - (लि'क्विडिटी ट्रॅप) **रोखतेचा सापळा** - व्याजदरातील घसरण थोपवून धरणारा घटक. व्याजदर किमान झाल्यावर लोकांची रोकड पसंती अमर्यादित झाल्याने व्याजदर त्या खाली जाऊ शकत नाही. म्हणजेच तो रोखतेच्या सापळ्यात अडकतो.

localisation of industries - (लो'ऽकलाइझेशन् अव्ह् इन्डि'स्ट्रिज) **उद्योगांचे स्थानिकीकरण** - एकाच परिसरात अनेक उद्योग संस्था स्थापन होणे.

locked amount - (लॉ'क्ड् अमा'उन्ट्) **कालसंरुद्ध रक्कम** - विशिष्ट कालमर्यादेत परत न मिळणारी अडकून राहिलेली रक्कम.

lockout - (लॉ'कआउट्) **टाळेबंदी** - कामगारांनी संस्थेच्या अटी मान्य कराव्यात यासाठी संस्था बंद करण्याचा घेतलेला निर्णय.

long run - (लाँग् र'न) **दीर्घकाळ** - ज्याकाळात सर्वच खर्च हे बदलते खर्च होतात किंवा ज्याकाळात बाजारात सामान्य किंमत प्रस्थापित होते किंवा संस्थेचा स्थायी समतोल प्रस्थापित होऊ शकतो, असा काळ.

long term price / normal price - (लाँग् र'न् प्राइस् / नॉ'ऽमल् प्राइस्) **दीर्घकालीन किंमत** - दीर्घकालीन मागणीवक्र आणि दीर्घकालीन पुरवठावक्र यांच्या समतोलातून ठरणारी किंमत, सामान्य किंमत.

Lorenz Curve - (लॉरेन्झ कऽव्ह्) **लॉरेन्झ वक्र** - राष्ट्रीय उत्पन्नाच्या वाटणीतील विषमतेचे प्रमाण दर्शवणारा लॉरेन्झ यांनी प्रथम मांडलेला वक्र.

luxuries - (लॅग्झ्यु'अरिझ्) **चैनीच्या गरजा** - उच्च उत्पन्न असलेल्या लोकांच्या उपभोगाच्या गरजा. उंची वस्त्रे, पक्वान्ने, अलिशान बंगला इ.

■

macro economics - (मॅ'क्रो ई'कनॉ'मिक्स्) **समग्रलक्षी अर्थशास्त्र** - राष्ट्रीय उत्पन्न, समग्र मागणी, एकूण पुरवठा, एकूण बचत, एकूण गुंतवणूक अशा अर्थव्यवस्थेतील व्यापक समुच्चयांचा अभ्यास करणारी अर्थशास्त्राची शाखा, साकलिक अर्थशास्त्र.

maintainance - (मे'ऽन्टिनन्स्) **परीक्षा** - देखभाल करणे, देखरेख करणे, दुरुस्ती.

maintaining capital intact - (मेऽन्टे'ऽनिंन्ग कॅ'पिटल् इन्टॅ'क्ट) **भांडवल अबाधित राखणे** - उत्पादनप्रक्रिया अखंडित चालू राहण्यासाठी भांडवलाच्या पुन:स्थापनाची केलेली तरतूद.

major - (मे'ऽजऽ) **सज्ञान** - २१वर्षावरील कायदेशीर व्यवहार करण्यास पात्र झालेली व्यक्ती.

make up price - (मे'ऽकप् प्राइस्) **खर्चअधिक किंमत** - उत्पादनाच्या सरासरी खर्चात नफा मिळवून उत्पादकाने ठरवलेली किंमत.

make up price, cost plus price - (मे'ऽकप् प्राइस्, कॉऽस्ट् प्लिस् प्राइस्) **खर्च अधिक किंमत** - उत्पादनाच्या सरासरी खर्चात नफा मिळवून निश्चित केलेली किंमत.

malnutrition - (मॅ'ल्न्यूट्रि'शन्) **कुपोषण** - आरोग्यासाठी अत्यावश्यक असणारे अन्न न मिळणे.

malpractice - (मॅ'ल्प्रॅ'क्टिस्) **गैरव्यवहार** - भ्रष्ट, अयोग्य प्रकारचे व्यवहार.

Malthusian theory of population - (माल्थुशिअन थि'अरि अव्ह पॉ'प्युले'ऽशन्) **माल्थुशिअन यांचा लोकसंख्याविषयक सिद्धान्त** - लोकसंख्या वाढीची कारणे, दुष्परिणाम ते टाळण्यासाठी मार्ग यासंदर्भात माल्थस यांनी मांडलेला सिद्धान्त.

man power, human resources - (मॅन पा'उअ, ह्यू'मन् रिसॉ'सेस्) **मानवी संसाधन** - देशातील मनुष्यबळ १५ ते ५५ वर्षे वयाच्या दरम्यान असणारे काम करण्याची इच्छा व पात्रता असणारे सर्व स्त्री-पुरुष.

management - (मॅ'निज्मन्ट) **व्यवस्थापन** - व्यवसाय संस्थेच्या निर्णयांची अंमलबजावणी करणे. संस्थेतील साधनसामग्री, मनुष्यबळ, भांडवल यांचे संघटन करून व्यवसायाचा खर्च किमान पातळीवर आणून.संस्थेची कार्यक्षमता वाढविणे.

management revolution - (मॅ'निज्मन्ट् रे'व्हलू'शन) **व्यवस्थापकीय क्रांती** - व्यवस्थापन क्षेत्रात झालेले आमूलाग्र बदल.

manifestation - (मॅ'निफेस्टे'ऽशन्) **आविष्कार** - जाहीर करणे, अभिव्यक्ती, प्रकटीकरण.

manure - (मॅन्यु'अ) **नैसर्गिक खत** - पालापाचोळा, विष्ठा, टाकाऊ पदार्थ इ. घटकांच्या साहाय्याने बनवलेले खत.

marginal - (मा'जिनल्) **सीमान्त** - अर्थशास्त्रातील उपभोग, उत्पादन विभाजन इ. शाखातील महत्त्वाची संकल्पना. एकूण मूल्यात होणारा बदल (वाढ किंवा घट) उदा.सीमान्त उपयोगिता, सीमान्त उत्पादनफळ, सीमांत उत्पादकता याप्रमाणे किंवा अशी एक पातळी, जेथे पोहोचल्यानंतर संबंधित व्यक्ती आपला निर्णय बदलू शकते. उदा. सीमांत भूमी ही खंडहीन असते त्यामुळे ती पातळी गाठल्यानंतर त्यापेक्षा अधिक भूमी लागवडीसाठी आणली जात नाही. कारण यामध्ये प्राप्तीपेक्षा खर्च अधिक होतो. सीमांतिक.

marginal cost - (मा'ऽजिनल् कॉऽस्ट्) **सीमांत खर्च परिव्यय** - सीमांत नगाच्या उत्पादनामुळे एकूण खर्चात झालेला बदल.

marginal efficiency of capital - (मा'ऽजिनल् इफि'शन्सि अव्ह कॅ'पिटल्) **भांडवलाची सीमांत कार्यक्षमता** - भांडवलाची गुंतवणूक करणाऱ्या व्यावसायिकाने गुंतवणुकीपासून मिळालेल्या मोबदल्याच्या आधारे त्यापुढील गुंतवणुकीपासून मिळू शकणाऱ्या मोबदल्याबाबत बांधलेला अंदाज, अपेक्षित लाभ.

marginal farmer - (मा'ऽजिनल् फा'ऽमऽ) **सीमांत भूधारक** - एक हेक्टरापेक्षा कमी मालकीची जमीन असणारा शेतकरी.

marginal firm - (मा'ऽजिनल् फ'ऽर्) **सीमान्त व्यवसाय संस्था** - व्यवसायाच्या क्षेत्रात पदार्पण करणारी अखेरची संस्था. त्यानंतर येऊ इच्छिणाऱ्या संस्थांना तो व्यवसाय किफायतशीर न वाटल्याने त्या व्यवसायात प्रवेश करत नाहीत.

marginal land - (मा'ऽजिनल् लॅन्ड्) **सीमान्त जमीन** - ज्या जमिनीत शेती उत्पादनापासून होणारी प्राप्ती आणि मशागतीचा खर्च हे एकाच पातळीला येतात अशी जमीन. या जमिनीत कोणतेही आधिक्य मिळत नाही. खंडहीन जमीन.

marginal physical product - (मा'ऽजिनल् फि'झिकल प्रॉ'डक्ट्) **सीमांत भौतिक उत्पादन** - सीमांत उत्पादन घटकामुळे एकूण वास्तव उत्पादनात झालेला बदल.

marginal productivity theory - (मा'ऽजिनल् प्रा'डॅ'क्टि'व्हिटि थि'अरि) **सीमांत उत्पादकता सिद्धान्त** - उत्पादन घटकाचा मोबदला हा त्याच्या सीमांत उत्पादकतेइतका असतो, अशा आशयाचा सिद्धान्त.

marginal propensity to save - (मा'ऽजिनल् प्रॅपे'न्सिटि टू सेऽव्ह्) **सीमांत बचत प्रवृत्ती** - राष्ट्रीय उत्पन्नातील वाढीमुळे लोकांच्या एकूण बचतीत झालेली वाढ सी.ब.प्र. हिचे मूळही ० ते १ च्या दरम्यान अपूर्णांकात असते. मात्र उत्पन्नवाढीबरोबर सीमांत बचतप्रवृत्तीचे मूल्य अधिक होत जाते.

marginal propensity to consume - (मा'ऽजिनल् प्रॅपे'न्सिटि टू/ट कन्स्यू'म्) **सीमांत उपभोग प्रवृत्ती** - राष्ट्रीय उत्पन्नातील वाढीमुळे लोकांच्या एकूण उपभोग खर्चात झालेली वाढ. सी.उ.प्र.= ही ० ते १ च्या दरम्यान अपूर्णांकात मिळते.

marginal rate of substitution - (मा'ऽजिनल् रेऽट् ऑव्ह् / अव्ह् सॅ'ब्स्टिट्यूशन्) **सीमान्त पर्यायिता दर** - दोन वस्तूंमधील अदलाबदलीचा दर. जेव्हा एका वस्तूचे प्रमाण वाढून दुसऱ्या वस्तूचे प्रमाण घटते तेव्हा हा दर वाढणाऱ्या वस्तूस प्रतिकूल व घटणाऱ्या वस्तूस अनुकूल होत जातो.

marginal revenue - (मा'जिनल् रे'व्हिन्यू) **सीमान्त प्राप्ती** - सीमान्त नगाच्या विक्रीमुळे एकूण प्राप्तीत झालेली वाढ.

marginal revenue product - (मा'ऽजिनल् रे'व्हिन्यू प्रॉ'डक्ट्) **सीमांत प्राप्ती उत्पादन** - सीमांत वास्तव उत्पादनाचे पैशामध्ये काढलेले एकूण मूल्य. सीमान्त वास्तव उत्पादन (×) किंमत = सीमांत प्राप्ती उत्पादन.

marginal utility - (मा'ऽजिनल् यूटि'लिटि) **सीमांत उपयोगिता** - वस्तूच्या नगांच्या एकामागून एक याप्रमाणे वेळ न घालवता घेतलेल्या उपभोगामुळे प्रत्येक वेळी एकूण उपयोगितेमध्ये झालेला बदल.

market - (मा'किट्) **बाजार** - ग्राहक आणि विक्रेते यांच्यामधील विनिमयासाठी असलेले संपर्काचे माध्यम. ग्राहक आणि विक्रेता यांच्यामध्ये कोणत्याही माध्यमाद्वारे होणारा विनिमय.

market demand - (मा'ऽकिट् डिमा'ऽन्ड्) **बाजारातील मागणी** - विशिष्ट किंमत असताना व्यक्तिगत ग्राहकांच्या मागणी केलेल्या नगांची एकूण बेरीज.

market demand schedule - (मा'ऽकिट् डिमा'ऽन्ड् शे'ड्युल्) **बाजाराच्या एकूण मागणीची सूची** - वस्तूच्या किमतीतील बदलामुळे बाजारातील सर्व ग्राहकांच्या वस्तूच्या मागणीत होणारे बदल दर्शवणारे कोष्टक.

market division / separation - (मा'किट डिव्हि'झ्यन् / से'परे'ऽशन्) **बाजाराची विभागणी** - एका मोठ्या बाजाराचे अनेक छोट्या बाजारात केलेले विभाजन. त्यामध्ये एका विभागातील ग्राहक किंवा विक्रेते बाजाराच्या दुसऱ्या विभागात जाऊ शकत नाहीत. मूल्यभेद करण्यासाठी हे आवश्यक असते.

market economy - (मा'किट् इकॉ'नमि) **बाजाराधिष्ठित अर्थव्यवस्था** - सर्व आर्थिक निर्णय हे ज्या अर्थव्यवस्थेत बाजार यंत्रणेच्या किंवा किंमत यंत्रणेच्या मार्गदर्शनानुसार घेतले जातात अशी अर्थव्यवस्था.

market equilibrium / market clearing - (मा'ऽकिट् ई'क्विलि'ब्रिअम् / मा'ऽकिट् क्लि'अरिंग्) **बाजाराचा समतोल** - ज्या किमतीला बाजारातील एकूण मागणी आणि एकूण पुरवठा परस्परांना समान असतो. पुरवठा पडून राहत नाही किंवा बाजारांत टंचाईही होत नाही अशी परिस्थिती.

market for loanable funds - (मा'ऽकिट् फॉऽ/फऽ लोऽनेबल् फं'न्ड्) **कर्जयोग्य निधीचा बाजार** - कर्ज योग्य निधीचा पुरवठा करणाऱ्या बँका वा त्याप्रकारच्या अन्य संस्था व कर्जाची गरज असणारे ऋणको यांच्यामध्ये होणारी कर्जाची अल्पमुदतीसाठी होणारी देवाणघेवाण.

market oriented - (मा'ऽकिट् ऑ'ऽरिए'न्टेड) **बाजाराधिष्ठित** - बाजारावर अवलंबून असलेली, बाजारावर आधारलेली (अर्थव्यवस्था).

market place - (मा'ऽकिट् प्लेऽस्) **मंडई** - विनिमयाचे स्थानिक ठिकाण.

market price, spot price - (मा'ऽकिट् प्राइस्, स्पॉट्'प्राइस्) **बाजारभाव** - मागणीपुरवठ्यातील बदलांनुसार ठरणारी, वारंवार चढउतार होणारी किंमत.

market prices / short term prices - (मा'ऽकिट् प्राइसेस् / शॉऽट् टऽम् प्राइसेस्) **बाजारभाव** - रोजच्या रोज चढउतार होणाऱ्या किमती. अल्पकालीन किमती.

market research - (मा'किट् रिस'ऽच्) **बाजारसंशोधन** - वस्तूंच्या विक्रीच्या संदर्भातील पूर्वीची आकडेवारी, आधार माहिती, समस्या यांचे विश्लेषण करून त्यायोगे काढलेले शास्त्रशुद्ध निष्कर्ष. विक्रीव्यवस्थापन शास्त्रात त्यांचा उपयोग

करून घेतला जातो.

market structure - (मा'ऽकिट स्ट्र'क्चऽ) **बाजार संघटना** - उत्पादन संस्थांच्या दृष्टीने विचारात घेतले जाणारे बाजाराचे स्वरूप त्यात १. मागणीचे प्रमाण, २. प्रतिस्पर्धा उत्पादकांची संख्या, ३. वस्तूभेदाची शक्यता, ४. बाजारात होणाऱ्या प्रवेशातील अडथळे, ५. मागणीतील संभाव्य वाढ, ६. मागणीची किंमत लवचीकपणा अशा विविध घटकांचा विचार केला जातो. ग्राहकांची व विक्रेत्यांची संख्या, वस्तूचे स्वरूप, किंमत इ. घटकांवर अवलंबून असलेले बाजाराचे स्वरूप.

marketable surplus - (मा'ऽकिटबल् स'ऽप्लस्) **विक्रेय वाढावा** - बाजारात विक्रीसाठी येऊ शकणारे उत्पादन, कुटुंबाच्या उपभोगानंतर उरलेले (अतिरिक्त) उत्पादन.

marketing skill - (मा'किटिंग् स्किल्) **विक्री कौशल्य** - अधिकाधिक ग्राहक आकृष्ट करून घेण्याचे विक्रेत्याचे कौशल्य.

mathematical economics - (मॅ'थिमॅ'टिकल् इ'कनॉमिक्स्) **गणिती अर्थशास्त्र**- गणितातील विश्लेषणाची तंत्रे व पद्धती यांचा आर्थिक चलांबाबत अवलंब करून त्यामधील फलन संबंध, बैजिक समीकरणे व आलेख यांच्या साहाय्याने मांडणारे अर्थशास्त्र.

maturity - (मट्यु'अरिटि) **मुदतपूर्ती** - कालावधी पूर्ण होणे.

maximum efficiency of the firm - (मॅ'क्सिमम् इफि'शन्सि अव्ह् द फ'ऽम्) **खासगी क्षेत्रातील कमाल कार्यक्षमता** - जेव्हा सीमांत प्राप्ती व सीमांत खर्च समान होऊन नफा सर्वोच्च पातळीला पोहोचतो, अशी स्थिती.

maximum price - (मॅ'क्सिमम् प्राइस्) **कमाल किंमत निश्चिती** - महागाई रोखण्यासाठी सरकारने किंमत निश्चित करण्याचे अवलंबलेले धोरण. ही समतोल किमतीच्या खालच्या पातळीवर असते. यामुळे नियंत्रित वाटप पद्धतीचा अवलंब करावा लागतो.

measuring rod, unit of measurement - (मे'झ्यरिन्ग् रॉड्, यू'निट् अव्ह् मे'झ्यऽमन्ट्) **मापदंड** - मापनाचे एकक.

medium of exchange - (मी'डिअम् अव्ह् इक्स्चे'ऽन्ज्) **विनिमय माध्यम** - विनिमयासाठी वापरली जाणारी वस्तू उदा. पैसा, क्रेडिट कार्ड. इ.

memorandum and articles of association - (मेमॅ'न्डम् ॲन्ड् आ'टिक्ल अव्ह असो'ऽशिएऽशन्) **संस्थापन समयलेख** - संयुक्त भांडवली संस्थेच्या स्थापनेसाठी बनवण्यात आलेले घटनापत्रक आणि नियमावली.

mercantilism - (म'ऽकन्टाइलिसम्) **व्यापारवाद** - १५ ते १७ व्या शतकाच्या दरम्यान इंग्लंडमध्ये स्थापन झालेली, आर्थिक सामर्थ्य वाढविण्यासाठी व्यापारातून जास्तीत जास्त मौल्यवान धातू मिळविण्याचे समर्थन करणारी विचारसरणी.

merit goods - (मे'रिट् गुड्झ) **लाभप्रद वस्तू** - ज्यायोगे लोकांच्या कल्याणात भर पडेल, लोकांची कार्यक्षमता वाढेल, अशा वस्तू. सरकारने निर्माण करून जनतेला उत्पादन खर्चापेक्षा कमी किमतीला किंवा पूर्णपणे विनामूल्य पुरवलेल्या वस्तू उदा. शिक्षण, आरोग्य यासारख्या सामुदायिक उपभोगाच्या वस्तू.

microeconomics - (मा'इक्रोइ'कनॉ'मिक्स्) **अंशलक्षी अर्थशास्त्र** - अर्थशास्त्राची एक शाखा, ज्यामध्ये एकाच घटकाचा अभ्यास करून त्यासंदर्भात नियम मांडले जातात. उदा. एका ग्राहकाचे वर्तन. एका व्यवसायसंस्थेचा समतोल, एका बाजाराचे विश्लेषण, एका घटकाचा मोबदला याप्रमाणे. व्यष्टि अर्थशास्त्र, आंशिक अर्थशास्त्र.

mineral resources - (मि'नरल् रिसॉ'र्सस्) **खनिज संसाधने** - खाणीमधून प्राप्त होणारी भूगर्भातील संसाधने. लोहमृदा, खनिज तेल इ.

minimum price fixation - (मि'निमम् प्राइस् फिक्से'ऽशन्) **किंमत बांधून देणे** - मंदीच्या काळात किमतीतील घसरण रोखण्यासाठी सरकारने अवलंबलेले किमान किंमत निश्चितीचे धोरण. यापेक्षा कमी किंमत झाल्यास सरकार स्वत: किमान निर्धारित किमतीला वस्तू खरेदी करून घसरण थांबवते.

minimum reserve ratio - (मि'निमम् रिझ'ऽव्ह् रे'ऽशिओ) **किमान राखीव निधीचे गुणोत्तर** - चलन निर्मिती करण्यासाठी मध्यवर्ती बँकेने सोने, विदेशी चलन, कर्जरोखे वगैरे मत्तांचा आपल्या जवळ बाळगलेला किमान राखीव निधी. चलन प्रमाण वाढवताना हा निधी वाढला तरच गुणोत्तर कायम राहते.

minimum sacrifice - (मि'निमम् सॅ'क्रिफाइस्) **किमान त्याग** - सर्वांचाच त्याग किमान व्हावा अशी कर आकारणी.

minor irrigation - (मा'इनऽ इ'रिगे'ऽशन्) **लघुपाटबंधारे** - मर्यादित ओलिताखाली येणारे नदी किंवा ओढ्यांवरील बांध.

misappropriation - (मि'सप्रो'ऽप्रिएऽशन्) **अफरातफर** - पैशाच्या संदर्भातील केलेला गैरव्यवहार.

miscelleneous - (मि'सिले'ऽनिअस्) **संकीर्ण** - किरकोळ.

mixed command economy - (मिक्स्ड् कमा'ऽन्ड् ईकॉ'नमि) **मिश्र आदेशाधिष्ठित अर्थव्यवस्था** - ज्या समाजवादी अर्थव्यवस्थेत काही प्रमाणात बाजारयंत्रणा स्वीकारली जाते, अशी अर्थव्यवस्था.

mixed economy - (मिक्स्ड् ईकॉ'नमि) **मिश्र अर्थव्यवस्था** - खासगी आणि सार्वजनिक क्षेत्र अशी दोन्ही क्षेत्रे अस्तित्वात असणारी व बाजारयंत्रणा व आर्थिक नियोजनाचा अवलंब करणारी अर्थव्यवस्था.

mixed market economy - (मिक्स्ड् मा'ऽकिट् ईकॉ'नमि) **मिश्र बाजाराधिष्ठित अर्थव्यवस्था** - ज्या भांडवलशाही अर्थव्यवस्थेत काही प्रमाणात सरकारी हस्तक्षेपाचा अवलंब केला जातो, अशी अर्थव्यवस्था.

mobility of capital - (मो'ऽबिलिटि अव्ह् कॅ'पिटल्) **भांडवलाची गतिक्षमता-** एका व्यवसायातून दुसऱ्या व्यवसायात, एका ठिकाणाहून दुसऱ्या इतरत्र, एका देशातून दुसऱ्या देशात होणारे भांडवलाचे स्थलांतर.

mobility of labour - (मो'ऽबिलिटि अव्ह् ले'ऽबऽ) **श्रमाची गतिक्षमता-** एका प्रदेशातून दुसऱ्या प्रदेशात किंवा एका व्यवसाय क्षेत्रातून दुसऱ्या व्यवसायक्षेत्रात जाण्याची श्रमिकांची शारीरिक व मानसिक पात्रता.

model rules - (मॉ'ड्ल् रुल्स्) **नमुनेवजा नियमावली** - संस्थाना स्वत:चे नियम व घटना बनवणे सोयीचे व्हावे यासाठी बनवलेली आदर्श नियमावली.

Monetary & Credit Policy - (मॅ'निटरि ॲन्ड् क्रे'डिट् पॉ'लिसि) **मौद्रिक, नाणे व पत धोरण** - मध्यवर्ती बँकेला एकूण चलनाचा पुरवठा, बँकांनी कर्जरूपात तयार करायचा कृत्रिम पैसा, परकीय पैशाचा ओघ आणि व्याजदर या चार गोष्टींवर नियंत्रण ठेवावे लागते व त्या संदर्भात एक नीती निश्चित करावी लागते. सामान्यत: अशा नीतीला मुद्रा-चलन-नाणे व पतधोरण म्हणता येईल. थोडक्यात, मध्यवर्ती बँक काही उपाय योजून अर्थव्यवस्थेतील प्रत्यक्ष चलन आणि उपभोक्ते, शेतकरी व उद्योजक यांच्यासाठीचा पत पैसा नियंत्रित करते. हे उपाय ज्या धोरणाद्वारे जाहीर केले जातात, त्या धोरणाला मौद्रिक व पतधोरण म्हणतात.

पैशाची उपलब्धता हा जसा मुद्रा-धोरणाचा एक पैलू आहे तसा दुसरा पैलू म्हणजे मुद्रा बाजाराची संरचना ! मुद्रा बाजारात कार्यरत असणारे विविध घटक, पैसा उभारणीचे वेगवेगळे प्रकार व त्यासाठीचे स्वातंत्र्य इत्यादी बाबी मुद्रा बाजाराच्या संरचनेत येतात. नाणे व पत धोरणाने याबाबतही दिशा निश्चित केली जाते.

१. बँक दर (Bank Rate) - अर्थव्यवस्थेतील एकूण पतपैसा किती असावा, तो वाढविण्यासाठी प्रोत्साहन द्यावे की तो कमी करण्याची व्यवस्था करावी, यासाठी रिझर्व्ह बँकेच्या नाणे व पत धोरणातील एक उपाय म्हणजे बँक दर !

एखादी व्यक्ती, भागीदारी फर्म, कंपनी वगैरे ज्याप्रमाणे बँकांकडून/वित्तीय संस्थांकडून कर्ज घेते त्याचप्रमाणे बँका व वित्तीय संस्थाही रिझर्व्ह बँकेकडून कर्ज घेतात.

बँकांना व वित्त संस्थांना रिझर्व्ह बँक ज्या व्याजदराने वित्तपुरवठा करते त्याला बँक दर असे म्हणतात.

पूर्वी RBI बँक दराची व्याख्या (Annual Report on Currency & Finance of RBI मध्ये) अशी करीत असे, "RBI कायद्यानुसार खरेदीस पात्र असलेल्या विपत्र व अन्य वाणिज्य पत्रांची खरेदी किंवा पुनर्वटवणी ज्या प्रमाण दराने करते त्याला बँक दर म्हणतात."

२. खुल्या बाजारातील व्यवहार (Open Market Operations) - अर्थव्यवस्थेतील पैसा नियंत्रित करण्यासाठी पत धोरणात वापरले जाणारे आणखी एक साधन म्हणजे खुल्या बाजारातील व्यवहार !

मध्यवर्ती बँक सरकारी कर्जरोखे बाजारात विकते किंवा बाजारातून विकत घेते, यास खुल्या बाजारातील व्यवहार म्हणतात. बँका व वित्तीय संस्था अशी कर्जरोखे RBI कडून घेतात किंवा RBI ला विकतात. जेव्हा मध्यवर्ती बँक सरकारी कर्जरोखे बाजारात विकते, तेव्हा कर्जरोखे देऊन RBI पैसा जमा करते. याचा परिणाम म्हणून बाजारातील (म्हणजेच बँका, वित्तसंस्था इ.) पैसा RBI कडे जातो. बँकांकडील रोखता कमी होते. पर्यायाने कर्ज देण्यासाठी (पतनिर्मितीसाठी) त्यांच्याकडे पैसा कमी उरतो आणि कर्जे कमी होतात. जनतेची क्रयशक्ती कमी होते, मागणी कमी होते आणि अंतिमत: भाववाढ रोखली जाते. या उलट जेव्हा RBI पूर्वी वितरित केलेले सरकारी कर्जरोखे बाजारातून खरेदी करू लागते, तेव्हा त्याच्या मोबदल्यात पैसा बाजारात देते, बँका व वित्तीय संस्थांकडे (कर्जरोखे जाऊन) रोखता वाढते, कर्जे देण्यासाठी अधिक पैसा (Loanable funds) उपलब्ध होतो, कर्जे वाढली की जनतेची क्रयशक्ती वाढते, मागणी वाढते व मंदी दूर होण्यास मदत होते.

भारतातील क्षेत्रीय ग्रामीण बँका (Regional Rural Banks) सोडून सर्व अनुसूचित व्यापारी बँकांना (Scheduled Commmercial Banks) RBI कडे विशिष्ट रक्कम रोख स्वरूपात ठेवावी लागते. त्या निधीस CRR असे म्हणतात. अशी ठेव ठेवणे हे कायद्याने बंधनकारक आहे. प्रत्येक बँकेच्या मागणी व मुदत ठेवीं (Demand and Time Liabilities) च्या विशिष्ट प्रमाणात हा निधी RBI निश्चित करते. दर पंधरवड्याला बँका एक अहवाल RBI ला देत असतात. त्यात नमूद केलेल्या ठेवींच्या रकमेवर CRR ठरविली जाते. RBI कडे ठेवलेल्या या रकमेवर बँकांना RBI व्याज देते.

३. वैधानिक रोखता प्रमाण (SLR) - बँकांकडे जमा झालेल्या ठेवींपैकी काही भाग सरकारी कर्जरोख्यात गुंतविण्याचे कायदेशीर बंधन बँकांवर आहे. यात पत नियंत्रणाबरोबरच ठेवीदारांची सुरक्षा हाही उद्देश आहे. क्षेत्रीय ग्रामीण बँका वगळता सर्व

अनुसूचित व्यापारी बँकांनी आपल्या मागणीच्या व मुदत ठेवींच्या विशिष्ट प्रमाणात निर्दिष्ट वित्तीय मालमत्तेत (Specified Financial Assets) गुंतवणूक करणे आवश्यक आहे. ट्रेझरी बिल्स, शासकीय कर्जरोखे इ. चा समावेश निर्दिष्ट वित्तीय मालमत्तेत होतो. निर्दिष्ट वित्तीय मालमत्तेत किती प्रमाणात ठेवी गुंतवायच्या त्या प्रमाणास वैधानिक रोखता प्रमाण म्हणतात.

हे प्रमाण कमी-जास्त करून RBI बँकांकडील कर्ज देण्यासाठी उपलब्ध असलेल्या पैशात बदल करते. हे गुणोत्तर वाढविले तर बँकांना सरकारी कर्जरोख्यात जास्त गुंतवणूक करावी लागते व त्यांच्याकडे कर्ज देण्यासाठी कमी पैसा शिल्लक राहतो. थोडक्यात, जेवढी रक्कम सरकारी रोख्यात गुंतविली जाते तितकीच इतर क्षेत्रांची कर्जे कमी होतात, म्हणजेच बँकांची तेवढी पतनिर्मिती कमी होते व बाजारातील पैसा कमी होतो. तो सरकारकडे जातो.

monetary base - (मॅ'निटरि बेऽस्) **चलनाचा पाया** - मध्यवर्ती बँकेने प्रसारात आणलेली नाणी आणि कागदी चलन.

monetary policy - (मॅ'निटरि पॉ'लिसि) **चलननीती** - मध्यवर्ती बँकेच्या संख्यात्मक व गुणात्मक साधनांचा अवलंब करून देशातील एकूण चलन आणि पतपुरवठा यांवर नियंत्रण ठेवण्याचे धोरण.

monetisation - (मॅ'नेटाइझेशन्) **द्रव्यीकरण** - वस्तुविनिमयाऐवजी अर्थव्यवस्थेत पैशाचा वापर होणे.

monetarists - (मॅ'निटॅरिस्ट्) **चलनवादी** - तेजीमंदी नियंत्रणासाठी द्रव्यनीतीचा पुरस्कार करणारे मिल्टन फ्रीडमन यांच्या संप्रदायातील विचारवंत.

money - (मॅ'नि) **पैसा** - अप्रत्यक्ष विनिमयाचे माध्यम. मुद्रा, धन.

money illusion - (मॅ'नि इल्यू'झ्यन्) **पैशाविषयीचा भ्रम** - पैशाचे स्वत:चे मूल्य स्थिर असून भविष्यकाळातही ते स्थिर असते, अशी जनतेची भ्रामक समजूत. पैशातील मिळकत वाढली व किंमत पातळी त्यापेक्षा अधिक वाढली तर पैशाचे मूल्य कमी होते हे लोक ध्यानात घेत नाहीत.

money lender - (मॅ'निले'न्डऽ) **सावकार** - गरजूंना तारणयुक्त किंवा विनातारण कर्ज देणारा व्यावसायिक.

money market - (मॅ'नि मा'किट्) **नाणेबाजार** - अल्पमुदतीपर्यंतच्या कर्जाच्या देवाणघेवाणीचे हुंड्याच्या वटवणुकीचे व्यवहार करणाऱ्या सर्व धनको आणि ऋणको यांच्या संदर्भातील सामूहिक संज्ञा.

money multiplier - (मॅ'नि मॅ'ल्टिप्लाअर) **चलनगुणक** - मध्यवर्ती बँकेने चलन निर्माण करून प्रसारात आणल्यानंतर एकूण चलन पुरवठ्यात होणाऱ्या वाढीचे मूल्य दर्शवणारा. (चलन पुरवठ्यातील बदल/चलन निर्मितीतील बदल.)

monopolistic competition - (मनॉ'पलिस्टिक् कॉ'म्पिटि'शन्) **मक्तेदारीयुक्त स्पर्धा** - प्रा. चेंबरलिन यांनी मांडलेली संकल्पना. बाजारात एकाच वेळी मक्तेदारी आणि स्पर्धा यांचे अस्तित्व.

monopoly - (मनॉ'पलि) **मक्तेदारी** - असंख्य ग्राहक असून बाजारात एकच विक्रेता असणारा बाजार. या बाजारात व्यवसायसंस्था हाच उद्योग असतो.

monopsony - (मोनो'प्सॉनी) **ग्राहकाची मक्तेदारी** - असंख्य विक्रेते असून बाजारात जेव्हा एकच ग्राहक असतो, असा बाजार.

movable property - (मू'व्हबल् प्रॉ'पटि) **जंगम संपत्ती** - स्थलांतर होऊ शकणारी मत्ता.

multilateral trade - (मॅ'ल्टिलॅ'ट्रल् ट्रेऽड्) **बहुमुखी व्यापार** - केवळ मोजक्याच देशांबरोबर आयात-निर्यात न करता सर्व देशांनी जगातील सर्व देशांबरोबर केलेला व्यापार.

multinational corporation - (मॅ'ल्टिनॅ'शनल् कॉ'ऽपरे'ऽशन्) **बहुराष्ट्रीय कंपनी**- एका देशात स्थापन झालेली व जगातील अनेक देशात आपली उत्पादन केंद्रे, उप कंपन्या, इ. स्थापन करणारी कंपनी.

multiple taxation - (मॅ'ल्टिपल टॅक्से'ऽशन्) **बहुविध करआकारणी** - अनेक प्रकारच्या बाबींवर होणारी करांची आकारणी.

multiple taxes (मॅ'ल्टिपल् टॅक्सेस्) **बहुमुखीकर** - अनेक बाबींवर आकारले जाणारे कर.

multiplier - (मॅ'ल्टिप्लायर) **गुणक** - एकूण मूल्यास प्रारंभिक मूल्याने भागिल्यास मिळणारे मूल्य.

multipurpose - (मॅ'ल्टिप'ऽपस्) **बहुद्देशी** - अनेक हेतू समोर ठेवून होणारी निर्मिती.

■

N

narrow definition of money - (नॅ'रोऽ डे'फिनि'शन् अव्ह् मॅ'नि) **पैशांची संकुचित व्याख्या** - देशामधील एकूण रोख पैसा (M1) आणि बँकातील मागणी ठेवी यांचे असलेले एकूण प्रमाण (M2) म्हणजे पैसा.

national debt - (नॅ'शनल् डेट्) **राष्ट्रीय कर्ज** - देशाने अंतर्गत आणि बाह्यस्रोत यांद्वारे उभारलेले एकूण कर्ज.

national extension services - (नॅ'शनल् इक्स्टे'न्शन् स'ऽव्हिसेस) **राष्ट्रीय विस्तार सेवा** - शेतकऱ्यांना शेती व्यवसायासाठी मार्गदर्शन करणारी केंद्रसरकारने १९५२ पासून सुरू केलेली योजना.

national income - (नॅ'शनल् इ'न्कम्) **राष्ट्रीय उत्पन्न** - एका वर्षाच्या कालावधीतील देशात निर्माण झालेल्या वस्तूंची आणि सेवांची दुहेरी मोजणी टाळून बाजारभावाने काढलेले एकूण मूल्य.

national income at current prices - (नॅ'शनल् इ'न्कम् ॲट् क'रन्ट् प्राईसेस्) **चालू किमतीनुसार राष्ट्रीय उत्पन्न** - त्या वर्षातील किमतीनुसार राष्ट्रीय उत्पन्नाचे काढलेले एकूण मूल्य.

national income at fixed prices - (नॅ'शनल् इ'न्कम् ॲट फिक्स्ट् प्राइसेस्) **स्थिर किमतीनुसार राष्ट्रीय उत्पन्न** - विशिष्ट आधारवर्षाच्या किंमती पुढील सर्व वर्षात कायम आहेत असे गृहीत धरून काढलेले राष्ट्रीय उत्पन्नाचे एकूण मूल्य.

national wastage - (नॅ'शनल् वे'ऽस्टिज्) **राष्ट्रीय उधळपट्टी** - राष्ट्रीय पातळीवर होणारी साधनसामग्रीची उधळपट्टी, अनावश्यक खर्च, वाया गेलेला खर्च.

nationalisation - (नॅशनलायझेशन) **राष्ट्रीयीकरण** - खासगी क्षेत्रातील व्यवसाय सरकारने आपल्या मालकीचा बनवणे.

natural monopoly - (नॅ'चरल् मनॉ'पलि) **नैसर्गिक मक्तेदारी** - संपूर्ण जगात फक्त एकाच किंवा मोजक्याच देशात शक्य होणारे उत्पादन उदा. खनिज तेल- मध्यपूर्वेतील देश. हिरे - दक्षिण आफ्रिका इ.

natural resourses / natural endowment - (नॅ'चरल् रिसॉऽसेस् / नॅ'चरल् इन्डा'उमन्ट्) **भूमी** - जमीन, हवामान, पाऊस इ. निसर्गाकडून मिळालेल्या विनामूल्य देणग्या. नैसर्गिक साधनसामग्री, नैसर्गिक संसाधने.

near money - (निअऽ मॅ'नि) **पैशाचे नजीकचे पर्याय** - चेक्स, अल्पमुदती इ. रोख पैसा सोडून रोखतेत विनादंड तत्काळ रूपांतरित होऊ शकणारी विविध प्रकारची मत्ता.

necessities, primary wants - (निसे'सिटिझ्, प्रा'इमरि वॉऽन्ट्स्) **आवश्यक गरजा** - मानवी जीवनासाठी अपरिहार्य असणाऱ्या अन्न, वस्त्र, निवारा यासारख्या गरजा.

negative tax - (ने'गटिव्ह् टॅक्स्) **ऋणकर** - सरकारकडून मिळणारी अनुदाने, साहाय्य इ. लोक कर हा सरकारला देतात तर अनुदाने सरकारकडूनच मिळतात. म्हणून त्याचे वर्णन ऋणकर असे केले जाते.

net balance - (नेट् बॅ'लन्स्) **शिल्लक** - सर्व वजावट करून राहिलेले निव्वळ.

net investment - (नेट् इन्व्हे'स्ट्मन्ट्) **निव्वळ गुंतवणूक** - एकूण गुंतवणूक - घसारा = निव्वळ गुंतवणूक.

net national product, national income - (नेट् नॅ'शनल् प्रॉ'डक्ट्, नॅ'शनल् इ'न्कम्) **निव्वळ राष्ट्रीय उत्पादन** - एकूण राष्ट्रीय उत्पादनातून घसारा वगळल्यास मिळणारा उत्पाद म्हणजेच राष्ट्रीय उत्पन्न.

net present value of an investment - (नेट् प्रे'झन्ट् व्हॅ'ल्यू अव्ह् ॲन् / अन् इन्व्हे'स्ट्मन्ट्) **गुंतवणुकीचे आजचे निव्वळ मूल्य** - गुंतवणुकीपासून मिळणाऱ्या संभाव्य उत्पन्नातून प्रचलित व्याजदरानुसार वजा केलेली रक्कम आणि अन्य खर्च.

neutral - (न्यू'ट्रल्) **तटस्थ** - अलिप्त, नि:पक्षपाती, निष्क्रिय.

neutral money - (न्यू'ट्रल् मॅ'नि) **तटस्थ पैसा** - अर्थव्यवस्थेवर कोणतेही अनुकूल किंवा प्रतिकूल परिणाम न घडवणारा चलनपुरवठा.

nomination - (नॉ'मिने'ऽशन्) **नामनिर्देशन** - नाव नियुक्त करणे, पश्चात अधिकार देणे.

non bank financial intermediaries - (नॉन् बॅ'न्क् फिनॅ'न्शल् इ'न्टमी'डिअरिझ्)

बँकेतर मध्यस्थ वित्तसंस्था - व्यवसायक्षेत्रास अर्थसाहाय्य देणाऱ्या बँकेव्यतिरिक्त अन्य संस्था. वित्तमहामंडळे, विकास संस्था इ.

Non Banking Financial Companies NBFCs (नॉन् बॅ'न्क् फिनॅ'न्स् कं'म्पनिझ्)

बिगर बँकिंग वित्तीय संस्था, बँकेतर वित्तकंपन्या - कंपनीतत्त्वावर स्थापन झालेल्या बँकेव्यतिरिक्त अन्य संस्था- उदा. बजाज फायनान्स लि.

रिझर्व्ह बँक ऑफ इंडिया ॲक्टमधील कलम ४५(१) (एफ्) नुसार बिगर बँकिंग वित्तीय कंपनीची व्याख्या पुढीलप्रमाणे केली आहे.

१. वित्तीय संस्था जी भारतीय कंपनी कायदा १९५६ साली नोंदविलेली आहे.

२. बँकेतर संस्था जी कंपनी कायद्याखाली नोंदविलेली आहे आणि जिचा मुख्य धंदा विविध योजनांद्वारे ठेवी स्वीकारणे किंवा कोणत्याही मार्गाने कर्ज देणे असा आहे.

३. याशिवाय इतर बिगर बँकिंग वित्तीय संस्था ज्या केंद्रशासनाच्या परवानगीने रिझर्व बँक ऑफिशियल गॅझेटमध्ये प्रसिद्ध केल्या आहेत.

लोकांकडून ठेवी स्वीकारल्यासंबंधीच्या रिझर्व बँकेच्या सूचनांनुसार फक्त खालील कंपन्यांना बँकेतर वित्तीय संस्था म्हणता येईल -

१. कर्ज देणारी कंपनी (Loan Co.)

२. गुंतवणूक करणारी कंपनी (Investment Co.)

३. हप्तेबंदीने वित्त पुरविणारी कंपनी (Hire Purchase Finance Co.)

४. उपकरणे लीजने देणारी कंपनी (Equipment Leasing Co.)

५. परस्पर फायद्याची वित्तीय कंपनी (Mutual Benefit Finance Co.)

सोप्या भाषेत, बिगर बँकिंग वित्तीय कंपनी म्हणजे कोणत्याही योजनेतून किंवा व्यवस्थेतून ठेवी गोळा करणे आणि कोणत्याही प्रकारची कर्जे देणे हा प्रमुख व्यवसाय असलेली कंपनी स्वरूपाची वित्तसंस्था ! वित्तपुरवठ्याचे काम करणाऱ्या बँकांव्यतिरिक्त इतर संस्थांना बँकेतर वित्तीय संस्था म्हणता येईल. या संस्था नाणेबाजारात व भांडवलबाजारात कार्यरत असतात. खासगी चिट फंड व निधी, मर्चंट बँका, लीजिंग कंपन्या, वाहने व गृह कर्ज देणाऱ्या कंपन्या या नाणेबाजारात काम करतात व त्यांच्यावर रिझर्व्ह बँकेचे नियंत्रण असते. विमा हमीदार (अंडररायटर), भारतीय आयुर्विमा महामंडळ, भारतीय सर्वसाधारण विमा महामंडळ, युनिट ट्रस्ट ऑफ इंडिया व इतर सहयोग निधी (Mutual Funds) अशा बँकेतर वित्तीय संस्था भांडवलबाजारात कार्यरत आहेत व त्या सेबीच्या नियंत्रणाखाली आहेत.

non competing groups - (नॉन् कम्पे'ऽटिन्ग् ग्रुप्स्) **स्पर्धाविरहित गट** - एकमेकांशी स्पर्धा नसलेले विविध लोकांचे समूह.

non plan expenditure - (नॉ'न् प्लॅन् इक्स्पे'न्डिचऽ) **योजनाबाह्य खर्च** - योजनातील कार्यक्रमाव्यतिरिक्त इतर कारणांसाठी होणारा खर्च.

non price competition - (नॉन् प्राइस् कॉ'म्पिटि'शन्) **बिगर किंमत स्पर्धा**- जेव्हा किंमत उतरवता येत नाही तेव्हा व्यावसायिक अन्य प्रकारे स्पर्धा करून ग्राहक आकृष्ट करून घेतात उदा. विनामूल्य घरपोच सेवा, विक्रीपश्चात विनामूल्य दुरुस्ती इ.

non recurring expenditure - (नॉ'न् रिक'ऽरिंग इक्स्पे'न्डिचऽ) **एकदाच होणारा खर्च** - प्रकल्प पूर्ण झाल्यानंतर जो खर्च करावा लागत नाही असा खर्च, अनावर्ती खर्च.

non tax revenue - (नॉ'न् टॅक्स् रे'व्हिन्यू) **करेतर महसूल** - सरकारला कर वगळून अन्य मार्गांनीं होणारी प्राप्ती.

non-performing assets - (नॉन् पफॉ'मिन्ग् अॅ'सेट्स्) **अनुत्पादक मत्ता** - ज्यापासून कोणतीही प्राप्ती होऊ शकत नाही अशी संस्थेजवळील मत्ता. उदा. बुडीत कर्जे, दलदलीखालची जमीन इ.

normal goods - (नॉ'ऽर्मल् गुड्झ) **सामान्य वस्तू** - उत्पन्नवाढीबरोबर ज्यांच्या मागणीत वाढ होते किंवा मागणीचा उत्पन्न लवचीकताही धन असते, अशा वस्तू.

normal profit - (नॉ'ऽमल् प्रॉ'फिट्) **सामान्य नफा** - जो उत्पादन खर्चातच समाविष्ट केला जातो असा नफा. पूर्ण स्पर्धेतील किमतीत फक्त हाच नफा समाविष्ट असतो.

normative science - (नॉ'मेटिव्ह सा'इअन्स्) **आदर्शनिष्ठ शास्त्र** - मानवी मूल्यांनुसार चांगलेवाईट काय असावे/नसावे, धर्म, नीती, सौंदर्य वगैरेची चिकित्सा करणारे शास्त्र.

normative statement - (नॉऽमटिव्ह् स्टे'ऽट्मन्ट्) **आदर्शवादी विधान** - काय असावे किंवा काय नसावे अशा प्रकारे केले जाणारे विधान. ते वस्तुनिष्ठ नसून व्यक्तीव्यक्तीनुसार बदलू शकते. उदा. खरे बोलावे, मोठ्यांचा मान राखावा, चोरी करू नये, यांसारखी विधाने.

notice - (नो'ऽटिस्) **सूचना** - दखल - माहिती देणे.

null and void - (नल् अॅन्ड् व्हाइड्) **रद्दबातल** - निरुपयोगी झालेली, नाहीसा झालेला.

■

O

objective - (ऑब्जे'क्टिव्ह) **वस्तुनिष्ठ** - 'जसे आहे तसे' वर्णन.

obligatory - (ऑब्लि'गटरि) **बंधनकारक** - अपरिहार्य, आवश्यक.

obligopoly - (ऑब्लिगोपॉली) **अवलंबी अल्पजनाधिकार** - असा बाजार ज्यामध्ये गुंतवणूक, उत्पादन, विक्री व जाहिरात या संदर्भात उत्पादक हे एकमेकांवर अवलंबून राहतात.

obsolescence - (ऑ'ब्सले'सन्स्) **भांडवलाचा मूल्यनाश** - उत्पादन तंत्रात आमूलाग्र बदल झाल्याने किंवा एखाद्या वस्तूची मागणी पूर्णपणे थांबल्याने त्या वस्तूच्या उत्पादनासाठीचे किंवा आधीच्या उत्पादनतंत्रानुसार असलेले भांडवल (यंत्रसामग्री इ.) पूर्णपणे निकामी-निरुपयोगी होते.

obsolescence - (ऑब्सले'सन्स्) **सर्वनाश** - लुप्त होणे, नाहीसे होणे, नष्ट होणे.

occupant, occupier - (ऑ'क्युपन्ट्, ऑ'क्युपाइअ) **वहिवाटदार** - भोगवटा घेणारा, वहिवाटीचा अधिकार असलेला.

occupational mobility - (ऑ'क्युपे'ऽशनल् मो'ऽबिलिटि) **व्यावसायिक गतिक्षमता** - श्रमिकांची एका व्यवसायक्षेत्रातून दुसऱ्या व्यवसायक्षेत्रात जाण्याची पात्रता.

occupational mobility - (ऑ'क्युपेऽशनल् मो'ऽबिलिटि) **व्यावसायिक गतिक्षमता**- एका व्यवसायातून दुसऱ्या व्यवसायात जाण्याची किंवा एका प्रकारचे काम सोडून दुसऱ्या प्रकारचे काम करण्याची श्रमिकांची पात्रता.

octroi - (ऑ'क्ट्रवाऽ) **स्थानिक जकात** - स्थानिक स्वराज्य संस्थेने गावात विक्रीसाठी आणलेल्या मालावर आकारलेला कर.

oil bonds - **ऑईल बॉण्ड्स** - सार्वजनिक क्षेत्रातील तेल कंपन्यांना केरोसीन आणि घरगुती वापराचा गॅस अशा पेट्रोलियम पदार्थांच्या किमती कॉस्टपेक्षा कमी ठेवल्यामुळे

होणारा तोटा अंशत: भरून काढण्यासाठी ऑईल बॉण्ड्स दिले जातात. कमी किमतीमुळे येणारी काही तूट शासन अर्थसंकल्पात सबसिडीची तरतूद करून सहन करते; परंतु तरीही काही तोटा कंपन्यांना शिल्लक राहतो. संसदेची संमती घेऊन शासन त्या उर्वरित तोट्यासाठी तेल कंपन्यांना विशेष रोखे देतात. त्यावर निश्चित दराने व्याज देण्यासाठी केंद्रशासन बद्ध असते व त्याची परतफेड विशिष्ट वर्षांच्या मुदतीनंतर निश्चित केलेली असते. उदा. '७% ऑईल बॉण्ड्स २०१२' म्हणजेच २०१२ साली परतफेड करायचे. ७% व्याजदर असलेले बॉण्ड्स ! असे बॉण्ड्स केंद्रशासन ऑईल कंपन्यांना देतात. थोडक्यात, कंपन्यांचा तोटा आज रोखीने भरून देण्याऐवजी केंद्रसरकार त्यांना बॉण्ड्स देऊन पैसे देणे काही वर्षे लांबविते.

oligopoly - (ऑलिगोपॉली) **अल्पजनाधिकार** - असंख्य ग्राहक व अत्यंत मर्यादित विक्रेते असून नवीन विक्रेत्याच्या बाजारातील प्रवेशात अडथळे असलेला बाजार.

oligopsony - (ऑलिगॉप्सॉनी) **ग्राहकाचा अल्पजनाधिकार** - असंख्य विक्रेते आणि अत्यंत मर्यादित ग्राहक असलेला बाजार.

open door policy - (ओ'पन् डॉर् पॉ'लिसि) **मुक्तद्वारधोरण** - विदेशातून होणाऱ्या आयातीवर किंवा येणाऱ्या भांडवलाला मुक्तपणे निर्बंध न घालता प्रवेश देणे.

open economy - (ओ'ऽपन् ईकॉ'नमि) **खुली अर्थव्यवस्था** - देशाची संपूर्ण जगाशी संपर्क असलेली, व्यापाराची आणि भांडवलाची मुक्तपणे आयातनिर्यात होत असलेली अर्थव्यवस्था.

open market operations - (ओ'ऽपन् मा'ऽकिट् ऑ'परे'ऽशन्) **खुल्या बाजारातील खरेदीविक्री** - संख्यात्मक पतनियंत्रणाच्या हेतूने मध्यवर्ती बँकेने भांडवल बाजारात केलेले सरकारी रोख्यांच्या खरेदीविक्रीचे व्यवहार.

operational research - (ऑ'परे'ऽशनल् रिस'र्च्) **व्यवहार संशोधन** - गणिताच्या व संख्याशास्त्राच्या मदतीने व्यवसायापुढील समस्या सोडविण्याचे तंत्र.

opportunity cost - (ऑ'पट्यू'निटि कॉऽस्ट्) **संधित्याग खर्च** - एका पर्यायाची निवड केल्यानंतर, नजीकचा पर्याय न निवडल्याने त्यापासून जो लाभ मिळाला असता तो गमावलेला लाभ 'संधित्याग खर्च म्हणजे गमावलेली संधी.'

optimum firm - (ऑ'प्टिमम् फ'म) **पर्याप्त उत्पादन संस्था** - सरासरी उत्पादन खर्च हा किमान पातळीला असलेली उत्पादन संस्था.

order cheque - (ऑ'ऽडऽ चेक्) **आज्ञांकित धनादेश** - धनादेशावर नाव असलेल्या व्यक्तीला ओळख पटवून घेऊन पैसे द्यावेत असा खातेदाराने बँकेला दिलेला आदेश.

ordinal utility - (ऑ'डिनल् यूटि'लिटि) **समान, कमी, अधिक या शब्दांनी मांडली जाणारी उपयोगिता** - उपयोगितेचे मापन नाही, तर फक्त तुलना होते, अशी संकल्पना.

outstanding liability - (आउट्स्टॅ'न्डिंग ला'इअबि'लिटि) **थकीत देयरक्कम** - न फेडलेली देणे रक्कम.

outstation cheque - (आउट्स्टे'श्ऽन् चेक्) **परगावचा चेक** - दुसऱ्या गावामधील बँकांवरील चेक.

over - (ओ'ऽव्हऽ) **अत्याधिक** - अधिक, अतिरिक्त.

over capitalisation - (ओ'ऽव्हऽ कॅ'पिटला'इझेशन्) **अतिभांडवलीकरण** - भागभांडवलाची पुस्तकी किंमत ही प्रत्यक्ष मत्तेच्या किमतीपेक्षा अधिक होणे. व्यवसायातील आवश्यकतेपेक्षा अधिक झालेली भांडवल गुंतवणूक.

over draft - (ओ'ऽव्हऽड्राऽफ्ट्) **अधिकर्ष** - खात्यावरील रकमेपेक्षा अधिक रकमेचा केलेला वापर, बँकेने दिलेला कर्जाचा एक प्रकार.

■

package of policies - (पॅ'किज् अव्ह् पॉ'लिसिस्) **धोरणांचा समूह** - सरकारने विशिष्ट उद्दिष्ट साधण्यासाठी एकाच वेळी अवलंबलेली चलन, वित्त, शेती, व्यापार, उद्योग इ. संदर्भातील धोरणे.

packing - (पॅ'किंग्) **आच्छादन** - वस्तूवरील वेष्टण.

paradox of value - (पॅ'रडॉक्स् अ‍ॅव्ह् व्हॅ'ल्यू) **मूल्य विरोधाभास** - मौल्यवान धातूंसारख्या उपयोगिता मूल्य नसलेल्या वस्तूंचे बाजारातील मूल्य प्रचंड असते तर हवा पाण्यासारख्या उपयोगिता मूल्य प्रचंड असलेल्या वस्तूंना बाजारात मूल्य नसते असा विरोधाभास.

parallel economy - (पॅ'रलेल ईकॉ'नमि) **समांतर अर्थव्यवस्था** - बेकायदेशीर आर्थिक व्यवहारांवर आधारित अर्थव्यवस्था.

paradox of thrift - (पॅ'रडॉक्स् अव्ह् थ्रिफ्ट) **बचतीचा विरोधाभास** - व्यक्तिगत दृष्टीने बचत ही इष्ट असली तरीही संपूर्ण अर्थव्यवस्थेत सर्वांनीच बचत वाढवल्याने उपभोगावरील खर्च पुरेसा न वाढल्याने मंदीचे संकट येते. असा विरोधाभास बचत हा व्यक्तिगत सद्‌गुण परंतु सामाजिकदृष्ट्या दुर्गुण.

Pareto's optimal production and distribution - (परेटो'ज ऑ'प्टिमल् प्रड'क्शन् अ‍ॅन्ड् डि'स्ट्रिब्यूशन्) **परेटोप्रणित पर्याप्त उत्पादन आणि विभाजन** - ज्यायोगे कोणाचेही नुकसान न होता उत्पादनात वाढ होऊन काही घटकांना राष्ट्रीय उत्पन्नाच्या पूर्वीच्याच पातळीला राहून काही घटक समाधानाच्या वरच्या पातळीला जातात अशी स्थिती. विलफ्रेडो पेरेटो हे इटालिअन अर्थशास्त्रज्ञ होते.

part time appointment - (पाऽट् टाइम् अपॉ'इन्टमन्ट) **अंशकालीन नियुक्ती**- संपूर्ण दिवसासाठी रोजगार व प्रत्येक दिवशी जास्तीत जास्त चार तासांच्या कामासाठी केलेली नियुक्ती.

partial derivative - (पा'ऽशल् डिरि'व्हटिव्ह) **आंशिक अनुमान** - अनेक स्वतंत्र चलांचा अवलंबित चलावर परिणाम होत असतो. तथापि एका वेळी बाकीचे चल हे स्थिर असल्याच्या गृहितावर आधारलेला एकाच अवलंबित चलावरील परिणामाबाबतचा निष्कर्ष.

partial equilibrium - (पा'ऽशल् ई'क्विलि'ब्रिअम) **आंशिक समतोल** - मर्यादित आर्थिक क्षेत्रापुरता निर्माण झालेला समतोल.

Participatary Notes - P Notes (PNs) सहभाग पत्र

गेल्या दशकापासून भारतीय अर्थव्यवस्थेकडे अनेक आंतरराष्ट्रीय गुंतवणूकदार आकर्षित झाले आहेत. येथील काही कंपन्यांच्या कामगिरीवर ते भाळले आहेत. त्यांचे शेअर्स भरपूर लाभ देणारे आहेत, अशी त्यांची खात्री पटल्यामुळे त्यात गुंतवणूक करण्यास ते उत्सुक आहेत. परंतु सेबीकडे नोंदणी केल्याशिवाय येथे गुंतवणूक करता येत नाही. अशा कायदेशीर अडचणीमुळे ज्या संस्थांना कोणत्या ना कोणत्या कारणाने सेबीकडे नोंदणी करायची नाही, त्यांनी PNs चा मार्ग वापरण्यास सुरुवात केली.

गुंतवणूकदार कोणत्या कंपनीचे किती शेअर्स घ्यायचे हे ठरवितात व सेबीकडे नोंदलेल्या FII शी अथवा FII मध्ये उपखाते असलेल्या मध्यस्थांशी संपर्क करून त्यांना ती गुंतवणूक करायला सांगतात. FII या सर्व शेअर्सचे व्यवहार जणू काही स्वत:साठी म्हणूनच करतात. शेअर्स स्वत:च्या नावाने स्वत:कडेच ठेवतात आणि विदेशी गुंतवणूकदारांना या शेअर्सच्या आधारे त्या किमतीची सहभाग पत्रे देतात. ते शेअर्स विदेशी गुंतवणूकदारांचे असल्याने स्वाभाविकपणे त्यावरील लाभांश आणि त्यांच्या विक्रीवर झालेला नफा FII त्या सहभाग पत्रधारकांना देतात.

FIIs कडे काही Sub accounts असतात म्हणजेच उप-खाती. अशा संस्था, ब्रोकर्स, एजंट्स ज्यांनी भारतात SEBI कडे नोंदणी केलेली नाही, ते FII च्या द्वारे गुंतवणूक करतात. Sub account Holders सुद्धा गुंतवणूकदारांकडून पैसा गोळा करतात व त्यांना सहभाग पत्र देऊ शकतात. थोडक्यात, सहभाग पत्र FIIs प्रत्यक्षपणे देतात किंवा FII मध्ये उप-खाती असणाऱ्या संस्थाही त्यांच्या गुंतवणूकदारांना सहभाग पत्र देऊ शकतात.

सहभाग पत्र धारकांची नावे जाहीर करण्याचे कायदेशीर बंधन FII वर नाही. ही सहभवा पत्रे हस्तांतरणीय आहेत. तसेच गुंतवणूकदाराच्या इच्छेनुसार FII ने त्यांचा परतावाही (Redemption) करायचा असतो.

partnership - (पा'ऽट्नऽशिप्) **भागीदारी** - अमर्यादित दायित्वाच्या अटीवर दोन किंवा त्याहून अधिक व्यक्तींची मालकी असलेला व्यवसाय. दोन किंवा अधिक व्यक्तींनी एकत्र येऊन चालवलेला व्यवसाय.

Pay Commission - (पेऽकमि'शन्) **वेतन-आयोग** - केंद्रशासनाच्या कर्मचाऱ्यांचे पगार ठरविण्यासंबंधीची एक प्रशासकीय व्यवस्था किंवा यंत्रणा म्हणजे वेतन-आयोग ! कर्मचाऱ्यांना योग्य मोबदला आणि शासनास पेलेल असा वेतनाचा ढाचा ठरविण्याचे काम वेतन-आयोगाचे असते. कर्मचाऱ्यांचे पगार, भत्ते, निवृत्तीनंतरचे फायदे, नोकरीच्या शर्ती, पदोन्नती अशा विषयांचा अभ्यास करून शिफारस करणे वेतन-आयोगाकडून अपेक्षित असते. वास्तविक, कर्मचाऱ्यांना शासकीय सेवेत नियुक्त करतानाच या बाबी निश्चित केलेल्या असतात. शिवाय किंमत निर्देशांकावर आधारित महागाईभत्ता देण्यासंबंधी सूत्रही ठरविण्यात आलेले आहे. तरीही शासनाच्या विविध खात्यांतर्गत आणि खात्याखात्यांत काही विषमता आढळून येते. एकाच प्रकारचे काम करणारे; परंतु वेगवेगळी पदनामे असलेले कर्मचारी यांना भिन्न वेतनश्रेण्या लागू असतात. शासनाच्या कर्मचाऱ्यांच्या अनेक वेतनश्रेण्या निश्चित केल्या जातात. त्यामुळे निर्माण होणाऱ्या प्रश्नांवर तोडगा वेतन-आयोगाने काढणे अपेक्षित असते.

पंतप्रधान वेतन-आयोगाची स्थापना करतात. भारताच्या राज्यघटनेत यासंबंधी काही कलम नाही. वेतन-आयोग ही कायमची व्यवस्था नसते, तर एका विशिष्ट कालासाठी ही तात्पुरती रचना असते. जसे सहाव्या वेतन-आयोगाची मुदत १८ महिने आहे. या वेतन-आयोगामध्ये एक अध्यक्ष,(राज्यमंत्री दर्जाच, एक अंशकालीन सभासद आणि पूर्णकालीन सचिव (केंद्रशासनातील सचिव दर्जाचा) असे तीन सदस्य आहेत. तीनही सदस्य पंतप्रधानांनी नियुक्त करावयाचे आहेत. किती कालावधीनंतर वेतन-आयोग नेमावा, यासंबंधी मार्गदर्शक तत्त्व नसले तरी भारताचा आत्तापर्यंतचा अनुभव सांगतो की, साधारण दहा वर्षांनी आयोग नेमला जातो. वेतन आयोग केंद्रशासनाच्या कर्मचाऱ्यांसाठी वेतन शिफारशी करत असला तरी राज्य शासनांचे कर्मचारीही त्याच्या शिफारशी लागू व्हाव्यात म्हणून आग्रह धरतात, आंदोलने करतात. केंद्रशासनही राज्यांना तसे सुचवितात आणि अखेरीस त्यांनाही त्या शिफारशी लागू केल्या जातात हा आत्तापर्यंतचा अनुभव आहे.

payee - (पेऽई') **प्राप्तकर्ता** - पैसे घेणारी (मिळणारी) व्यक्ती.

pecuniary - (पिक्यू'निअरी) **द्रव्यासंबंधी** - पैशांच्या संदर्भातील.

pending - (पे'न्डिंग) **खोळंबलेले** - वेळेवर न झालेले प्रलंबित, साचलेले.

penetration price, enchanting price - (पे'निट्रेऽशन् प्राइस्, इन्चा'ऽन्टिग् प्राइस्) **भुरळ पाडणारी किंमत** - ग्राहकास खरेदीसाठी प्रवृत्त करणारी किंमत.

pension (पे'न्शन्) **निवृत्तीवेतन** - सेवेतून निवृत झालेला कर्मचाऱ्यास दरमहा नियमितपणाने मिळणारे वेतन.

percentage - (पसे'न्टिज्) **शतमान** - शेकडेवारी, टक्केवारी.

perfect competition - (पफे'क्ट् कॉ'म्पिटि'शन्) **पूर्णस्पर्धा** - असंख्य ग्राहक व विक्रेते, एकसारखी वस्तू, मुक्त प्रवेश, बाजाराचे संपूर्ण ज्ञान, स्वहित तत्परता आणि व्यक्तिगत ग्राहक किंवा विक्रेत्याचे नगण्य स्थान, अशी वैशिष्ट्ये असणारी स्पर्धा. एक आदर्श प्रतिमान.

perfect substitute - (पफे'क्ट् स'ब्स्टिट्युट्) **संपूर्ण पर्याय** - गरज भागविण्यासाठी असलेल्या अनेक वस्तू या परस्परांना कमी-अधिक प्रमाणात पर्यायी असतात. संपूर्ण पर्याय हा त्याच वस्तूचा तशाच प्रकारचा दुसरा नगच राहू शकतो.

perpetuity - (प'पिट्यु'इटि) **चिरस्थायी सातत्य** - कायमस्वरूपी असलेला नियमितपणा उदा. कायमस्वरूपी ठेवीपासून नियमितपणाने मिळणारी मासिक प्राप्ती.

phase, stage - (फेऽझ् स्टेऽज्) **अवस्था** - टप्पा.

Phillips Curve - (फिलिप्स कऽव्ह) **फिलिप्स वक्र** - वेतनदरातील बदल आणि बेरोजगारी यातील फलनसंबंध दर्शवणारा प्रा. ए. डब्लू फिलिप्स यांनी मांडलेला वक्र. सन १८६१ ते १९५७ या कालपद्धतीतील वेतनवाढीतून उद्भवलेली तेजी व चलनवाढ आणि श्रमिकांची बेरोजगारी यातील संबंध दर्शवताना हा वक्र मांडला.

physical - (फिझिकल्) **भौतिक** - वस्तुरूप, प्रत्यक्ष, वास्तव.

physical capital - (फि'झिकल् कॅ'पिटल्) **वास्तव भांडवल** - उत्पादनोपयोगी साधनसामग्री उदा. यंत्रे, कच्चा माल, इमारत इ.

physiocracy - (फि'झिऑ'क्रसि) **निसर्गवाद** - मध्ययुगात फ्रान्समधील निसर्गनियमांवर विश्वास असणारी एक आर्थिक विचारसरणी.

picketing - (पि'किटिन्ग्) **प्रवेशबंदी आंदोलन** - जेव्हा व्यवसाय संस्थेतील श्रमिक संस्थेच्याच दारात आंदोलन करून ग्राहकांना संस्थेत प्रवेश करू देत नाहीत. लोकांपुढे आपली गाऱ्हाणी मांडण्याचा मार्ग.

place utility - (प्लेऽस् यूटि'लिटि) **स्थळ उपयोगिता** - एका ठिकाणाहून दुसऱ्या ठिकाणी वस्तूचे स्थलांतर झाल्याने निर्माण झालेली उपयोगिता उदा. मधाची उपयोगिता जंगलापेक्षा शहरात अधिक.

plan expenditure - (प्लॅन् इक्स्पे'न्डिचऽ) **योजनेतील खर्च** - केंद्र किंवा राज्यांच्या योजनामधील कार्यक्रमावर होणारा खर्च.

plant / factory - (प्लाऽन्ट् / फॅ'क्टरि) **संयंत्र** - भूमी, श्रम आणि भांडवल असे तीनच घटक असणारे उत्पादनाचे ठिकाण, कारखाना. निर्णयाचा अधिकार फक्त व्यवसायसंस्थेला असतो.

plant factory - (प्लाऽन्ट् फॅ'क्टरि) **उत्पादन केंद्र** - आदानांच्या साहाय्याने वस्तू किंवा सेवा निर्माण करणारा कारखाना.

ploughing back of profit - (प्ला'इन्ग बॅक् अव्ह् प्रॉ'फिट्) **नफ्याची फेरगुंतवणूक** - नफ्याचा त्याच व्यवसायसंस्थेत भांडवल म्हणून होणारा वापर.

point elasticity - (पॉइन्ट् इलॅ'स्टिसिटि) **बिंदू लवचीकपणा** - अरेखीय फलन दर्शविणाऱ्या वक्रावरील बिंदूच्या ठिकाणी असलेले मागणी / पुरवठ्याच्या लवचीकपणाचे प्रमाण. त्या बिंदूच्या खालच्या बाजूच्या स्पर्शरेषेच्या उतारानुसार ते समजते.

policy - (पॉ'लिसि) **नीती** - सरकारी धोरण.

political economy - (पलि'टिकल् ईकॉ'नमि) **राजकीय अर्थव्यवस्था** - अर्थशास्त्राचे जुने नाव अर्थकारण व राजकारण हे परस्पर संबंधित घटक असल्याचा आशय.

poll tax - (पोल् टॅक्स्) **दरडोईकर** - अर्थव्यवस्थेतील प्रत्येक व्यक्तीवर आकारला जाणारा ठरावीक रकमेचा कर. त्यामध्ये करआकारणीची क्षमता, समानता, न्याय वगैरे कोणतेच निकष नसतात.

pollution - (पलू'शन्) **प्रदूषण** - हवा, पाणी, वातावरण इत्यादी अशुद्ध दूषित होणे.

polymetallism - (पॉ'लिमेटॅलिझम्) **बहुधातुचलन** - ॲल्युमिनियम, तांबे, पितळ, ब्रॉन्झ, चांदी, सोने इ. अनेक धातूंची कमी-जास्त मूल्यांची नाणी निर्माण करून प्रसारात आणणे.

population explosion - (पॉ'प्युले'ऽशन् इक्स्प्लो'ऽझ्यन) **लोकसंख्या प्रस्फोट** - लोकसंख्येत प्रत्येक वर्षी अधिकाधिक प्रमाणात वाढ होत जाणे.

portfolio balance - (पॉ'ऽट्फॉ'ऽलिओऽ बॅ'लन्स्) **ताळेबंद समतोल** - संस्थेची मत्ता आणि देयता यांचे ताळेबंदातील संतुलन.

positive statement - (पॉ'झिटिव्ह् स्टे'ऽट्मन्ट्) **वस्तुस्थिती निदर्शक विधान** - जे आहे किंवा जे नाही ते व्यक्त करणारे विधान. त्या संदर्भात मतभेदाला जागा नसते. शास्त्रीय विवेचनात अशा प्रकारची विधाने असतात.

potential growth - (पोऽटेन्शल् ग्रोथ्) **संभाव्य विकासक्षमता** - अर्थव्यवस्थेची भावी विकासाची क्षमता दर्शवणारा विकासाचा वार्षिक दर.

poverty - (पॉ'व्हटि) **दारिद्र्य** - किमान गरजाही भागू शकणार नाहीत इतके मर्यादित उत्पन्न असलेल्या कुटुंबाची परिस्थिती. गरिबी, अत्यल्प, उत्पन्नाची स्थिती.

poverty line - (पॉ'व्हटि लाइन्) **दारिद्र्यरेषा** - एक अशी उत्पन्न पातळी की ज्यापेक्षा कमी उत्पन्न असलेली कुटुंबे गरीब म्हणून ओळखली जातात.

poverty trap - (पॉ'व्हटि ट्रॅप्) **दारिद्र्याचा सापळा** - लोकांच्या दारिद्र्यामुळे बचत नाही. त्यामुळे गुंतवणूक होऊ शकत नाही व लोक दारिद्र्याच्या सापळ्यात तसेच अडकून राहतात.

power of attorney - (पा'उअ अव्ह् अट'ऽनि) **मुखत्यारनामा** - अधिकार प्रदान करणारा दस्तऐवज.

precaution - (प्रिकॉ'ऽशन्) **सावधानता** - जागरूकता.

predatory price - (प्रे'डटरि प्राइस्) **हकालपट्टी करणारी किंमत** - व्यवसायसंस्थेने आपल्या उत्पादनाची सरासरी खर्चाच्या खूपच खालच्या पातळीवर ठेवलेली किंमत त्यायोगे प्रतिस्पर्धी उत्पादकाची बाजारातून हकालपट्टी होते.

predetermined - (प्री'डिट'ऽमिन्) **पूर्वनिर्धारित** - पूर्वीच ठरवलेले, निश्चित केलेले.

preference - (प्रे'फरन्स्) **पसंती** - निवडणे, प्राधान्य देणे.

preferential trade agreements - (प्रे'फरे'न्शल् ट्रेऽड् अग्री'मन्टस्) **प्राधान्यीकृत व्यापारी करार** - दोन देशांमधील अशा प्रकारचे व्यापारी करार, ज्यायोगे त्या दोन देशांत खुलेपणाने व्यापार होऊ शकतो व इतर देशांबरोबरील व्यापाराबाबत निर्बंध, जाचक जकाती ठेवल्या जातात.

premature - (प्रे'मट्युअ / प्री'मट्युअ) **मुदतपूर्व** - अकाली, मुदत पूर्ण होण्याआधी.

present value approach to appraising investment - (प्रे'झन्ट् व्हॅल्यू अप्रो'च् टू अप्रे'झिंग् इन्व्हे'स्ट्मन्ट्) **गुंतवणुकीचे वर्तमानकालीन मूल्यांकन दृष्टिकोन** - गुंतवणुकीपासून मिळणाऱ्या भावी उत्पन्नाचे बट्टा कापून ठरवलेले आजचे मूल्य. त्यानुसार गुंतवणुकीची योग्यायोग्यता ठरवली जाते.

price - (प्राइस्) **किंमत** - वस्तू किंवा सेवा खरेदी करताना पैशात दिलेला मोबदला.

price and wages freezing policy - (प्राईस् ॲण्ड् वे'ऽजस् फ्री'झिन्ग् पॉ'लिसि) **किंमत आणि उत्पन्न गोठवण्याची नाती** - तेजीवर नियंत्रण ठेवण्यासाठी सरकारने अवलंबलेले किमतीवर नियंत्रण ठेवण्याचे तसेच काही काळांपुरती वेतनातील वाढ रोखून धरण्याचे धोरण.

price benchmark - (प्राईस् बेन्च्माऽक्) **किंमतवाढीचा टप्पा** - संस्था आपल्या उत्पादनाची किंमत वाढवताना खालच्या टप्प्यातून वरच्या टप्प्यात याप्रमाणे वाढवते.

price cap regulation, maximum price fixation - (प्राईस् कॅप् रे'ग्युले'ऽशन्, मॅक्सिमम् प्राईस् फिक्से'शन्) **कमाल किंमत नियंत्रण** - व्यवसायसंस्थेने जास्तीतजास्त किती किंमत आकारावी त्याबाबत घातलेले निर्बंध.

price consumption curve - (प्राईस् कन्सं'म् (प्)शन् कव्ह्) **किंमत उपभोग वक्र** - समवृत्तीवक्र विश्लेषणात दोन वस्तूंच्या गटातील एका वस्तूच्या किमतीतील बदलांचा उपभोक्त्याच्या समाधानावरील परिणाम दर्शवणारा वक्र.

price discrimination - (प्राईस् डिस्क्रि'मिने'शन्) **मूल्यभेद** - मक्तेदार उत्पादकाने एकाच वस्तूची वेगवेगळ्या ग्राहकांना आकारलेली वेगवेगळी किंमत.

price earning ratio - (प्राइस् अ'ऽनिंग्झ् रे'ऽशिओ) **किंमत लाभांश गुणोत्तर**- समभागांच्या बाजारातील किमतीच्या तुलनेत दिलेल्या वार्षिक लाभांशाचे पडणारे प्रमाण.

price elasticity of demand - (प्राईस् इलॅ'स्टिसिटि अव्ह् डिमा'न्ड्) **मागणीचा किंमत लवचिकपणा** - मागणीतील बदलास किमतीतील बदलाने भागल्यावर मिळणारे मूल्य.

price elasticity of supply - (प्राईस् इलॅ'स्टिसिटि अव्ह् सप्ला'इ) **पुरवठ्याचा किंमत लवचीकपणा** - पुरवठ्यातील बदलास किमतीतील बदलाने भागल्यावर मिळणारे मूल्य.

price mechanism - (प्राईस मे'कनिझम्) **किंमत यंत्रणा** - भांडवलशाही अर्थव्यवस्थेत ज्या यंत्रणेद्वारे सर्व आर्थिक निर्णय व्यक्तिगत पातळीवर घेतले जातात अशी किंमत निश्चिती यंत्रणा.

price rigidity - (प्राईस् रि'जिडीटी) **मूल्यताठरता** - बाजारातील किंमत दीर्घकाळातही स्थिर राहणे.

price spread - (प्राइस स्प्रेड्) **मूल्यतफावत** - ग्राहकांना आकारलेली किंमत आणि उत्पादनांत मिळणारी किंमत यातील फरक.

price taker - (प्राईस् टे'ऽकऽ) **किंमत स्वीकारणारा** - पूर्ण स्पर्धेतील व्यक्तिगत ग्राहक किंवा विक्रेता जो स्वत:च्या कृतीने किंमत बदलू शकत नाही. त्याला बाजारातील किंमत स्वीकारून त्यानुसार आपले निर्णय घ्यावे लागतात.

primary capital market - (प्रा'इमरि कॅ'पिट्ल् मा'किट्) **प्राथमिक रोखे / समभाग बाजार** - ज्या बाजारातून समभाग व रोखे हे गुंतवणूकदार खरेदी करतात व त्यांच्याकडून व्यवसायसंस्थेला समभाग / रोखे विक्रीतून भांडवल प्राप्त होते असा बाजार.

primary deficit - (प्रा'इमरि डे'फिसिट) **प्राथमिक तूट** - सरकारच्या कर्जामुळे अर्थसंकल्पात दर्शवलेली तूट म्हणजे वित्तीय तूट. त्यातून व्याजाची रक्कम वजा केल्यावर प्राथमिक तूट मिळते.

principle of comparative costs - (प्रि'न्सिपल अव्ह् कम्पॅ'रटिव्ह कॉऽस्ट) **तुलनात्मक खर्चाचे तत्त्व** - आंतरराष्ट्रीय व्यापाराचे कारण तुलनात्मक खर्चातील तफावत.

principle of maximum social advantage - (प्रि'न्सिपल् अव्ह् मॅ'क्सिमम् सो'ऽशल् ॲड्व्हा'न्टिज्) **महत्तम सामाजिक लाभतत्त्व** - समाजाचे जास्तीत जास्त हित साधण्याची सरकारची भूमिका.

priority, ordering - (प्राइऑ'रिटि, ऑऽडऽरिन्ग) **अग्रक्रम** - क्रमवारी लावणे. त्यानुसार सर्वाधिक महत्त्वाच्या गोष्टीला प्राधान्य देणे.

private limited company - (प्रा'इव्हिट् लि'मिटिड् कॅ'म्पनि) **खासगी मर्यादित कंपनी** - समभागधारकांची कमाल संख्या ४९ असलेली मर्यादित दायित्वाच्या तत्त्वानुसार स्थापन झालेली कंपनी.

procedure - (प्रसी'जऽ) **कार्यपद्धती** - अंमलबजावणीची पद्धती

procurement - (प्रक्यु'अमन्ट्) **सरकारी खरेदी** - राखीव साठा निर्मिती, वितरण इ. हेतूंनी सरकारने विकत घेतलेल्या वस्तू व सेवा.

producers goods, capital goods - (प्रसी'जऽ गुडझ्, कॅ'पिटल् गुडझ्) **भांडवली उत्पादने** - भविष्यकालीन उत्पादनासाठी भांडवल म्हणून वापरली जाणारी उत्पादने.

product differentiation - (प्रॉडक्ट् डि'फरे'न्शिएऽशन्) **वस्तुभेद** - उत्पादकाने प्रतिस्पर्धी उत्पादकांनी निर्माण केलेल्या पर्यायी उत्पादनांपेक्षा आपले उत्पादन हे वेगळे व अधिक चांगले निर्माण करणे.

product differentiation - (प्रॉ'डक्ट् डि'फरे'न्शिएऽशन्) **वस्तुभेद** - मक्तेदारीयुक्त स्पर्धेतील उत्पादकाने आपल्या वस्तूत प्रतिस्पर्धी उत्पादकांच्या तशाच वस्तूपेक्षा निर्माण केलेले वेगळेपण. परस्परांना नजीकचे पर्याय असणाऱ्या वस्तूंमध्ये प्रत्येक उत्पादकाने आपल्या वस्तूबाबत प्रस्थापित केलेले वेगळेपण.

production - (प्रडॅ'क्शन्) **उत्पादन** - उपयोगिता असणाऱ्या वस्तूंची निर्मिती. विविध आदानांचे प्रदानात केलेले रूपांतरण.

production function - (प्रडॅ'क्शन् फॅ'क्शन्) **उत्पादन फलन** - उत्पादन घटकांचे आदान व त्याचा परिणाम म्हणजे प्रदान किंवा उत्पादन यांमधील फलनासंबंधांची केलेली गणिती मांडणी.

production possibility curve isoquants - (प्रडॅ'क्शन् पॉ'सिबि'लिटि क'व्ह आइसो'क्वान्टस्) **उत्पादन शक्यता वक्र** - श्रम आणि भांडवल या बदलत्या घटकांच्या प्रमाणात बदल करून - एकाचे प्रमाण वाढवून व दुसऱ्याचे प्रमाण कमी करून जे विविध गट तयार होतात त्यांच्याद्वारे उत्पादनाचे एकच प्रमाण दर्शवणारा वक्र.

productive efficiency - (प्रडॅ'क्टिव्ह इफि'शन्सि) **उत्पादनाची कार्यक्षमता**- उपलब्ध असलेल्या साधनसामग्रीचा उत्कृष्ट प्रकारे वापर करून, उत्पादनाचा खर्च कमीतकमी होईल, अशा पद्धतीने करून गाठलेली उत्पादनाची कमाल पातळी.

productivity deal - (प्रॉ'डॅ'क्टि'व्हिटि डील्) **वेतन उत्पादन वाढीचा करार**- कामगारांचे वेतन वाढवताना, त्याबरोबरच कामगार त्या प्रमाणात उत्पादनही वाढवतील अशा अटीवर व्यवसायसंस्थेने कामगार संघटनेबरोबर केलेला करार.

productivity marginal theory - (प्रा'डॅ'क्टि'व्हिटि मा'ऽजिनल् थि'अरि) **सीमांत उत्पादकता सिद्धान्त**- विभाजनाच्या संदर्भात उत्पादनघटकांचा मोबदला त्यांच्या सीमांत उत्पादकतेनुसार ठरतो अशा आशयाचा सिद्धान्त.

profession - (प्रफे'शन्) **व्यवसाय** - उपजीविकेसाठी निवडलेला पेशा.

profit - (प्रॉ'फिट्) **नफा** - संघटकास व्यवसायाचे व्यवस्थापन / संघटन करणे आणि धोका पत्करणे या कार्याबद्दल मिळणारा मोबदला. एकूण प्राप्तीतून एकूण खर्च वजा केल्यास शिल्लक राहिलेली रक्कम. लाभ, फायदा, संघटकाच्या कार्याबद्दल मिळणारा मोबदला.

profit satisfying - (प्रॉ'फिट् सॅ'टिस्फाइन्ग) **योग्य / समाधानकारक नफा**- व्यवसायसंस्थेने अन्य उद्दिष्टांचा विचार करून नफ्याच्या संदर्भात कमाल नफ्याच्या ऐवजी ठरवलेले उद्दिष्ट.

profitability - (प्रॉ'फिट्'बिलिटि) **लाभप्रदता** - गुंतवणुकीपासून मिळणाऱ्या नफ्याचे प्रमाण.

progressive expenditure - (प्रग्रे'सिव्ह इक्स्पे'न्डिचऽ) **प्रगतिशील खर्च** - ज्यांचे उत्पन्न कमी त्यांच्यावर अधिक प्रमाणात खर्च करण्याचे सरकारी धोरण.

progressive tax - (प्रग्रे'सिव्ह टॅक्स्) **प्रगतिशीलकर** - उत्पन्न वाढीबरोबर करांचे शेकडा प्रमाण ज्यात वाढते असा कर. उत्पन्न किंवा संपत्तीतील वाढीबरोबर जेव्हा करांचे दर किंवा संपत्तीशी असलेले शेकडा प्रमाण वाढत जाते असा कर.

proletariat - (प्रोलेटे'अरिअट) **श्रमजीवी** - श्रम हेच एकमेव उपजीविकेचे साधन असणारा.

promissory note - (प्रॉ'मिसरी नोऽट्) **वचन चिट्ठी** - ऋणकोने धनकोला दिलेले कर्जाची मुदतीत सव्याज परतफेड करण्याचे आश्वासन.

promote - (प्रमो'ऽट्) **प्रवर्तन करणे** - आरंभ करणे, सुरू करणे.

proportional tax - (प्रपॉ'शन्ल् टॅक्स्) **प्रमाणशीर कर** - उत्पन्न किंवा संपत्तीत चढउतार झाले तरीही करांचे उत्पन्नाशी किंवा संपत्तीशी असणारे प्रमाण तेवढेच राहते, असा कर.

proportionate - (प्रपॉऽशनिट्) **समप्रमाण** - सर्वांच्या बाबतीत शेकडा प्रमाण समान असणारा.

prospectus - (प्रस्पे'क्टस्) **उद्देश व माहिती पत्रक** - सार्वजनिक समभाग विक्री करताना संस्थेने प्रसिद्ध व वितरित केलेले संस्थेच्या उद्दिष्टांविषयी व व्यवसायांविषयी माहिती देणारे पत्रक.

protection - (प्रटे'क्शन्) **संरक्षण** - विदेशी उत्पादनांची देशांतर्गत बाजारपेठेमधील स्पर्धा टाळण्यासाठी आयातीवर निर्बंध घालून व आयातीला जाचक जकात आकारून सरकारने देशातील बाजारपेठ देशातील उत्पादकांना उपलब्ध करून देण्याची घेतलेली भूमिका.

public expenditure, governmental expenditure - (पॅ'ब्लिक् इक्स्पे'न्डिचऽ, गॅ'व्हन्में'टल् इक्स्पे'न्डिचऽ) **सार्वजनिक व्यय** - सरकारने केलेला खर्च.

public limited company - (पॅ'ब्लिक् लि'मिटिड् कॅ'म्पनि) **सार्वजनिक मर्यादित संस्था/ कंपनी** - कायद्यानुसार नोंदणी झालेली मर्यादित दायित्व असणाऱ्या ५० किंवा त्याहून अधिक समभागधारकांच्या मालकीची संस्था.

public revenue, governmental receipts - (पॅ'ब्लिक् रेव्हन्यू, गव्हन्मेंटल् रिसीट्स्) **सार्वजनिक आय** - सरकारची प्राप्ती.

public utility - (पॅ'ब्लिक् यू'टिलिटि) **सार्वजनिक सेवा उद्योग** - ज्या मधील उत्पादन हे सर्वसामान्य जनतेच्या कल्याणात भर घालते. त्यामुळे जे गोरगरिबांनाही परवडेल अशा सरासरी उत्पादन खर्चापेक्षा कमी किमतीला विकले जाते असे उद्योग.

public, governmental - (पॅ'ब्लिक् ग'व्हन्में'टल्) **सार्वजनिक** - सरकारी मालकी असलेले.

purchasing power (of money) - (प'ऽचसिन्ग पा'उअ) **क्रयशक्ती** - वस्तू व सेवा खरेदी करण्याची चलनाची पात्रता.

purchasing power parity theory - (प'ऽचसिन्ग पा'उअ पॅ'रिटि थि'अरि) **क्रयशक्ती समानता परिमाण सिद्धान्त** - आंतरराष्ट्रीय देवाणघेवाणीच्या संदर्भात दोन चलनांचा विनिमय दर हा दोन्ही देशांतील चलनांच्या क्रयशक्तीनुसार ठरतो अशा आशयाचा सिद्धान्त.

pure competition - (प्यूअ कॉ'म्पिटि'शन्) **विशुद्ध स्पर्धा** - बाजारातील असंख्य विक्रेते, असंख्य ग्राहक, एकसारखी वस्तू इ. वैशिष्ट्ये असलेली स्पर्धा.

Q

qualitative - (क्वॉ'लिटटिव्ह् / टेऽटिव्ह्) **गुणात्मक** - गुणवत्ता, दर्जा यांच्या संदर्भातील.

quality control - (क्वॉ'लिटि कन्ट्रो'ल्) **उत्पादनाच्या गुणवत्तेचे नियंत्रण** - दर्जाची काटेकोर तपासणी व नियंत्रण

quantitative - (क्वॉ'न्टिटे'ऽटिव्ह्) **संख्यात्मक** - परिमाणात्मक.

quantity demanded - (क्वॉ'न्टिटि डिमा'ऽन्डेड्) **मागणीचे परिमाण** - बाजारात विशिष्ट किंमत असताना वस्तू खरेदी करण्याची इच्छा आणि पात्रता दर्शवणारी वस्तूला असलेली एकूण मागणी.

quantity theory of money - (क्वॉ'न्टिटि थि'अरि अव्ह् मॅ'नि) **द्रव्यनिधी सिद्धान्त** - i) किंमत पातळी ही चलन पुरवठ्यानुसार बदलते व पैशाचे मूल्य चलन पुरवठ्याच्या व्यस्त प्रमाणात बदलते अशा आशयाचा सिद्धान्त. ii) चलन परिणाम व चलनाची क्रयशक्ती (किंमत पातळी) याबाबत मांडला गेलेला सिद्धान्त.

quarterly - (क्वॉ'र्टलि) **तिमाही** - दर तीन महिन्यांनी.

quarterly data - (क्वॉ'र्टलि डे'ऽटऽ) **त्रैमासिक आकडेवारी** - व्यवसायसंस्थेमार्फत प्रसिद्ध होणारी दर तीन महिन्यांच्या कालावधीतील प्रगतीची आकडेवारी.

quasi money - (क्वे'ऽसाइ मॅ'नि) **अर्धपैसा** - अशी सर्व प्रकारची मत्ता जिचे रोखतेत रूपांतर करता येते तेव्हा ते उपयोगात येते.

quasi rent - (क्वे'ऽसाइ रे'न्ट्) **आभास खंड** - i) टंचाईमुळे अल्पकाळात झालेल्या भाववाढीमुळे उत्पादकाला मिळणारा तात्पुरता नफा. ii) बाजारातील टंचाईमुळे अल्पकाळापुरती उत्पादन घटकांच्या प्राप्तीत झालेली मोठी वाढ.

queue - (क्यू) **रांग** - नियंत्रित वाटप पद्धतीत ग्राहकांनी एकामागे एक उभे राहून आपला नंबर आल्यावर वस्तू घेणे.

quick marketable - (क्विक् मा'ऽकिटब्ल्) **विक्रीसुलभ** - बाजारात तत्काळ विक्री होऊ शकणारे.

quits - (क्विट्स्) **सेवामुक्तता** - नोकरीतून काढून टाकण्याची प्रक्रिया, काम सोडून जाणारे.

quota - (क्वोट) **विक्रीचे किंवा आयातीचे ठरवून दिलेले परिमाण** - व्यापार नियंत्रणासाठी निर्धारित परिमाण.

quotation - (क्वोऽटे'ऽशन्) **दरपत्रक** - विक्रेता ग्राहकसंस्थेला विक्रीसाठी आकारू इच्छित असलेल्या किमतीचे पत्रक.

R

raid - (रेऽड्) **छापा** - धाड, बेकायदेशीर व्यवहारांचा शोध घेण्यासाठी शासनयंत्रणेने केलेली कृती.

raider firm - (रेऽड्ऽ फ'ऽम्) **झडप घालू शकणारी संस्था** - अशी संस्था जिच्यात इतर संस्थांवर कधीही नियंत्रण आणण्याची क्षमता आहे.

random changes - (रॅ'न्डम् चेऽन्जेस्) **अनपेक्षित बदल** - अचानकपणे होणारे, अंदाज घेणे अशक्य असलेले बदल.

random - (रॅ'न्डम्) **यादृच्छिक** - आकस्मितपणे, अचानक, पूर्वी न ठरवता.

rare, scarce - (रेअऽ, स्केऽस्) **दुर्मीळ** - मागणीच्या तुलनेत अत्यल्प असलेला घटक.

Ratchet theory of pricing - (रॅ'चिट थि'अरि अव्ह् पा'ईसींग्) **दातेरी चक्रातील किमतीचा सिद्धान्त** - उत्पादन खर्च वाढल्यास तत्काळ किंमत वाढते मात्र उत्पादन खर्च घटला तरीही वाढलेली किंमत कायम राहते. दातेरी चाक जसे उलटे फिरू शकत नाही तसे.

rate - (रेऽट्) **दर** - प्रमाण.

rate charges tariff - (रेऽट् चाऽजेस् टॅरिफ्) **दर** - (१) आकारली जाणारी किंमत (२) जकातीचा दर.

rate of discount - (रेऽट् अव्ह डि'स्काउन्ट्) **कसरीचा किंवा बट्ट्याचा दर**- भावीकाळातील प्राप्तीचे आजचे मूल्य काढण्यासाठी त्यातून वजा केलेला बट्टा किंवा कसरीचा दर. सामान्यत: तो व्याजदरावर अवलंबून असतो.

rate of economic growth - (रेऽट् अव्ह् ई'कॉनॉ'मिक् ग्रोऽथ्) **आर्थिक वृद्धीचा दर** - प्रतिवर्षी एकूण राष्ट्रीय उत्पादनात होणाऱ्या वाढीचे शेकडा प्रमाण.

rate of exchange - (रेऽट् अव्ह् इक्स्चे'ऽन्ज्) **विनिमयदर** - दोन वस्तूंमधील परस्परांशी असलेले अदलाबदलाचे प्रमाण. दोन चलनांमधील अदलाबदलीचे प्रमाण.

rate of inflation - (रेऽट् अव्ह् इन्फ्ले'शन्) **भाववाढीचा दर** - किंमत पातळीत होणाऱ्या वाढीचे शेकडा प्रमाण.

rate of profit - (रेट् अव्ह् प्रा'फिट्) **नफ्याचा दर** - गुंतवणुकीपासून प्राप्त झालेले नफ्याचे शेकडा प्रमाण.

rates - (रेऽटस्) **स्थानिक कर** - स्थानिक स्वराज्य संस्थेने आकारलेले कर.

ratio - (रे'ऽशिओ) **गुणोत्तर** - दोन घटकांचे परस्परांशी असलेले प्रमाण, अनुपात.

rational - (रॅ'शनल्) **तर्कसंगत** - विचारपूर्वक, संयुक्तिक.

rational choices - (रॅ'शनल् चॉइसेस्) **सूज्ञ निवड** - उपलब्ध पर्यायांपैकी ज्यामध्ये मिळालेला लाभ हा संधित्याग खर्चापेक्षा अधिक असतो, अशा पर्यायाची निवड.

rational consumer - (रॅ'शनल् कन्स्यू'मऽ) **सूज्ञ ग्राहक** - उपभोगासाठी पैसा खर्च करताना त्या योगे समाधानाचे जास्तीत जास्त प्रमाण मिळवण्याचा प्रयत्न करणारा ग्राहक. तो सीमांत उपयोगिता किंमतीला समान झाल्यावर आपली खरेदी थांबवून बाकीचा पैसा अन्य वस्तूंवर खर्च करतो. यामध्ये तो समसीमांत उपयोगितेच्या नियमाचा अवलंब करतो.

rational economic behaviour - (रॅ'शनल् ई'कॉनॉ'मिक् बिहे'ऽव्ह्यऽ) **सूज्ञ आर्थिक वर्तन** - अर्थव्यवस्थेतील प्रत्येक घटकाने आपले जास्तीत जास्त हित साधण्याचा केलेला प्रयत्न.

rational expectations - (रॅ'शनल् एक्स्पेक्टे'ऽशन्) **तर्कशुद्ध अपेक्षा अंदाज** -
i) भविष्यातील परिस्थितीबाबत तार्किक दृष्ट्या योग्य विचार करून ठेवलेली अपेक्षा.
ii) आधीच्या परिस्थितीनुसार भावी काळाविषयी बांधलेले अंदाज.

rational producer - (रॅ'शनल् प्रड्यू'सऽ) **सूज्ञ उत्पादक** - गुंतवणुकीपासून महत्तम नफा मिळवणारा उत्पादक.

rationalisation - (रॅ'शनला'ऽझेशन्) **वाजवीकरण, शास्त्रशुद्ध पुनर्रचना** - उत्पादन खर्च किमान पातळीला आणून, साधनसामग्रीचा अपव्यय टाळून, जास्तीत जास्त नफा मिळवण्याच्या हेतूने व्यवसायसंस्थेची केलेली शास्त्रशुद्ध पुनर्रचना. कार्यक्षमता वाढवण्यासाठी, उत्पादन खर्च कमी करण्यासाठी व्यवसायाचे फेरसंघटन.

rationing - (रॅ'शनिंग) **नियंत्रित वाटप पद्धती** - दरडोई ठरावीक प्रमाणात वस्तूंचे वाटप करणे. टंचाईच्या काळात अवलंबली जाणारी पद्धती. उपभोग्य वस्तूंची कमतरता असताना शासनाने प्रत्येकास त्याच्या मागणीइतके नसले तरी काही प्रमाणात उपभोग्य वस्तूंची वाटणी रास्त किमतीला करण्याचा अवलंबलेला मार्ग.

repurchase option - (रीप'ऽचस् ऑप्शन्) **रेपो** - इंग्रजीत Re Purchase Option म्हणजे रेपो ! मराठीत त्याला पुनर्खरेदीचा पर्याय अथवा करार असे म्हणता येईल. रेपो हा एक असा करार असतो की, त्यात आज रोखे/कर्जरोखे (Securities) बाजारात विकले जातात आणि विकतानाच ते रोखे विशिष्ट तारखेला व विशिष्ट किमतीला पुन्हा खरेदी करण्याचे मान्य करण्यात येते. रेपो करणारा आज रेपो विकतो आणि अल्पकाळासाठी पैसा उभा करतो; त्यातून स्वत:ची रोखता (Liquidity) सुधारतो. करारात नमूद केलेल्या कालावधीनंतर हे विकलेले रोखे तो परत खरेदी करतो. म्हणजेच तेव्हा तो आपल्याजवळील पैसा देतो. त्यातून स्वत:कडील रोखता कमी करतो. थोडक्यात, आज रोखतेची/तरलतेची गरज असेल तर रेपो केला जातो. दुसऱ्या भाषेत रेपो हा कर्ज उभारण्याचा एक मार्ग आहे. रेपो केल्याने बाजारातील रोखता कमी होते.

reaction effect - (रिॲ'क्शन् इफे'क्ट्) **प्रतिक्रियात्मक परिणाम** - प्रतिस्पर्धी व्यवसाय संस्थेने केलेल्या कृतीची प्रतिक्रिया म्हणून व्यवसायसंस्थेने आपल्या धोरणात व डावपेचात केलेले बदल.

real - (रि'अल्) **वास्तव** - वस्तुरूप, खरा.

real balance effect - (रि'अल् बॅ'लन्स् इफे'क्ट) **रोख शिल्लक परिणाम** - व्यक्तीजवळील रोखता वाढल्यावर मागणी मतेत झालेली वाढ. किंमतपातळी वाढण्यास लोक आपली खरेदी कमी करून पूर्वीपेक्षा अधिक पैसा रोख स्वरूपात बाळगतात. अशा प्रकारचे लोकांचे वर्तन.

real business cycle theory - (रि'अल् बि'झ्निस् सा'इकल् थि'अरि) **व्यापारचक्राचा वास्तव सिद्धान्त** - समग्र मागणीतील बदल नव्हे तर समग्र पुरवठ्यातील चढउतार हे ते व्यापारचक्राला कारणीभूत ठरतात, असे मत मांडणारा सिद्धान्त.

real capital - (रिअल् कॅ'पिटल्) **वास्तव भांडवल** - संस्थेची इमारत, यंत्रसामुग्री, कच्चामाल इ. वस्तुरूप, भांडवल.

real exchange rate - (रिअल् इक्स्चे'न्ज् रेऽट्) **वास्तव विनिमयदर** - दोन देशांमधील सामान्य किंमतपातळ्यांना अनुसरून परस्परातील व्यापारामध्ये ठरणारा विनिमयदर.

real income - (रि'अल् इ'न्कम्) **वास्तव उत्पन्न** - अर्थव्यवस्थेत एका वर्षाच्या कालावधीत निर्माण झालेला वस्तू व सेवा यांचे वास्तव परिमाणात केलेले मापन.

realisation recovery - (रि'अलाइझे'ऽशन् रिकि'व्हरि) **वसुली** - कमाई, प्राप्ती.

rebate - (री'बेट्) **सवलत** - काही प्रमाणात किमतीतून दिलेली सूट.

recession - (रिसे'शन्) **घसरण** - आर्थिक घटक - किंमत, उत्पादन, रोजगार, गुंतवणूक इ.वरच्या पातळीवरून खालच्या पातळीवर जाण्याची प्रक्रिया. अर्थव्यवस्थेतील एकूण पुरवठा, परिणामकारक मागणी, रोजगारी, किंमत पातळी वगैरेंमध्ये सातत्याने होणारी घट.

reciprocal - (रिसि'प्रकल्) **परस्पर** - एकमेकांत होणारा, प्रतिसाद, अन्योन्य.

recognition - (रे'कग्नि'शन्) **मान्यता** - संमती, मान्य करणे.

recommendation - (रे'कमेन्ड'ऽशन्) **शिफारस** - पुरस्कार.

reconstruction - (री'कन्सट्रॅ'क्शन्) **पुनर्रचना** - फेरउभारणी, पुनर्निमित.

record - (रे'कॉऽड्) **नोंद** - अभिलेख, लिहून ठेवलेले.

rectify - (रे'क्टिफाइ) **दुरुस्त करणे** - चूक खोडून बरोबर गोष्ट नोंदवणे.

recurring - (रिक'ऽरिन्ग) **आवर्ती** - पुनरुद्भवी, पुन्हा पुन्हा घडणारे.

recurring expenditure - (रिक'ऽरिंग इक्स्पे'न्डिचऽ) **पुनरुद्भवी खर्च** - वारंवार करावा लागणारा खर्च उदा. देखभाल व दुरुस्तीचा खर्च.

Recyling - (रि'साइकलिंग्) **फेरवापर** - टाकाऊ वस्तूंचा नवीन उत्पादन बनविण्यासाठी कच्चा माल म्हणून होणारा वापर.

redemption date - (रिडे'म्शन् डेऽट्) **परतफेडीची तारीख** - रोख्यातील रक्कम परत करण्याची ऋणकोने दिलेली तारीख. हा एकच दिवस असेल किंवा अनेक दिवसही असू शकतात.

re-discounting - (री'-डि'स्काउन्टींग्) **फेरवटवणूक** - व्यापारी बँकांना अर्थसाहाय्य देण्यासाठी व्यापारी बँकांनी या आधी वटवलेल्या प्रपत्रांची मध्यवर्ती बँकेने केलेली फेरवटवणूक.

redistribution of income - (रिडि'स्ट्रिब्युशन् अव्ह् इ'न्कम्) **उत्पन्नाची पुनर्वाटणी** - राष्ट्रीय उत्पन्नाच्या आधीच्या वाटणीत बाजारयंत्रणेद्वारे झालेले किंवा सरकारने हेतुपुरस्सर केलेलें बदल.

reflation - (रीफ्ले'ऽशन्) **सौम्य चलनविस्तार** - मंदीतून अर्थव्यवस्थेला बाहेर काढण्यासाठी केली जाणारी चलनपुरवठ्यातील मर्यादित वाढ.

reflationary policy - (रीफ्ले'ऽशनरी पॉ'लिसि) **पुनरुज्जीवननीती** - मंदीतून अर्थव्यस्थेला बाहेर काढण्यासाठी सरकारने अवलंबलेले चलन विषयक आणि वित्तीय धोरण.

refund - (रिफं'न्ड्) **परत देणे** - अतिरिक्त रक्कम परत करणे.

region - (री'जन्) **प्रदेश** - भौगोलिक क्षेत्र.

regional imbalance - (री'जनल् इम्बॅ'लन्स्) **प्रादेशिक असमतोल** - i) वेगवेगळ्या प्रदेशांच्या कमीअधिक विकासातून झालेला असमतोल. ii) प्रदेशाप्रदेशांमध्ये असणारी विकासाची तफावत.

regional policy - (री'जनल् पॉ'लिसि) **प्रादेशिक नीती** - विशिष्ट प्रदेशाला अनुलक्षून असलेले आर्थिक धोरण.

regional unemployment - (री'जनल् अ'निम्प्लॉ'इमन्ट्) **प्रादेशिक बेरोजगारी**- श्रमिकांच्या मर्यादित गतिक्षमतेमुळे उद्भवलेली बेरोजगारी.

register - (रे'जिस्टऽ) नोद पुस्तक/ नोंद वही.

registration - (रे'जिस्ट्रे'शन्) **नोंदणी** - नोंद करणे.

regressive - (रिग्रे'सिव्ह) **क्रमऱ्हासी** - क्रमाक्रमाने मूल्यात घट होणारे.

regressive taxes - (रिग्रे'सिव्ह् टॅक्सेस्) **प्रतिगामी कर** - ज्या करांचे ओझे श्रीमंतावर कमी व गरिबांवर अधिक पडते असे कर.

regulated market - (रे'ग्युले'ऽटेड मा'किऽट) **नियंत्रित बाजार** - ज्या बाजारात मध्यवर्ती संस्थेचे सर्व व्यवहारांवर नियंत्रण असते, असा बाजार.

regulation - (रे'ग्युले'ऽशन्) **नियमन** - विशिष्ट हेतूंनी निर्बंध घालणे. नियंत्रण.

relative - (रे'लटिव्ह्) **सापेक्ष** - तुलनात्मक दृष्टीने.

relative income hypothesis - (रे'लटिव्ह् इ'न्कम् / इ'न्कॅम् हाइपॉ'थिसिस्) **सापेक्ष उत्पन्नाधारित निष्कर्ष, परिकल्पना** - कुटुंबाच्या खर्चाचे प्रमाण व उपभोगाची रचना ही त्याच परिस्थितीतील अन्य कुटुंबांच्या खर्च व उपभोग यानुसार ठरते.

relative price - (रि'लॅटिव्ह् प्राईस्) **तौलनिक किंमत मूल्ये** - एका वस्तूची दुसऱ्या वस्तूच्या विनिमयात व्यक्त झालेली किंमत. उदा. गहू पंधरा रुपये किलो व तांदूळ तीस रुपये किलो. तौलनिक किंमत - १ किलो तांदूळ = २ किलो गहू.

relaxation - (री'लॅक्से'ऽशन्) **शिथिलीकरण** - निर्बंध उठवणे, अटी कमी करणे.

release - (रिली'स्) **बंधमुक्तता** - सोडून देणे, मुक्त करणे.

relief works - (रिली'फ् वऽक्) **दुर्भिक्ष निवारणकार्ये** - दुष्काळी परिस्थितीत लोकांना रोजगार व उत्पन्न देण्यासाठी सरकारने काढलेली कामे.

remedy - (रे'मिडि) **उपाय योजना** - मार्ग, सुधारणा.

remittance - (रिमि'टन्स्) **वित्त प्रेषण** - पैसे पाठवणे, पैशाचा भरणा करणे.

remuneration - (रिम्यू'नरेऽशन्) **मोबदला** - कार्याबद्दल मिळालेली रक्कम.

remunerative - (रिम्यू'नरेऽटिव्ह) **लाभप्रद** - फायदा करून देणारा, किफायतशीर.

renaissance - (रने'ऽसन्स्) **प्रबोधन युग** - अज्ञान युगाचा मध्यकालीन युरोपमध्ये झालेला अंत. नवाजागृतीचा कालखंड.

renew, renewal - (रिन्यू / रिन्य्'अल्) **नूतनीकरण** - नवीकरण, पुनरुज्जीवन करणे.

rental - (रे'न्टल्) **भाटक** - भाडे, खंडापासून मिळालेले उत्पन्न.

renunciation - (रिन'न्सिए'ऽश्न) **हक्क इतरांसाठी सोडणे** - आपला विशिष्ट संदर्भातील हक्क दुसऱ्यांना बहाल करणे.

repayment - (रीपे'ऽमन्ट्) **परतफेड** - घेतलेले पैसे परत करणे.

replacement cost - (रिप्ले'ऽस्मन्ट् कॉऽस्ट्) **पुनःस्थापन खर्च** - सततच्या वापरामुळे निकामी झालेल्या यंत्राच्या (भांडवल) जागी नवीन यंत्र बसवण्यासाठी होणारा खर्च. यासाठी प्रतिवर्षी घसारा काढून निधीची तरतूद केली जाते.

report - (रिपॉ'ऽट्) **प्रतिवृत्त** - अहवाल, बातमी, माहिती.

representative / agent / proxy - (रेप्रिझे'न्टटिव्ह् / ए'ऽजन्ट् / प्रॉऽक्सि) **प्रतिनिधी** - अभिकर्ता, प्रतिपत्री, एका व्यक्तीतर्फे कार्य करणारा अन्य.

representative firm - (रेप्रिझे'न्टटिव्ह् फ'ऽम्) **प्रातिनिधिक व्यवसाय संस्था** - उद्योगाचे प्रतिनिधित्व करणारी व्यवसाय संस्था- उद्योग वाढत असतानाचा संस्थेचा विस्तार तर उद्योग घटताना संस्थेचा संकोच होतो.

republic - (रिपॅ'ब्लिक्) **प्रजासत्ताक गणराज्य** - सर्व जनतेच्या हातात सत्ता असलेले प्राचीन गणराज्य (ग्रीसमधील नगरराज्ये).

repudiation - (रिप्यू'डिए'ऽशन्) **कर्जफेड नाकारणे** - एखाद्या देशाने विदेशी कर्जाची परतफेड करण्यास दिलेला नकार उदा. साम्यवादी क्रांतीनंतरचा रशिया.

requisite, want - (रे'क्विझिट् वॉऽन्ट्) **आवश्यकता** - गरज.

resale or retail price - (रि'सेऽल् ऑ री'टेऽल् प्राईस्) **फेरविक्रीची किंमत**- (किरकोळ विक्रीची किंमत) - घाऊक विक्रेत्यांकडून वस्तू व सेवा खरेदी करणाऱ्या व्यापाऱ्यांनी किरकोळ विक्री करताना ग्राहकांना आकारलेली किंमत.

खरेदी किंमत + वाहतूक खर्च + नफा + कर = किरकोळ किंमत.

research and development department - (रिस'र्च् ॲण्ड् डिव्हे'लप्मन्ट् डिपा'ऽट्मन्ट) **संशोधक आणि विकास विभाग** - व्यवसायसंस्थेतील अद्ययावत तंत्रज्ञान विकसित करण्यासाठी, विविध पातळ्यांवर संशोधन व प्रयोग करण्यासाठी स्थापन करण्यात आलेला विभाग.

reservation - (रे'झव्हे'ऽशन्) **राखून ठेवणे** - आरक्षण राखून ठेवणे, तत्काळ व्यक्त न करणे.

reservation price - (रे'झव्हे'ऽशन् प्राइस्) **विक्रेत्याची राखीव किंमत** - विक्रेत्याला अपेक्षित असलेली किमान किंमत बाजारात जर त्यापेक्षा खालच्या पातळीवर किंमत गेली तर तो आपला पुरवठा थांबवतो.

reserve fund - (रिझ'ऽव्ह् फन्ड्) **राखीव निधी** - i) व्यवसाय संस्थेने आपला सर्व नफा समभाग धारकांना न वाटता नफ्याचा काही भाग राखून ठेवून त्यातून निर्माण केलेला निधी, गंगाजळी. ii) न वाटलेल्या नफ्यातून निर्माण केलेला निधी.

residual - (रिझि'ड्युअल्) **अवशिष्ट** - शिल्लक राहिलेला, प्राप्तीमधून सर्व खर्च भागवल्यानंतर उर्वरित भाग. अर्थशास्त्रात हा शब्द बचतीला उद्देशून वापरतात.

resonable - (री'झनब्ल्) **रास्त** - वाजवी.

resource allocation - (रिसॉ'ऽस् ॲलोके'ऽशन्) **साधनसामग्रीची विगतवारी**- विविध प्रकारच्या उत्पादनक्षेत्रांमध्ये साधनसामग्रीची नैसर्गिक व मानवी साधनसामग्री आणि भांडवल यांची होणारी वाटणी.

resources - (रिसॉ'र्सेस्) **साधनसामग्री** - उत्पादनासाठी आवश्यक असलेली विविध प्रकारची आदाने. उत्पादनोपयोगी संपत्ती, श्रम, भांडवल इ. गोष्टी.

restriction - (रिस्ट्रि'क्शन्) **निर्बंध** - बंधन घालणे, परवानगी न देणे.

restrictive practices - (रिस्ट्रि'क्टिव्ह् प्रॅ'क्टिसेस्) **प्रतिबंधात्मक व्यवहार** - प्रतिस्पर्धी संस्थांनी स्पर्धा टाळण्यासाठी एकत्र येऊन ग्राहकांवर घातलेले निर्बंध.

restrictive trade practises - (रिसि'क्टिव्ह् ट्रे'ऽड् प्रॅ'क्टिसेस्) **प्रतिबंधक व्यापारी व्यवहार** - स्पर्धेला आळा घालणारे व्यावसायिक संस्थेने अवलंबलेले गैरमार्ग, निर्बंधात्मक व्यवहार.

restructuring - (रीस्ट्रि'क्चरिन्ग्) **पुनर्रचना** - व्यवसायसंघटन पद्धतीत कार्यक्षमता वाढवण्यासाठी केलेले बदल.

retail banking - (री'टेऽल् बँकिंग्) **किरकोळ व्यवहार असलेला बँकव्यवसाय**- व्याजाच्या आधीच निर्धारित केलेल्या व्याज दरांच्या आधारे सर्वसामान्यांबरोबर ठेवी स्वीकारण्याचे व कर्जव्यवहार करणारा बँक व्यवसाय.

retail price index - (री'टेऽल् प्राईस् इ'न्डेक्स्) **किरकोळ किंमत निर्देशांक**- सर्वसामान्य व्यक्तींना आणि कुटुंबांना ज्या किंमतींना वस्तू आणि सेवा खरेदी कराव्या लागतात, त्या किमतीतील चढउतार दर्शवणारा निर्देशांक.

retail trader - (री'टेल् ट्रे'ऽडर्) **किरकोळ विक्रेता** - व्यापाऱ्यांच्या साखळीतील अखेरचा घटक, तो उपभोक्त्या ग्राहकांना प्रत्यक्षात विक्री करतो.

retaliation - (रिटॅ'लिए'ऽशन्) **जशास तसे धोरण** - आंतरराष्ट्रीय व्यापाराबाबत एका देशाने दुसऱ्या देशांबाबत जसे निर्बंध लादले तसेच निर्बंध दुसऱ्या देशाने पहिल्या देशाबाबत लादणे.

retardation - (रिटा'डेऽशन्) **खुंटणे** - थांबणे, खंडित होणे, अडथळे निर्माण होणे.

retrospective - (रे'स्ट्रोस्पे'क्टिव्ह्) **पूर्वलक्षी** - पूर्वीपासून लागू होणारे.

return on investment - (रिट'न ऑन् इन्व्हे'स्ट्मन्ट्) **गुंतवणुकीवरील परतावा** - गुंतवलेल्या भांडवलापासून होणाऱ्या प्राप्तीचे भांडवलाशी असलेले प्रमाण.

returns to scale - (रिटऽन् टू स्केऽल्) **उत्पादनप्रमाणातील बदलांमुळे होणारी प्राप्ती /घट** - एकापेक्षा अधिक उत्पादनघटकांचे - आदानांचे प्रमाण वाढवत नेल्यास त्याचा उत्पादनप्रमाणावर होणारा परिणाम, प्राप्ती

revaluation - (रि'व्हॅ'ल्युएशन्) **पुनर्मूल्यांकन** - विदेश विनिमयामध्ये चलनाचे घटलेले मूल्य वाढवण्यासाठी सरकारने केलेला प्रयत्न.

revenue - (रे'व्हिन्यू) **महसूल** - (१) विक्रीपासून मिळणारे उत्पन्न (२) सरकारला करांपासून मिळणारे उत्पन्न.

reverse repos - (रिव्ह'स रि'पॉस्) **फेरखरेदीचा पर्याय असलेले रोखे** - वित्तसंस्थेने फेरखरेदी करण्याचा करार करून भांडवल बाजारात विकलेले रोखे.

rigging - (रि'गिन्ग्) **गैरव्यवहार** - कृत्रिमरीत्या रोखे बाजारात अफवा उठवून तेजी-मंदी निर्माण करणे.

risk - (रिस्क्) **धोका** - उत्पादनक्षेत्रात उद्‌भवू शकणारी संकटे व त्यामुळे असणारी हानीची शक्यता. ज्या विषयी आधी अंदाज घेऊन त्यासंदर्भात योग्य ती तरतूद करता येते, अशी व्यवसायक्षेत्रातील जोखीम उदा. निकामी होणाऱ्या भांडवलासाठी घसारा किंवा चोरी, नैसर्गिक संकटांबाबत विम्याची तरतूद.

rolling plan, roll over plan - (रो'ऽलिन्ग् प्लॅन्, रोऽल् ओ'ऽव्हऽ प्लॅन्) **सरकती योजना** - योजनेची उद्दिष्टे, इष्टांक, कार्यक्रम यांमध्ये आवश्यकतेनुसार बदल होणारी योजना.

Rostow model - (रॉस्टोव्ह मॉ'डल्) **रोस्टॉव्ह प्रतिमान** - प्रो. रोस्टॉव्ह यांनी दर्शविलेले आर्थिक प्रगतीचे टप्पे - पारंपरिक समाज विकासासाठी आवश्यक पायाभरणी, उड्डाणावस्था, वेगवान विकास जनतेच्या उपभोगातील प्रचंडवाढ.

row - (रोऽ) **ओळ** - अंकांची, चलांची डावीकडून उजवीकडे समपातळीवर केलेली मांडणी. मूल्यांची एकापाठोपाठ क्षितिजसमांतर मांडणी.

royalty - (रॉ'इअल्टि) **स्वामित्वधन** - मालकीच्या जमिनीत खजिने उपलब्ध झाल्यास त्यांचा उपभोग करणाऱ्यांकडून मालकाला प्राप्त होणारा मोबदला, साहित्यिकास त्याच्या साहित्यावर आधारित नाटक, चित्रपट, दूरदर्शन मालिका इ. बनवणाऱ्या निर्मात्याकडून मिळणारे मानधन.

runaway inflation - (रॅ'नवेऽ इन्फ्ले'ऽशन्) **वेगाने धावणारी भाववाढ** - महागाईत वेगाने होणारी वाढ.

rural development, rural uplift - (रु'अरल् डिव्हे'लप्मन्ट्, रू'अरल् अॅ'प्लि'फ्ट) **ग्रामीण विकास** - खेड्यांची प्रगती, खेड्यातील लोकांना अधिकाधिक सोयी-सुविधा मिळणे, लोकांची उन्नती होणे.

rural indebtedness - (रु'अरल् इन्डे'टिड्'नेस्) **ग्रामीण कर्जबाजारीपणा**- खेड्यातील जनतेवरील विशेषत: छोटे शेतकरी, भूमिहीन शेतमजूर यांच्यावरील पिढीजात व न फिटलेल्या कर्जाचे ओझे.

■

S

sabotage - (सॅ'बटाऽझ्य्) **घातपात** - कुणाकडून तरी हेतुपुरस्सर केले गेलेले नुकसान, विध्वंस. व्यवसायसंस्थेतील श्रमिकांनी आपल्या आंदोलनात संस्थेच्या मत्तेची नासधूस करण्याचा केलेला गुन्हा.

sacrifice - (सॅ'क्रिफाइस्) **त्याग** - करदाता सरकारला कर देत असताना करत असलेला उत्पन्नाच्या किंवा उपयोगितांच्या मात्रांचा त्याग.

safe deposit vault - (सेऽफ् डिपॉ'झिट् व्हॉऽल्ट्) **सुरक्षित ठेव घर** - बँकेने आपल्या ग्राहकांना त्यांच्या मौल्यवान वस्तू, महत्त्वाचे दस्तऐवज सुरक्षित ठेवण्यासाठी देऊ केलेली सुविधा.

safety - (से'ऽफ्टि) **सुरक्षितता** - गुंतवणुकीच्या संदर्भात विचारात घेतले जाणारे एक महत्त्वाचे तत्त्व, पैसे बुडणार नाहीत याची खातरजमा.

safety net - (से'ऽफ्टि नेट्) **सुरक्षा जाळी** - धोक्यापासून संरक्षण होण्यासाठी केलेली तरतूद.

salary - (सॅ'लरि) **पगार** - सेवेबद्दल मिळणारा मोबदला, वेतन, पारिश्रमिक.

sales revenue maximisation - (से'ल्झ् रे'व्हिन्यू मॅ'क्सिमाइझे'शन्) **उलाढालीतील महसूलात होणारी कमाल वाढ** - आधुनिक काळातील व्यवसायसंस्थेचे कमाल नफ्यास पर्यायी उद्दिष्ट बाजारात जास्तीतजास्त विक्री करून त्यायोगे प्राप्ती वाढवण्यास संस्था प्राधान्य देते.

sales tax - (से'ल्झ् टॅक्स्) **विक्रीकर** - विक्रेत्याकडून विक्री होणाऱ्या वस्तूवर सरकारने विक्रेत्यावर आकारलेला व विक्रेत्याने किंमत वाढवून ग्राहकाकडून वसूल केलेला कर. वस्तू व सेवा यांच्या विक्री व्यवहारांवर सरकारने आकारलेला कर.

salesmanship - (से'ल्झ्मन्शिप्) **विक्रयकला** - विक्रेत्याचे जास्तीत जास्त ग्राहक आपल्याकडे आकृष्ट करून घेण्याचे कौशल्य.

salient - (से'ल्यन्ट्) **ठळक** - महत्त्वाचे, तत्काळ लक्षात येणारे.

sample - (सा'ऽम्पल्) **नमुना** - तपासणी करताना किंवा अभ्यास करताना प्रातिनिधिक स्वरूपात केलेली निवड.

sanction - (सॅ'न्क्शन्) **संमती** - मान्यता, मंजुरी.

sandwich courses / crash courses - (सॅ'न्विच् कॉऽस् / क्रॅ'श् कॉऽस्) **अल्पावधीचे शिक्षण क्रम** - व्यवसायात किंवा नोकरीमध्ये उपयुक्त ठरणारे कमी मुदतीचे, अंशकालीन, सुट्टीच्या काळातील शिक्षणक्रम.

sans recourse - (सॅन्झ् रिकॉऽस्) **नादायित्व** - कोणतीही जबाबदारी नसलेले.

satiable - (सॅटिएबल्) **तृप्तिक्षम** - उपभोगामुळे तृप्त होणाऱ्या गरजा.

satiation, saturation - (से'ऽशिएशन्, सॅचरे'ऽशन्) **तृप्ती** - एका विशिष्ट प्रमाणानंतर गरज पूर्ण भागल्यामुळे ती वस्तू नकोशी होणे, तिचा उपभोग पूर्णपणे थांबणे.

satisfaction - (सॅ'टिस्फॅ'क्शन्) **समाधान** - गरजांच्या तृप्तीनंतर झालेली मानसिक स्थिती, संतोष, पूर्ती.

saving function - (से'व्हिन्ग् फँ'न्क्शन्) **बचत फलन** - उत्पन्नवाढीपेक्षा बचतीत अधिक प्रमाणात वाढ होणे.

saving income equation - (से'व्हिन्ग् इ'न्कम् इ'क्वऽशन्) **बचत** - गुंतवणूक समानता- अर्थव्यवस्थेतील बचत पूर्णपणे उत्पादन क्षेत्रात गुंतवली जाणे. केन्स यांच्या उत्पन्न व रोजगार विषयक सिद्धान्तातील महत्त्वाचे गृहीत.

savings bank - (से'व्हिन्ग् बॅन्क्) **बचत बँक** - बचतीला प्रोत्साहन देणारी बँक उदा. पोस्ट ऑफिस बचत बँक.

Says law of markets - (सेझ् लॉ अव्ह् मा'ऽकिट्) **से यांचा सिद्धान्त** - पुरवठा हा स्वत:साठी मागणी निर्माण करतो हा सर जे. बी. से यांनी अर्थव्यवस्थेतील बाजाराच्या समतोलाच्या संदर्भात मांडलेला सिद्धान्त.

scarcity - (स्के'असिटि) **दुर्मीळता** - मागणीच्या तुलनेने वस्तूची मर्यादित उपलब्धता.

schedule castes and tribes - (शे'ड्यूल् काऽस्टस् अॅन्ड् ट्राइबस्) **अनुसूचित जाती व जमाती** - घटनात्मक तरतुदीनुसार ज्यांना सरकारी नोकरीत, शिक्षणसंस्थात राखीव जागा दिलेल्या आहेत अशा जाती व जमाती.

scheduled banks - (शे'ड्यूल्ड् बँक्स्) **सूचित बँका** - मध्यवर्ती बँकेच्या सूचीमध्ये समाविष्ट करण्यात आलेल्या मध्यवर्ती बँकेच्या निर्धारित अटी पूर्ण करणाऱ्या व्यापारी व सहकारी बँका.

school - (स्कूल्) **संप्रदाय** - पंथ, एकाच विचारसरणीच्या विचारवंतांचा समुदाय.

scrutiny, screening - (स्क्रू'टिनि, स्क्रीनिंग्) **छाननी** - मूल्यांकन, परीक्षण.

seal - (सील्) **मोहर** - मुद्रा, निशाणी, मोहोरबंद करणे.

seasonal unemployment - (सी'झनल् अ'निम्प्लॉ'इमन्ट्) **हंगामी बेरोजगारी** वर्षातील काही काळ संस्था प्रतिवर्षी बंद ठेवावी लागल्याने निर्माण होणारी बेरोजगारी. उदा. साखर कारखाने वर्षातून फक्त ६ ते ७ महिने चालू राहतात. उसाचे गाळप थांबवल्यावर बंद होतात.

second best - (से'कन्ड् बेस्ट्) **नजीकचा उत्कृष्ट पर्याय** - जेव्हा सर्वोत्कृष्ट पर्याय निवडण्यात अडचणी असतात, त्यावेळी संस्थेच्या हिताचा विचार करून निवडलेला दुसरा पर्याय.

second degree price discrimination - (से'कन्ड् डिग्री'प्राइस् डिस्क्रि'मिने'ऽशन्) **दुसऱ्या दर्जाचा मूल्यभेद** - व्यवसायसंस्था आपल्या संपूर्ण ग्राहकांचे वेगवेगळे गट करून त्यांना एकाच उत्पादनाची वेगवेगळी किंमत आकारते तेव्हा सीमांतपूर्व ग्राहकांना ज्यायोगे कमीअधिक प्रमाणात संतोषाधिक्य मिळते असा मूल्यभेद.

secondary - (से'कन्डरि) **दुय्यम** - मूळघटकास पूरक, प्रधान घटकानंतरचा.

secondary capital market - (से'कन्डरि कॅ'पिटल् मा'ऽकिट्) **दुय्यम भांडवल बाजार**- व्यवसायसंस्थेने भांडवलउभारणीसाठी विक्री केलेल्या समभागांची फेरखरेदीविक्री होणारा बाजार, यातील पैसा हा व्यवसायसंस्थेला मिळत नाही.

secondary labour market - (से'कन्डरि ले'ऽबऽ मा'ऽकिट्) **दुय्यम श्रमबाजार**- व्यवसायसंस्थेला हंगामी, तात्पुरते किंवा कंत्राटी पद्धतीने श्रमिकांचा पुरवठा करणारा बाजार.

secret - (सी'क्रिट) **रहस्य** - गुपित, गुप्त, इतरांना ज्ञात नसलेले.

secretary - (से'क्रिट्रि) **सचिव** - संस्थेचा कारभार पाहणारी व्यक्ती, चिटणीस.

sector - (से'क्टर) **क्षेत्र** - अर्थव्यवस्थेच्या अनेक भागांपैकी एक भाग उदा. खासगी, सार्वजनिक क्षेत्र, प्राथमिक क्षेत्र, शेती क्षेत्र, औद्योगिक क्षेत्र इ.

secular period - (से'क्युलर् पि'अरिअड्) **प्रदीर्घ काळ** - ज्या काळात पूर्वीचे काहीच अस्तित्वात राहत नाही असा कालावधी.

secured - (सिक्यु'अड्) **सुरक्षित** - तारणासह/तारणयुक्त.

self - (सेल्फ्) **स्वयम्** - स्वत:साठी.

self assessment - (सेल्फ् असे'स्मन्ट्) **स्वयंमूल्यांकन** - व्यक्तीने स्वत:च आपले उत्पन्न, खर्च, (गुणदोष) याविषयी केलेले मूल्यमापन.

self employment - (सेल्फ् इम्प्लॉ'इमन्ट्) **स्वयंरोजगार** - स्वत:चा रोजगार स्वत:च निर्माण करणे उदा. छोटा व्यवसाय, सेवाकेंद्र, दुकान चालवणे.

self liquidating - (सेल्फ् लि'क्विडिऽटिंग्) **स्वनिर्मित द्रवता** - मत्तेचे आपोआप द्रवतेत रूपांतरण होणे.

self sufficiency - (सेल्फ् सफि'शन्सि) **स्वयंपूर्णता** - इतरांवर अवलंबून न राहणे.

self sufficiency autarky - (सेल्फ् सफि'शन्सि ऑऽ'टाऽकि) **स्वयंपूर्णता** - स्वत:च्या गरजांच्या पूर्ततेसाठी देशाला दुसऱ्या कोणत्याही देशावर अवलंबून राहणे न लागणे.

seller - (से'लऽ) **विक्रेता** - पैशाच्या मोबदल्यात वस्तू आणि सेवा यांची विक्री करणारा.

seller's market - (से'लर्स मा'किट्) **विक्रेत्यांचा बाजार** - विक्रेत्यांचे वर्चस्व असलेला बाजार.

selling cost - (से'लिन्ग् कॉऽस्ट्) **विक्री खर्च** - वस्तूची विक्री वाढवण्यासाठी केलेला खर्च.

निर्देशांक काढण्याचे सूत्र पुढीलप्रमाणे मांडता येईल.

$$\text{Share/Stock Market index} = \frac{\text{निवडलेल्या २९ कंपन्यांच्या एकूण शेअर्सची चालू बाजारभावाने पुंजीकृत किंमत}}{\text{त्याच कंपन्यांच्या एकूण शेअर्सची ७८-६८ सालच्या बाजारभावाने पुंजीकृत किंमत}}$$

१९८६ साली पहिल्यांदा शेअर बाजाराचा निर्देशांक काढला गेला व त्यासाठी १९७८-७९ हे मूळ पायाभूत वर्ष धरण्यात आले. शेअर बाजारातील तीस मोठ्या, तरल आणि व्यवहारांचे प्रतिनिधित्व करणाऱ्या कंपन्यांच्या शेअर्सचे बाजारभाव निर्देशांक काढण्यासाठी वापरले जातात. या तीस कंपन्यांची १९७८-७९ सालची

(१-४-१९७९ रोजीची) बाजारभावाने पुंजीकृत किंमत म्हणजे १०० असे मानण्यात आले. त्यासाठी या ३० कंपन्यांचे एकूण भाग/शेअर्स यांची संख्या गुणिले, त्या शेअर्सची त्या दिवसाची बाजारातील किंमत, यानुसार १९७८-७९ ची पुंजीकृत किंमत काढली गेली आणि ज्या दिवसाचा सेन्सेक्स काढायचा असेल, त्या दिवशी ठरलेल्या तीस कंपन्यांच्या एकूण शेअर्सची संख्या गुणिले त्या दिवसाची त्या शेअर्सची बाजारातील किंमत, यानुसार त्या दिवसाची शेअर्सची पुंजीकृत किंमत काढली जाते. या पुंजीकृत किमतीला १९७८-७९ च्या पुंजीकृत किमतीने भागले असता, त्या दिवसाचा निर्देशांक मिळतो. संबंधित ३० कंपन्यांची चालू दराने भागभांडवलाची पुंजीकृत किंमत आणि त्याच कंपन्यांच्या भागभांडवलाची ७८-७९च्या दराने काढलेली पुंजीकृत किंमत यांचे एकमेकांशी प्रमाण म्हणजे शेअर बाजाराचा निर्देशांक असे म्हणता येईल. थोडक्यात, ठरावीक ३० कंपन्यांचे चालू बाजारभावाने पुंजीकृत केलेले एकूण भागभांडवल त्याच कंपन्यांच्या १९७८-७९ च्या दराने पुंजीकृत केलेल्या एकूण भागभांडवलाच्या किती पट आहे हे सांगणारा आकडा म्हणजे शेअर बाजाराचा निर्देशांक होय.

servant - (सऽव्हन्ट्) **सेवक** - सेवा देणारा.

settlement - (से'ट्‌ल्मन्ट्) **व्यवहार पूर्ती** - आवश्यक ते पैसे देऊन व्यवहार पूर्ण करणे. हिशेब चुकता करणे. देवाणघेवाणीचे व्यवहार पूर्ण होणे.

shadow price - (शॅ'डो प्राइस्) **छायाकिंमत** - प्रत्यक्षात न आकारलेली तथापि सरासरी उत्पादनखर्चाचा विचार करून हिशेबात धरलेली किंमत किंवा संधित्यागखर्चानुसार ठरवलेली किंमत.

share certificate, scrip certificate - (शेअर सटि'फिकिट्, स्क्रिप् सटि'फिकिट) **समभाग प्रमाणपत्र** - समभाग मिळालेल्या गुंतवणूकदाराला संस्थेकडून मिळालेले प्रमाणपत्र.

share, equity - (शेऽअ / ए'क्विटि) **समभाग** - संयुक्त भांडवली संस्थेने गुंतवणूकदारांकडून आपल्या भांडवलउभारणीसाठी उभारलेली मर्यादित दायित्व असलेल्या संस्थेचा मालकी हक्क देणारी रक्कम.

short term - (शॉ'ऽट् टऽम्) **अल्पकाळ** - मागणी वाढल्यास फक्त बदलत्या खर्चाद्वारे पुरवठ्यात काही प्रमाणात वाढ होऊ शकते असा काळ.

short term equilibrium - (शॉ'ऽट् टऽम् ई'क्विलि'ब्रिअम्) **अल्पकालीन समतोल** - व्यवसायसंस्थेची सरासरी प्राप्ती ही सरासरी खर्चाइतकी असते.

short term under perfect equilibrium - (शॉ'ऽट् टऽम् अं'न्डऽ पफे'क्ट् इ'क्विलि'ब्रिअम्) **पूर्णस्पर्धेतील अल्पकाळ** - ज्या काळात काही संस्थांना अतिरिक्त नफा मिळतो तर काही संस्थांना तोटा झाला तरी बाजारातून बाहेर पडता येत नाही असा काळ.

short termism - (शॉ'ऽट् टऽमिझम्) **अल्पकालीन पसंती** - गुंतवणूकदाराचे अल्पकालीन नफ्या-तोट्याचा विचार करून निर्णय घेण्याचे वर्तन.

shortage, scarcity - (शॉ'र्टिज्, स्के'असिटि) **कमतरता** - टंचाई, उणीव मागणीच्या तुलनेत कमी पुरवठा.

simplicity - (सिम्प्लि'सिटि) **सुलभता** - सोपेपणा करआकारणीचे तत्त्व, सरलता.

single or sole proprietorship - (सि'न्गाल् ऑऽ सोऽल प्रपा'इअटऽशिप्) **एकव्यक्तिस्वामित्वपद्धती** - अमर्यादित दायित्व असलेले एकाच व्यक्तीची मालकी असलेले व्यवसाय संघटन.

single use goods - (सिं'गल् यूझ् गुड्झ्) **एकवार उपभोगी वस्तू** - एकाच उपभोगात नष्ट होणाऱ्या वस्तू.

sinking fund - (सि'न्किन्ग् फन्ड्) **परिशोधन निधी** - सार्वजनिक कर्जाची परतफेड करण्यासाठी निर्माण केलेला निधी.

slum - (स्लॅम) **झोपडपट्टी** - गोरगरिबांनी आपल्या वास्तव्यासाठी निर्माण केलेल्या झोपड्यांचा समूह.

small saving - (स्मॉल् से'व्हिन्ग्) **अल्पबचत** - आर्थिक क्षमता कमी असलेल्यांनी थोड्या प्रमाणात शिल्लक ठेवलेली रक्कम.

social benefit, social dividend - (सो'शल् बे'निफिट्, सो'शल् डि'व्हिड'न्ड्) **सामाजिक लाभ** - खासगी उद्योग संस्थेमुळे समाजाचा झालेला लाभ.

social capital - (सो'शल् कॅ'पिटल्) **सामाजिक भांडवल** - अर्थव्यवस्थेतील एकूण खासगी व सार्वजनिक क्षेत्रात वापरली जाणारी उत्पादनोपयोगी साधनसामग्री.

social cost - (सो'शल् कॉऽस्ट) **सामाजिक परिव्यय** - व्यक्तिगत निर्णयामुळे समाजाला करावा लागणारा खर्च. हवा, पाणी किंवा ध्वनी प्रदूषणाचा समाजाला झालेला उपद्रव. खासगी उद्योग संस्थेमुळे समाजाला करावा लागलेला खर्च, झालेले नुकसान.

social efficiency - (सो'ऽशल् इफि'शन्सि) **सामाजिक कार्यक्षमता** - समाजातील कोणत्याही घटकांचे नुकसान न होता काही घटकांच्या कल्याणातील वाढीची स्थिती.

social gain, social benefit, externalities - (सो'शल गेऽन्, सो'शल् बे'निफिट् एक्स्ट'नॅलिटिझ्) **सामाजिक लाभ** - कोणत्याही प्रकल्पामुळे समाजाला झालेला लाभ.

social goods, public goods - (सो'शल् गुड्झ्, प'ब्लिक् गुड्झ) **सामाजिक वस्तू** - सामुदायिकपणे उपभोगल्या जाणाऱ्या वस्तू किंवा सेवा. रस्ते, उद्याने, रस्त्यावरील दिवे इ.

social impact standards - (सो'ऽशल् इ'म्पॅक्ट् स्टॅ'न्डऽड्) **सामाजिक (हिताची) प्रमाणे** - सामाजिक आरोग्य किंवा कल्याणासाठी प्रदूषणाच्या संदर्भात घातलेले निर्बंध.

social science - (सो'शल् सा'इअन्स्) **सामाजिक शास्त्र** - समाजाच्या वर्तनाचा अभ्यास करून नियम मांडणारे शास्त्र.

social security - (सो'शल् सिक्यु'अरिटि) **सामाजिक सुरक्षितता** - समाजातील प्रत्येक घटकास सरकारकडून मिळणाऱ्या विमा, निवृत्ती वेतन, भविष्य-निर्वाह निधी, अपघाती विमासुरक्षितता इ. विषयक योजना.

socialism - (सो'शलिझम्) **समाजवाद** - उत्पादन साधनांवरील खासगी मालकी अमान्य करणारी, सामाजिक समानता, न्याय, हित यांवर आधारलेली विचारसरणी.

soft loan - (सॉफ्ट् लोन्) **सुलभकर्ज** - सोयिस्कर अटींवर कमी व्याजाने मिळणारे कर्ज.

soil erosion - (सॉइल् इरो'ऽझ्यम्) **धूप** - जमिनीवरचा मातीचा स्तर वाहून जाणे.

sources of capital - (सॉऽसेस् अव्ह् कॅ'पिटल) **भांडवलाचे स्रोत** - चलनी भांडवल उभारण्याचे विविध मार्ग. गुंतवणूकदार, बँका, वित्तसंस्था, भांडवलबाजार इ.

special economic zone - (स्पे'शल् ई'कनॉ'मिक् झोन्) **विशेष आर्थिक क्षेत्र** - विआक्षे ही 'निर्यातक्षम उद्योगांची देशांतर्गत बेटे' असावीत अशी कल्पना ! अशी बेटे विकसित करणाऱ्यांवर व त्यात उद्योग सुरू करून चालविणाऱ्यांवर कमीत कमी बंधने लावून त्यांना जास्तीत जास्त स्वायत्तता देऊन गुंतवणूक, उत्पादन, रोजगार, निर्यात यांना चालना देण्यासाठी 'विआक्षे'चे धोरण अंगीकारण्यात आले. दि. ३१/८/२००४ रोजी सन २००४-०९ साठी जाहीर केलेल्या भारत सरकारच्या विदेश व्यापार धोरणातील विआक्षेत्रांची व्याख्या खालीलप्रमाणे केलेली आहे.

"विआक्षे म्हणजे मुद्दाम निश्चित केलेला शुल्कविरहित प्रदेश ! हा प्रदेश व्यापारी व्यवहारांसाठी आणि शुल्क व कर यांसाठी परदेशी मुलूख म्हणून समजण्यात

येईल. आयातशुल्कात सवलत असलेले, इतर करांसाठी, परदेशी गुंतवणुकीसाठी आणि अन्य व्यवहारांसाठी शिथिल पद्धत असलेले मुद्दाम निश्चित केलेले क्षेत्र म्हणजे विआक्षे. या क्षेत्राला औद्योगिक, सेवा पुरवठा आणि व्यापारी व्यवहार यांसाठी विदेशी मुलूख मानले जाते.''

व्यापार, उत्पादन, असेंब्ली, री-पॅकिंग यापैकी एक किंवा अनेक बाबी विआक्षेत्रात करता येतात. विआक्षेत्रामध्ये पूर्व परवानगीशिवाय विदेशी गुंतवणूक करता येते. केवळ त्याचा अहवाल रिझर्व्ह बँकेला द्यावा लागतो. विआक्षेत्रामधील उद्योगातून होणारा नफा, गुंतवणुकीवरील लाभांश, व्याज, रॉयल्टी आणि तंत्रज्ञान पुरविण्याचा मोबदला परदेशात नेण्यासंबंधी बंधने नाहीत.

विआक्षेत्रात उद्योग सुरू करणाऱ्यांवर केवळ एकच बंधन आहे. उत्पादन सुरू केल्यापासूनच्या सलग पाच वर्षांच्या कालावधीत त्यांनी निर्यातीतून मिळविलेले परकीय चलन हे आयातीसाठी, खर्चासाठी, नफा, लाभांश, व्याज, रॉयल्टी इ.ची रक्कम विदेशात नेण्यासाठी वापरलेल्या परकीय चलनापेक्षा जास्त असायला हवे.

specialisation - (स्पे'शलाइझेशन्) **विशेषीकरण** - एकंच काम वारंवार केल्यामुळे व्यक्तीला त्या कार्यात मिळालेले कौशल्य.

specific tax - (स्पिसि'फिक् टॅक्स्) **परिमाणानुसार कर** - मीटर, किलो, लिटर यासारख्या परिमाणांचा आधार घेऊन केलेली कर आकारणी.

speculation - (स्पे'क्युले'ऽशन्) **सट्टा** - किमतीतील चढउतारामधून नफा मिळण्यासाठी केलेला आर्थिक व्यवहार खरेदी/विक्री.

speculator - (स्पे'क्युले'ऽटऽ) **सट्टेबाज** - किमतीतील तेजीमंदीपासून लाभ मिळविणारा.

spot transaction - (स्पॉट् ट्रॅन्झॅ'क्शन्) **तत्काळ विनिमय** - रोखीने ताबडतोब होणारी वस्तूची देवाणघेवाण.

spreading risks - (स्प्रेडिंग रिस्क्) **धोका विभागणी** - धोक्याचा भार अधिकाधिक घटकांवर टाकण्याची प्रक्रिया.

spred effect - (स्प्रेड् इफे'क्ट्) **विस्तारात्मक परिणाम** - एका प्रदेशाचा विस्तार झाल्यामुळे परिसरातील प्रदेशांना त्यायोगे मिळणारे लाभ.

sprinkler irrigation - (स्प्रि'न्क्ल्ऽ इ'रिगे'ऽशन्) **तुषारजल सिंचन** - झारी किंवा कारंज्यांद्वारे पिकावर वरच्या बाजूने पाणी फवारणे.

stabilisation - (स्टॅ'बिलाइझेऽशन्) **स्थिरीकरण** - चढउतार रोखून धरण्याचे धोरण.

stabilising speculation - (स्टॅ'बिलाइझिंग स्पे'क्युले'ऽशन्) **सट्ट्याद्वारे स्थिरीकरण** - वायदेव्यवहारांद्वारे किमतीतील चढउतार कमी होणे.

stagflation - (स्टॅग्'फ्लेशन्) **मंदीयुक्त तेजी** - १९७०च्या दशकात अमेरिकन अर्थव्यवस्थेत उद्‌भवलेली परिस्थिती. एकाच वेळी उत्पादनात व मागणीत घट (मंदी); परंतु उत्पादन खर्च वाढल्याने किंमतपातळीत वाढ (तेजी).

standardization - (स्टॅ'न्डडाइझे'शन्) **प्रमाणीकरण** - उत्पादनाचा दर्जा निर्धारित करणे.

state excise duty - (स्टेऽट् एक्सा'इस् ड्यू'टि) **राज्य अबकारी कर** - मद्य वा अमली पदार्थांच्या उत्पादनावर राज्य सरकारने आकारलेला कर.

stationary state, participation loan - (स्टे'ऽशनरि स्टेऽट्, पाऽटि'सिपेऽशन् लोन्) **स्थिरावस्था सामायिक कर्ज** - मोठ्या कर्जाची जोखीम विभागण्यासाठी अनेक बँकांनी एकत्र येऊन दिलेले कर्ज.

stock - (स्टॉक्) **साठा** - वस्तू, पैसा वगैरेचा असलेला संचय. समभाग, कर्जरोखे इ. वित्तीयमत्ता.

stock exchange - (स्टॉक् इक्स्चे'ऽन्ज्) **रोखेबाजार** - रोख्यांची होणारी खरेदीविक्री.

stock inventory - (स्टॉक् इ'न्व्हेटरि) **साठा** - १) विक्रीसाठी बाजारात आणलेले उत्पादन २) पक्का माल, कच्चा माल, अर्धपक्का माल, हत्यारे, अवजारे इ. ची साठवण.

strike - (स्ट्राइक्) **संप** - कामगारांची आपले प्रश्न सोडविण्यासाठी कामाच्या ठिकाणी हजर न राहण्याची केलेली सामुदायिक कृती.

structural unemployment - (स्ट्रॅ'क्चरल् अे'निम्प्लॉ'इमन्ट्) **संरचनात्मक बेरोजगारी** - अर्थव्यवस्थेतील मागणी, पुरवठा इत्यादी घटकात बदल झाल्यामुळे उद्‌भवलेली बेकारी.

subsidy - (स'ब्सिडि) **अनुदान** - ग्राहकहिताचा विचार करून उत्पादनखर्चाच्याही खालच्या पातळीवर उत्पादनाची किंमत ठेवावी यासाठी सरकारकडून उत्पादकांना दिली जाणारी रक्कम. सरकारने उत्पादकांना विशिष्ट हेतूने दिलेली आर्थिक मदत.

वस्तूंची खरेदी अथवा उत्पादन यांना प्रोत्साहन देण्यासाठी शासनाने दिलेली आर्थिक मदत म्हणजे अर्थसाहाय्य होय. दुसऱ्या शब्दात अर्थसाहाय्य म्हणजे वस्तू व सेवा पुरविण्यासाठी जेवढा खर्च येतो त्यातून त्या वस्तू व सेवा पुरविण्याबद्दल किंमत आकारून जी रक्कम मिळते ती वजा केल्यास उरणारी रक्कम. अर्थात वस्तू/सेवा पुरविण्याच्या कार्यात निर्माण होणारा तोटा म्हणजे अर्थसाहाय्य. उदा. पोस्टाचे कार्ड

आपणास ५० पैशांत उपलब्ध होते; परंतु त्या सेवेसाठी येणारा खर्च जर ८० पैसे असेल, तर प्रत्येक पोस्टकार्डमागे ३० पैसे सबसिडी झाली. घरगुती वापराचा गॅस सिलेंडर रु. ३२०/- ला मिळतो. परंतु त्या गॅस सिलेंडरचा खर्च रु. ४०० असेल तर रु. ८० प्रतिसिलेंडर सबसिडी झाली.

अर्थसाहाय्यांचे वर्गीकरण वेगवेगळ्या पद्धतीने केले जाते. अर्थसाहाय्याच्या कारणानुसार, लाभार्थींनुसार, साहाय्य देणाऱ्या संस्थांनुसार इत्यादी. अर्थसाहाय्य देण्याचे काही प्रकार पुढीलप्रमाणे -

१. **रोख साहाय्य** - अन्नधान्य अथवा खते, बियाणे इत्यादी बाबी शासनाने खरेदी केलेल्या किमतीपेक्षा/उत्पादनखर्चापेक्षा कमी किमतीला ग्राहकांना उपलब्ध करून देणे.

२. **व्याज साहाय्य** - बाजारातील प्रचलित व्याजदरापेक्षा कमी व्याजदराने विशिष्टक्षेत्राला कर्ज उपलब्ध करून देणे उदा. शेती, निर्यात, लघुउद्योग इ.

३. **कर साहाय्य** - प्रत्यक्ष व अप्रत्यक्ष करआकारणीत सवलत/सूट. उदा. निर्यात उत्पन्नावर आयकर नाही.

४. **रोखेतर साहाय्य** - शासनाने वस्तू/सेवा यांचा पुरवठा मोफत अथवा विनामूल्य करणे. उदा. शासकीय रुग्णालयात विनामूल्य औषधोपचार.

५. **खरेदी साहाय्य** - बाजारातील प्रचलित भावापेक्षा जास्त किमतीला शासनाने वस्तू व सेवा खरेदी करणे. उदा. कापसाचा हमी भाव, उसाचा हमी भाव इ.

अर्थसाहाय्यांचे वर्गीकरण प्रत्यक्ष व अप्रत्यक्ष सबसिडीज् असेही करता येईल. ज्या साहाय्याची रक्कम प्रत्यक्षपणे लाभार्थीला मिळते ती प्रत्यक्ष सबसिडी. उदा. शेतकऱ्यांना अतिवृष्टी, दुष्काळाच्या वेळी दिलेली रक्कम, बेरोजगार भत्ता देणे इत्यादी. ज्या सबसिडीमुळे प्रत्यक्ष रकमेचे हस्तांतरण होत नाही त्यांना अप्रत्यक्ष सबसिडीज् म्हणता येईल.

subsistence production - (सॆब्सि'स्टन्स प्रडॆ'क्शन्) **निर्वाहापुरते उत्पादन**- आपल्या कुटुंबाच्या उपभोगापुरतेच उत्पादन निर्माण करणे.

substitute goods - (सॆ'ब्स्टिट्यूट गुड्झ्) **पर्यायी वस्तू** - एकच गरज भागवण्यासाठी उपयुक्त असणाऱ्या विविध वस्तू. त्यापैकी कोणत्याही वस्तूद्वारे गरज भागू शकते. त्यामुळे त्या परस्परांना पर्याय ठरतात.

substitution effect - (सॆ'ब्स्टिट्यूशन् इफे'क्ट्) **पर्यायिता परिणाम** - मूळ वस्तूच्या किमतीतील बदलाचा पर्यायी वस्तूची किंमत कायम राहिल्याने तिला असलेल्या मागणीवर होणारा परिणाम.

sunk cost - (स'न्क् कॉऽस्ट्) **बुडित खर्च** - जेव्हा मत्तेपासून फक्त एकच उपयोग करता येतो तेव्हा अशी मत्ता खरेदी करण्यासाठी केलेला खर्च.

supplementary - (सप्लिमे'न्टरि) **पुरवणी** - पूरक.

supply curve - (सप्लाइ कऽव्ह्) **पुरवठावक्र** - वस्तूची किंमत आणि तिचा बाजारातील पुरवठा यातील फलनसंबंध दर्शविणारा वक्र.

supply schedule - (सप्लाइ शे'ड्युल्) **पुरवठासूची** - वेगवेगळ्या किमतीला विक्रेत्याद्वारे विक्रीसाठी आलेले वस्तूचे प्रमाण.

supply side economics - (सप्ला'इ सा'इड् ई'कनॉ'मिक्स्) **पुरवठ्याचे अर्थशास्त्र**- i) उत्पादनवाढीमुळे मंदी निर्माण होऊ न देण्यासाठी मागणीत वाढ करणाऱ्या घटकांची मीमांसा करणारे अर्थशास्त्र. ii) अतिरिक्त पुरवठ्यासाठी मागणी कशी वाढवता येईल याची चिकित्सा करणारे अर्शशास्त्र.

surcharge - (स'ऽचाऽज्) **अतिरिक्त शुल्क** - नेहमीच्या करांच्या रकमेवर आकारलेला अतिरिक्त कर, उपकर.

surrender - (सरे'न्डऽ) **समर्पण** - सोडून देणे, त्याग करणे, आधीन होणे.

surrender value - (सरे'न्डऽ व्हॅ'ल्यू) **विमा पॉलिसीची मुदतपूर्व किंमत**- मुदत पूर्ण होण्याआधी विमा बंद केल्यास विमाकंपनीकडून परत मिळणारी रक्कम.

sustainability - (सस्टे'ऽनबिलिटि) **टिकून राहण्याची स्थिती** - आर्थिक व्यवहारांशी जुळवून घेत टिकून राहण्याची पर्यावरणाची प्रवृत्ती.

sweated labourers - (स्वेट'इड ले'ऽबरऽस्) **शोषित श्रमिक** - दारिद्र्यामुळे ज्यांची पिळवणूक केली जाते असे श्रमिक.

synergy - (सि'नर्जी) **एकत्रीकरणाचे लाभ** - दोन किंवा अधिक संस्थांच्या एकत्रीकरणामुळे सर्वच संस्थांना होणारे फायदे.

surtax - (स'टॅक्स) **उपरीकर, जादा कर.**

■

T

tableau economique - (टॅ'ब्लो इ'कनॉ'मिक्) **संपत्तीसंचलनाचा तक्ता** - क्वेने या निसर्गपंथी विचारवंतांनी मांडलेल्या शेतीक्षेत्रात निर्माण झालेल्या संपत्तीचे समाजातील अन्य घटकांत होणाऱ्या विभाजनाची संकल्पना.

taccavi - (तकावी) **तगाई** - दुष्काळी परिस्थितीत शेतकऱ्याला आधार देण्यासाठी सरकारने दिलेले अल्पव्याजाचे कर्ज.

take off stage - (टेऽक् ऑफ् स्टेऽज्) **उड्डाणावस्था** - विमानाची आकाशात झेपावतानाची स्थिती. आर्थिक नियोजनात ही संकल्पना ज्यावेळी स्वयंप्रेरीत घटक अर्थव्यवस्थेची वेगाने प्रगती घडवतात त्यावेळी मांडली जाते. उत्थान उड्डयन.

takeover bid - (टेऽक् ओऽव्हऽ बिड्) **धारकसंस्था बनवण्यासाठीची कृती**- एका संस्थेने दुसरी संस्था आपल्या नियंत्रणाखाली आणण्यासाठी बाजारातून केलेली समभागांची खरेदी. एकूण समभागांच्या ५१% समभाग खरेदी करून नियंत्रण आणले जाते.

tangible asset - (टॅ'न्जिबल् ॲसेट्) **मूर्तमत्ता** - डोळ्यांना दिसणारी, स्पर्श करता येणारी भौतिक स्वरूपाची सत्ता.

targets - (टा'ऽगिट्स) **इष्टांक** - आर्थिक धोरणांची लक्ष्ये. ती पूर्ण करण्यासाठी कार्यक्रम अवलंबले जातात.

tariff - (टॅ'रिफ्) **जकात** - आयात वस्तूंवर आकारलेला कर.

tastes and preferences - (टेस्ट् ॲन्ड प्रे'फरन्स्) **आवड-निवड** - उपभोक्त्याची पसंती-नापसंती.

tax - (टॅक्स्) **कर** - सार्वजनिक सत्तेने आपल्या अधिकार क्षेत्रातील व्यक्ती, संपत्ती, व्यवहार यांवर आकारलेले आपल्या प्राप्तीचे साधन जनतेचे कर देणे सक्तीचे असते.

tax avoidance - (टॅक्स् अव्हॉ'इडन्स्) **करदायित्व घटवणे** - करआकारणीच्या संदर्भातील कायदेशीर सवलतींचा पूर्ण लाभ घेणे.

tax allowance - (टॅक्स् अला'उन्स्) **करमाफीपात्र रक्कम** - उत्पन्नातील काही बाबींना करआकारणीतून दिलेली सूट.

tax allowances - (टॅक्स् अला'उअन्स्‌स) **करविषयक सवलती** - प्राप्तीकरविषयक कायद्यात अंतर्भूत असणाऱ्या विविध प्रकारच्या सवलती. तेवढी रक्कम एकूण उत्पन्नातून वजा करून राहिलेल्या उत्पन्नावर कर आकारला जातो.

tax avoidance - (टॅक्स् अव्हॉ'इडन्स्) **करदायित्व घटवणे** - कायद्याने मान्य केलेल्या सर्व सवलती घेऊन करांचा भार कमी करणे.

tax collusion - (टॅक्स् कलू'झ्यन्) **गुप्तकर** - अल्पजनाधिकाराच्या बाजारपेठेत आपले हितसंबंध राखण्यासाठी विक्रेत्यांनी परस्परात केलेला अलिखित कर.

tax deduction at source - (टॅक्स् डिडक्शन् ॲट सॉऽस्) **उद्‌गम करकपात**- उत्पन्न देतानाच त्यामधून केलेली कराची वजावट.

tax evasion - (टॅक्स् इव्हे'ऽझ्यन्) **कर चुकवणे/बुडवणे** - करदेयता असूनही सरकारला कर न देणे.

tax impact - (टॅक्स् इ'म्पॅक्ट्) **कराघात** - करदात्यावर होणारी करांची आकारणी.

tax Return - (टॅक्स् रिट'र्न्) **करविवरण पत्रक** - प्रत्येक वर्षी व्यक्ती सरकारला सादर करीत असलेले उत्पन्न, अन्य सवलतींचे मूल्य, सवलती, भरलेला कर इ. बाबत माहिती देणारे पत्रक.

tax shifting - (टॅक्स् शिफ्टींग्) **करसंक्रमण** - करंचा भार दुसऱ्यावर ढकलणे.

taxable income - (टॅ'क्सबल् इ'न्कम्) **करपात्र उत्पन्न** - एकूण उत्पन्नातून विविध करविषयक सवलती वजा केल्यानंतर शिल्लक राहिलेले उत्पन्न.

technological unemployment - (टेक्नलॉ'जिकल् अ'निम्प्लॉ'इमन्ट्) **तांत्रिक बेरोजगारी** - उत्पादनक्षेत्रात श्रमांची बचत करणारे उत्पादनतंत्र अवलंबल्याने उद्‌भवलेली बेकारी.

tenancy - (टे'नन्सि) **कुळ वहिवाट** - जमिनीच्या मालकाने जमीन कसण्याचा शेती करणाऱ्याला खंड घेऊन दिलेला अधिकार.

tender - (टे'न्डऽ) **निविदा** - पुरवठादाराने विक्रीसाठी देऊ केलेले स्पर्धात्मक किमतीचे निवेदन.

terms of trade - (टऽम् अव्ह् ट्रे'ड्) **व्यापारशर्ती** - एका देशातून दुसऱ्या देशात होणाऱ्या आयातीच्या मोबदल्यात द्यावे लागणारे निर्यातीचे परिमाण. हे दोन्ही देशांतील किंमतपातळीवर अवलंबून राहते.

tertiary or service sector (ट'र्शरि ऑऽ स'र्व्हिस् से'क्टर्) **तृतीयक क्षेत्र** - सेवांचे क्षेत्र.

the classical school - (दि / द् क्लॅ'सिक्ल् स्कूल्) **सनातन संप्रदाय** - नि:हस्तक्षेप, स्वातंत्र्य, किंमत यंत्रणा, स्पर्धा अशी वैशिष्ट्ये असणाऱ्या अर्थव्यवस्थेचे समर्थन करणारे विसाव्या शतकापूर्वी होऊन गेलेले विचारवंत.

the new deal - (द न्यू डील्) **नवा उपक्रम** - १९३२ ते १९३९ मध्ये अमेरिकन अर्थव्यवस्थेला मंदीतून बाहेर काढण्यासाठी सरकारने अवलंबलेले विविध मार्ग.

the theory of games - (द थि'अरी अव्ह् गेम्स्) **क्रीडा सिद्धान्त** - अल्पजनाधिकार असलेल्या बाजारात विक्रेत्यांचे एकमेकांवर अवलंबून असणारे क्रिया व प्रतिक्रिया या पद्धतीनुसार ठरणाऱ्या डावपेचांच्या संदर्भात मांडला जाणारा विक्रेत्यांच्या वर्तनाबाबतचा सिद्धान्त.

there is no free lunch - (देअ इझ् नो फ्री ल'न्च्) **विनाआदान नाही उत्पादन** - आदानांखेरीज, खर्च न करता उत्पादन शक्य नाही. विनामूल्य, विनाकष्ट काही मिळत नाही. फुकट काही मिळत नाही.

third degree price discrimination - (थऽड् डिग्री' 'प्राइस् डिस्क्रि'मिने'ऽशन्) **तिसऱ्या दर्जाचा मूल्यभेद** - मक्तेदार उत्पादक आपल्या ग्राहकांची वेगवेगळ्या गटात विभागणी करून प्रत्येक गटासाठी वेगवेगळी किंमत ठरवतो मात्र एका गटातील सर्व ग्राहकांना एकच किंमत आकारतो.

third world - (थर्ड् वर्ल्ड्) **तिसरे जग** - भांडवलशाही व साम्यवादी गटांमधील देशांव्यतिरिक्त अन्य अल्पविकसित देश.

thrift, saving - (थ्रिफ्ट्,से'ऽव्हिन्ग्) **काटकसर/बचत** - उपभोगखर्च घटवणे, बचत करणे.

tie in sales - (टाइ इन् सेऽल्स्) **ग्राहक बांधून घेण्याचा करार** - संस्था आपले पहिले उत्पादन ग्राहकांना विकताना पुढील उत्पादने ग्राहकांनी खरेदी केलीच पाहिजेत अशा स्वरूपाचा करार ग्राहकांबरोबर करते.

tied loan - (टाइड् लोन्) **बंधित कर्ज** - धनकोने विशिष्ट अटी घालून दिलेले कर्ज.

tillage - (टि'लिज्) **मशागत** - जमीन कसणे, लागवड करणे.

time and motion study - (टाइम् ॲण्ड् मो'शन् स्टे'डि) **काल आणि गती अभ्यास** - श्रमिकांच्या उत्पादकतेचे मूल्यांकन करताना कामासाठी लागणारा वेळ व गुणवत्ता यांचा अभ्यास.

time deposits - (टाइम् डिपॉ'झिट्) **मुदतठेवी** - विशिष्ट मुदतीसाठी संस्थेने स्वीकारलेल्या ठेवी मुदतीपूर्वी ठेवीदाराने रक्कम मागितल्यास संस्था त्यातून काही रक्कम कापून उर्वरित रक्कम देते.

time discrimination / peak load pricing - (टाइम् डिस्क्रि'मिने'ऽशन् / पीक् लोड् प्राइसिन्ग्) **कालानुसार मूल्यभेद** - एकाच सेवेसाठी अधिक मागणी असलेल्या काळात जास्त किंमत आकारणे तर इतर वेळी किंमत कमी ठेवणे. उदा. चित्रपटगृहात सकाळच्या खेळाला कमी तिकीटदर तर नेहमीच्या खेळांना जास्त तिकीटदर.

time series data - (टाइम् सि'अरीझ् डे'ऽटऽ) **कालसापेक्ष आकडेवारी** - घटकात वेळोवेळी होणारे बदल दर्शवणारी आकडेवारी.

time utility - (टाइम् सि'अरीझ् यूटि'लिटि) **काल उपयोगिता** - विशिष्ट काळापुरती असलेली उपयोगिता. उदा. लोकरी कपडे फक्त थंडीच्या काळात उपयोगिता.

token coin - (टो'कन् कॉइन्) **नाममात्र नाणे** - नाण्यावरील दर्शनी मूल्यापेक्षा धातुमूल्य खूपच कमी असलेले नाणे. धातूपासून बनवलेले, मूल्य छापलेले सरकारी टांकसाळीतून बनवलेले विनिमयाचे साधन. त्यावरील दर्शनी मूल्य हे धातुमूल्यापेक्षा सामान्यत: अधिक असते. (नाममात्र नाणे).

total consumer's expenditure on a product - (टो'ऽट्ल कन्स्यू'म्ऽ इक्स्पे'न्डिचऽ ऑन् अ प्रॉ'डक्ट्) **वस्तूखरेदीवरील ग्राहकाचा एकूण खर्च** - वस्तूच्या खरेदी केलेल्या एकूण नगांना किमतीने गुणल्यानंतर मिळणारी रक्कम.

total consumer's surplus - (टो'ऽट्ल कन्स्यू'म्ऽ) **ग्राहकाचे एकूण संतोषाधिक्य**- ग्राहकास वस्तूच्या खरेदीतून मिळालेल्या उपयोगितेच्या एकूण मात्रांमधून ग्राहकाने किमतीच्या रूपात दिलेल्या उपयोगितेच्या मात्रा वजा केल्यानंतर मिळलेले उपयोगितेचे आधिक्य.

total cost - (टो'ऽट्ल कॉऽस्ट्) **एकूण खर्च** - उत्पादनासाठी आलेल्या स्थिर आणि बदलत्या खर्चाची बेरीज केल्यावर मिळणारी रक्कम.

total cost=fixed cost + variable cost - **एकूण खर्च** - उत्पादनासाठी येणाऱ्या स्थिर खर्च आणि बदलता खर्च यांची बेरीज.

total physical product - (टो'ऽटल् फि'झिकल् प्रॉ'डक्ट्) **एकूण वास्तव उत्पादन** - आदानांमधून निर्माण झालेले उत्पादनाचे भौतिक परिमाण.

total revenue - (टो'ऽट्ल रे'व्हिन्यू) **एकूण प्राप्ती** - वस्तूच्या विक्री झालेल्या नगसंख्येला किमतीने गुणल्यानंतर विक्रेत्यास मिळालेले उत्पन्न.

total utility - (टो'टल् यूटि'लिटि) **एकूण उपयोगिता** - वस्तूच्या नगांचा पाठोपाठ उपभोग घेतल्यानंतर सर्व नगांपासून मिळालेल्या उपयोगितेच्या मात्रांची बेरीज.

trade barriers - (टे'ऽड् बे'रिअ) **व्यापारातील अडथळे** - व्यापारवाढीच्या मार्गातील अडचणी, सरकारी निर्बंध, जाचक कर, कोटापद्धती इ.

trade cycle - (ट्रे'ऽड् सा'इकल्) **व्यापारचक्र** - अर्थव्यवस्थेत तेजीनंतर मंदी व मंदीनंतर तेजी याप्रमाणे वारंवार होणारे आवर्तन.

तेजी → घसरण → मंदी → पुनरुज्जीवन → तेजी- याप्रमाणे.

trade liberalisation - (ट्रेऽड् लि'ब्रलाइझेऽशन्) **व्यापार शिथिलीकरण** - व्यापरातील निर्बंध कमी करणे, पूर्णपणे उठवणे.

trade policy - (ट्रऽड् पॉ'लिसि) **व्यापारनीती** - सरकारचे व्यापारविषयक धोरण.

trade related intellectual property rights - (ट्रेऽड् रिले'ऽटेड् इ'न्टले'क्ट्युअल् प्रॉ'पटि राइट्) **व्यापारसंबंधित बौद्धिकसंपदा अधिकार**- उरुग्वे परिषद १९९५ मधील बौद्धिक संपदाविषयक अधिकारांना सर्व सभासदांनी मान्यता देण्याचा निर्णय.

trade related investment measures - (ट्रेऽड् रिले'ऽटेड् इन्व्हे'स्ट्मन्ट मे'झ्यऽ) **गुंतवणूक अनुदान बाधित व्यापार नियमन** - उरुग्वे परिषद १९९५ मधील आंतरराष्ट्रीय व्यापार घटवणारी, गुंतवणूकविषयक अनुदाने उत्पादकांना न देण्याचा निर्णय.

trade talks, trade negotiations - (ट्रेऽड् टॉऽक्स्, ट्रेऽड् निगो'ऽशिएऽशन्) **व्यापारी वाटाघाटी** - दोन देशांच्या दरम्यान व्यापारातील निर्बंध कमी करून व्यापार वाढवण्याच्या संदर्भात होणारी चर्चा.

trade treaty, trade pact - (ट्रेऽड ट्री'टि, ट्रेऽड् पॅक्ट्) **व्यापारी करार** - दोन देशांत झालेला व्यापार विषयक करार.

traditional theory of a firm - (ट्रेडि'शनल थि'अरि अव्ह फ'ऽम्) **व्यवसायसंस्थेचा पारंपरिक सिद्धान्त** - महत्तम नफ्याचे उद्दिष्ट समोर ठेवून वेगवेगळ्या बाजारात व्यवसायसंस्थेच्या वर्तनाच्या संदर्भात मांडलेला सिद्धान्त.

transaction motive - (ट्रॅन्झॅ'क्शनस् मो'टिव्ह्) **विनिमय हेतू** - रोखता बाळगण्यामागील प्रथम हेतू आर्थिक व्यवहारासाठी उपयुक्त असल्यामुळे लोक आपल्याजवळ रोख पैसा बाळगतात.

transfer - (ट्रॅ'न्स्फऽ) **हस्तांतरण** - एकाकडून दुसऱ्याकडे होणारे संपत्ती अधिकार इ. चे स्थानांतरण.

transfer payments - (ट्रॅ'न्स्फ़ऽ पे'ऽमन्ट्) **हस्तांतरण रक्कम** - एका समूहाकडून दुसऱ्या समूहाकडे ज्याच्या मोबदल्यात काहीही निर्माण होत नाही अशा प्रकारे दिला गेलेला पैसा.

transformation curve - (ट्रॉन्स्फमे'ऽशन् कऽव्ह्) **उत्पादन शक्यता वक्र** - उपलब्ध साधनसामग्रीच्या साहाय्याने आलेखात दोन वस्तूंचे विविध उत्पादन गट निर्माण होण्याची शक्यता दर्शवणारा वक्र. रूपांतरण वक्र.

transitional economy - (ट्रॅ'न्झि'शनल् इकॉ'नमि) **संक्रमणशील अर्थव्यवस्था**- बदलण्याच्या टप्प्यात असलेली अर्थव्यवस्था.

transparent - (ट्रॅन्स्पे'अरन्ट्) **पारदर्शी** - लोकांपासून कोणतीही गोष्ट न लपवणे, संपूर्ण खुला व्यवहार.

transport - (ट्रान्स्पॉ'ऽट्) **परिवहन** - वाहतूक.

treasury bill - (ट्रे'झ्यरि बिल्) **कोषागार प्रपत्र** - अल्पकालीन वित्तउभारणीसाठी सरकारने निर्माण करून मध्यवर्ती बँकेमार्फत भांडवल बाजारात विक्रीसाठी आणलेले प्रपत्र.

treasury exchequer - (ट्रे'झ्यरि इक्स्चे'कर्) **शासकीय कोषागार** - सरकारचा वित्तपुरवठा विभाग.

trend - (ट्रेन्ड्) **प्रवृत्ती** - कल दर्शविणारी स्थिती - प्रत्यक्षातील आकडेवारी त्याच्या जवळपास आढळून येते.

turn over - (टऽन् ओ'ऽव्हऽ) **उलाढाल** - खरेदी-विक्रीचे व्यवहार.

■

U

ultimate - (अॅ'ल्टिमिट्) **अंतिम** - अखेरचा.

uncalled capital - (अॅ'न्कॉऽल्ड् कॅ'पिटल्) **न मागितलेले भांडवल** - समभागांची हप्त्याने विक्री करताना येणे असलेली वसूल न केलेली रक्कम.

uncertainty - (अॅ'न्स'ऽट्न्टि) **अनिश्चितता** - बाजारात आकस्मिकरीत्या होणारे बदल ज्यांच्या बाबतीत आधी अंदाज घेणे शक्य नसते. व्यवसाय क्षेत्रात अनपेक्षितरीत्या उद्भवणारी परिस्थिती.

under capitalisation - (अॅ'न्टऽ कॅ'पिटला'इझेशन्) **न्यून भांडवलीकरण** - व्यवसायातील आवश्यकतेपेक्षा कमी प्रमाण असलेली भांडवल गुंतवणूक.

under consumption - (अॅ'न्ड् कन्सि'म्(प्)शन्) **न्यून उपयोग** - उत्पन्नवाढीपेक्षा उपभोग खर्चात कमी प्रमाणात वाढ होणे.

under developed or less developed economy - (अॅ'न्ड् डिव्हे'लप्ट् ऑऽ लेस् डिव्हे'लप्ट् इकॉ'नमि) **अल्पविकसित अर्थव्यवस्था** - राष्ट्रीय उत्पन्न, भांडवल निर्मिती इ. कमी प्रमाणात असलेली अर्थव्यवस्था.

under writing - (अॅ'न्ड् रा'इटींग्) **भागविक्रीहमी** - रोख्यांच्या विक्रीची हमी देणे.

unearned income - (अॅनऽन्ड् इन्कम्) **अनार्जित उत्पन्न** - कष्ट न करता मिळालेले उत्पन्न.

unemployment - (अॅ'निम्प्लॉ'इमन्ट) **बेरोजगारी** - पात्रता असलेल्या व काम करू इच्छिणाऱ्या श्रमिकांना काम न मिळाल्याने उद्भवलेली परिस्थिती.

unemployment due - (अॅ'निम्प्लॉ'इमन्ट्र ड्यू) **बेरोजगारभत्ता** - ज्यांना रोजगार मिळू शकत नाही अशांना उपजीविकेसाठी शासनाकडून दिला जाणार भत्ता-बेकारभत्ता.

unemployment ratio - (अॅनिम्प्लॉ'इमन्ट् रे'ऽशिओ) **बेरोजगारीप्रमाणे** - एकूण श्रमिकसंख्येशी काम न मिळालेल्या श्रमिकांचे असलेले प्रमाण.

unfair - (अॅन्फे'अऽ) **अयोग्य** - असमर्थनीय, अन्याय्य.

unit elasticity of demand - (यू'निट् इलॅ'स्टिसिटी अव्ह् डिमा'ऽन्ड्) **एकक लवचीकपणा** - जेव्हा मागणीतील बदलाचे शेकडा प्रमाण हे किमतीतील बदलाच्या शेकडा प्रमाणाइतकेच असते तो लवचीकपणा.

unit of utility - (यू'निट् अव्ह् यूटि'लिटि) **उपयोगिता मात्रा** - वस्तूच्या उपभोगामुळे ग्राहकाला मिळालेल्या समाधानाचे मापन करणारे काल्पनिक परिमाण.

universal benefit - (यू'निव्ह'ऽसू बे'निफिट्) **सार्वजनिक लाभ** - उत्पन्न, संपत्ती, वय, लिंग वगैरे कोणतेही घटक विचारात न घेता अर्थव्यवस्थेतील सर्वच व्यक्तींना झालेला लाभ.

unlimited liablitiy - (अॅन्लि'मिटिड् ला'इअबि'लिटि) **अमर्यादित दायित्व** - व्यवसायाचे दिवाळे निघाल्यावर धनकोंना मालकाच्या खासगी मालमत्तेतून आपले पैसे वसूल करण्याचा असलेला अधिकार.

unofficial Economy, parallel ecomomy - (अनफि'शल् इकॉनमि, पॅ'रलेल् इकॉ'नमि) **अनधिकृत अर्थव्यवस्था** - अशा व्यवसायांचे क्षेत्र ज्यांच्यामधून करवसुली करणे सरकारला अशक्य असते यांमध्ये असंघटित क्षेत्रातील व्यवसाय तसेच गुन्हेगारी व्यवहारात गुंतलेले लोक या सर्वांचा समावेश होतो. समांतर अर्थव्यवस्था.

unredeemable preredeemable securities - (अॅ'न्रिडीएम्बल् प्री'रिडी'एम्बल सिक्यु'अरिटिस्) **कायमस्वरूपी कर्जरोखे** - संस्थेला रोखेधारकांना मुद्दलाची परतफेड न करावी लागणारे रोखे.

unsatiable wants - (अनसॅटिएबल् वॉन्टस्) **तृप्ती न होणाऱ्या गरजा** - पूर्ण न होणाऱ्या गरजा, समाधान प्राप्त करून न देणाऱ्या गरजा.

urbanisation - (अ'र्बना'इझेशन्) **नागरीकरण** - शहरीकरण, ग्रामीण भागातून लोकांचे शहरात स्थलांतर.

usury - (यू'झरि) **शोषण करणारा सावकारी व्यवसाय** - कर्जावर भरमसाट व्याज वसूल करणारा सावकारी व्यवसाय.

util, utile - (यू'टाइल्) **उपयोगिता-यात्रा** - उपयोगिता मापनाचे एक काल्पनिक एकक.

utilitarianism - (यु'टिलिटे'अरिअनिझम्) **उपयुक्ततावाद** - 'व्यक्तीची प्रत्येक कृती ही आपल्या हितासाठी व सुखासाठी - आनंद मिळवण्यासाठी असते.' बेथॅम यांचे तत्त्वज्ञान.

utility - (यूटि'लिटि) **उपयोगिता** - वस्तूमधील गरज भागवण्याची शक्ती, उपभोग्यता.

utility function - (यूटि'लिटि फं'न्क्शन्) **उपयोगिता फलन** - (१) उपयोगिता उपभोगाचे फलन आहे. (२) उपयोगिता हे उत्पन्नाचे फलन आहे.

utility function - (यूटि'लिटि फं'न्क्शन्) **उपयोगिता फलन** - उपभोक्त्याने पाठोपाठ घेतलेला वस्तूच्या नगांचा उपभोग आणि त्यापासून मिळालेली उपयोगिता यांतील फलनसंबंध.

utility maximisation - (यूटि'लिटि मॅ'क्सिमाइझेशन्) **उपयोगिता महत्तमीकरण** - ग्राहकाचे जास्तीत जास्त उपयोगिता मिळवण्यासाठी होणारे वर्तन.

utopion socialism, fabian socialiam - (यूटो'पिअन् सो'ऽशलिझम्) **स्वप्नाळू समाजवाद** - सर्व लोकांमधील चांगुलपणा, सद्गुण गृहीत धरून मांडलेली समाजवादी विचारसरणी.

valid - (व्हॅ'लिड्) **विधिग्राह्य** - कायद्याची मान्यता असलेले.

value added - (व्हॅ'ल्यू अॅड्ड) **मूल्यवर्धन** - उत्पादनाच्या प्रत्येक प्रक्रियेमुळे मूल्यात झालेली वाढ.

value added tax (VAT) - (व्हॅ'ल्यू अॅडेड टॅक्स्) **मूल्यवर्धित कर** - उत्पादनाच्या प्रक्रियेत कच्च्या मालाचे पक्क्या मालात रुपांतर करताना प्रत्येक टप्प्यावर.

value Judgement - (व्हॅ'ल्यू जॅ'ज्मन्ट्) **विवेकी, नैतिक मूल्यांकन** - प्रत्येक व्यक्तीचे शिक्षण, संस्कार, वातावरण यानुसार व्यक्तीमार्फत होणारे मूल्यांकन हे व्यक्तीव्यक्तीनुसार वेगवेगळे होत असल्याने वस्तुनिष्ठ शास्त्रात त्याचा विचार होत नाही.

value of accelerator - (व्हॅल्यू अव्ह् अॅक्से'लरेऽटर) **प्रवेगकमूल्य** - बदललेल्या प्रमाणाचे मूळ प्रमाणाशी तुलना करून मिळणारे पटीतील मूल्य.

$$\text{प्रवेगक मूल्य} = \frac{\text{राष्ट्रीय उत्पन्नातील वाढ}}{\text{प्रेरित गुंतवणुकीचे प्रमाण}}$$

value of money, purchasing power of money - (व्हॅ'ल्यू अव्ह् मॅ'नि प'ऽचसिन्ग पा'उअ अव्ह् मॅ'नि) **चलनमूल्य** - चलनाची वस्तू व सेवा खरेदी करण्याची असलेली पात्रता, कार्यशक्ती, खरेदी शक्ती (पैशाची).

variable capital - (व्हे'अरिअब्ल् कॅ'पिट्ल्) **बदलते भांडवल** - मार्क्स-श्रमिकांना दिल्या जाणाऱ्या खर्च श्रमशक्तीचे मूल्य.

variable cost - (व्हे'अरिअब्ल् काऽस्ट्) **बदलता खर्च** - उत्पादन बंद असताना जो खर्च करावा लागत नाही व उत्पादनाच्या प्रमाणानुसार जो खर्च बदलतो असा खर्च. उदा. कच्चा माल विकत घेण्याकरिता लागणारा खर्च, तात्पुरत्या कामगारांना

द्यावी लागणारी मंजुरी, वीज इ.

variable factor - (व्हे'अरिअब्ल् फॅ'क्टऽ) **बदलता घटक** - उत्पादन वाढवण्यासाठी ज्या घटकाचे आदान वाढवावे लागते तो घटक.

Veblen effect, snob effect - (वेबेल्न इफे'क्ट्, स्नॉब् इफे'क्ट्) **व्हेब्लेम परिणाम** - सामाजिक प्रतिष्ठा परिणाम उंची डामडौलाच्या वस्तूंची मागणी ही त्या वस्तूंच्या किमती वाढल्यावर वाढते तर किमती उतरल्यावर कमी होते, सामाजिक प्रतिष्ठा परिणाम.

velocity of circulation - (व्हिलॉ'सिटी अव्ह् स'ऽक्युले'ऽशन्) **भ्रमणवेग (चलनाचा)** - चलनाचे विनिमय व्यवहारात एकाकडून दुसऱ्याकडे - दुसऱ्याकडून तिसऱ्याकडे - याप्रकारे विशिष्ट काळात होणारे हस्तांतरण.

velocity of money circulation - (व्हिलॉ'सिटि अव्ह मॅ'नि स'ऽक्युले'ऽशन्) **चलनाचा भ्रमणवेग** - नोटा किंवा नाणी यांचे विनिमयातील हस्तांतरणाचे प्रमाण उदा. १०० रुपयांची नोट एका दिवसात १० व्यक्तींद्वारे हस्तांतरित झाली तर त्यायोगे एकूण चलनपुरवठा (व्यवहार) १००० रुपयांचा होतो.

venture capital - (व्हेन्चर् कॅ'पिट्ल) **साहसवित्त** - ज्यात बुडण्याचा धोका जास्त अशी गुंतवणूक. नवे उत्पादन, नवी प्रक्रिया, इ. क्षेत्रातील गुंतवणूक.

vertical equity - (व्ह'ऽटिकल् ए'क्विटि) **ऊर्ध्वसमानता** - करआकारणीच्या संदर्भात भिन्न परिस्थितीतील करदात्यांवर एकाच दराने करआकारणी न करता ती वेगवेगळ्या दराने करणे. श्रीमंतांवर अधिक कर, मध्यम उत्पन्न असलेल्यांवर कमी कर, तर गरिबांना करआकारणीतून वगळणे याप्रमाणे.

vertical merger - (व्ह'ऽटिकल् म'ऽजऽ) **ऊर्ध्व विलीनीकरण** - एकाच उत्पादनाच्या संदर्भातील विविध प्रक्रिया करणाऱ्या स्वतंत्र व्यवसायसंस्थांची एकच संस्था निर्माण होणे.

vertical summation - (व्हॅ'ऽटिकल् सम'ऽश्न्) **उभी बेरीज** - वरून खाली किंवा खालून वर याप्रकारे केलेली मूल्यांची बेरीज.

volatility - (व्हालॅटि'लिटि) **चलांची तीव्र अस्थिरता** - आर्थिक चलांमध्ये मोठ्या प्रमाणात वारंवार होणारे चढउतार.

volntary unemployment - (व्हॉ'लन्टरि अे'निम्प्लॉ'इमन्ट्) **ऐच्छिक बेकारी** - पात्रता असूनही लोकांची काम करण्याची इच्छा नसल्याने असणारी बेरोजगारी.

■

W

wage freeze - (वेऽज् फ्रीझ्) **वेतन गोठवणे** - तेजीला आळा घालण्यासाठी काही काळ वेतनवाढ स्थगित करणे. वेतनपातळी स्थिर ठेवणे.

wage fund theory - (वेऽज् फन्ड् थि'अरि) **वेतननिधी सिद्धान्त** - उत्पादकांनी वेतनावर खर्च करण्यासाठी योजलेली एकूण रक्कम म्हणजे वेतननिधी होय. त्याला श्रमिकसंख्येने भागल्यास वेतनाचा दर ठरतो. जे. एस्. मिल.

wage price spiral - (वेऽज् प्राइस् स्पा'इअरल्) **वेतनवाढ, भाववाढीचे दुष्टचक्र** - वेतन वाढल्याने मागणी वाढून किंमतपातळीत वाढ होणे व किंमतपातळी वाढल्याने श्रमिकांना अधिक वेतन द्यावे लागणे असे दुष्टचक्र.

wages council - (वेऽज् का'उन्सिल्) **वेतनमंडळ** - असंघटित क्षेत्रातील अत्यल्प वेतन घेणाऱ्या श्रमिकांच्या वेतनवाढीसाठी निर्माण केलेली शासकीय यंत्रणा.

Wagner's law - (वॅ'गनर्स लॉऽ) **प्रा. वॅग्नर यांचा सिद्धान्त** - विसाव्या शतकातील सार्वजनिक (सरकारी) खर्चात झालेल्या वाढीच्या संदर्भात वॅग्नर यांनी मांडलेला सिद्धान्त.

walking inflation - (वॉऽकींग इन्फ्ले'ऽशन्) **चालणारी भाववाढ** - सरपटणाऱ्या भाववाढीपेक्षा अधिक प्रमाण असलेली भाववाढ.

want creation - (वॉन्ट् क्रिए'ऽशन्) **गरजनिर्मिती** - जाहिरात तंत्राद्वारे उपभोक्त्याच्या मनात वस्तूविषयी गरज निर्माण करणे.

warehouse, godown - (वे'अरहाऊस्, गो'डाउन्) **गुदाम, वखार** - मालसाठवणीची जागा.

warehousing receipt - (वे'अरहाउसिन्ग रिसीट्) **गुदामपावती** - गुदामात ठेवलेल्या मालाबद्दल मिळालेली पावती. तिचे कर्जासाठी तारण, बँकेत पैसे भरून पावती सोडवून घेणे असे विविध उपयोग होतात.

warranted rate of growth - (वॉ'रन्टेड् रेऽट् अव्ह ग्रोऽथ्) **उत्पादकतेशी निगडित साधणे शक्य असलेला कमाल दर** - 'अर्थव्यवस्थेचा उत्पादनघटकांच्या उत्पादकतेशी निगडित असलेला विकासाचा दर.' - हॅरॉड, डोमार प्रतिमान प्रत्यक्ष विकासाचा दर यापेक्षा वेगळा असल्यास ते अर्थव्यवस्थेस हितावह नसते.

ways and means loan - (वेइस अॅण्ड् मीन्स् लो'अन्) **अर्थोपाय ऋण** - सरकारने अल्पकालासाठी, तात्पुरती गरज भागवण्यासाठी उभारलेले कर्ज.

weakening of a currency - (वी'कनिंग अॅव्ह् अ कं'रन्सि) **चलन दुर्बलता**- चलनाचे आंतरराष्ट्रीय मूल्य घसरणे.

wealth - (वेल्थ) **संपत्ती** - उपयोगिता, विनिमयता, दुर्मीळता व मनुष्यबाह्यता हे गुणधर्म असणारी सर्व प्रकारची मत्ता.

wear and tear - (वेअर् अॅण्ड् टेअर्) **भांडवलाची झीज** - सततच्या वापराने यंत्रसामग्री झिजणे, वेळोवेळी नादुरुस्त होणे, निकामी भाग बदलण्याची आवश्यकता असणे.

welfare economics - (वे'ल्फेअर् इकॉ'नमिक्स्) **कल्याणाचे अर्थशास्त्र** - मानवी कल्याणाचे आर्थिक विश्लेषण करणारे अर्थशास्त्र.

welfare state - (वे'ल्फेअर स्टेऽट्) **कल्याणकारी राज्य** - समाजाने कमाल हित साधण्याचे उद्दिष्ट असलेली शासनसंस्था.

white book - (व्हाइट् बुक्) अर्थसंकल्पीय अंदाजाचे पुस्तक.

white collar workers - (व्हाइट् कॉ'लर् व'र्कऽ) **पांढरपेशे कर्मचारी** - शारीरिक कष्टांऐवजी बौद्धिक स्वरूपाचे कार्य करणारे कर्मचारी.

wild cat strike - (वाईल्ड् कॅट् स्ट्राइक्) **अनधिकृत संप** - संघटनेच्या संमतीविना अचानक केलेला संप.

winding up of corporation - (वा'इन्डिग् अप् अव्ह् कॉर्परि'इशन्) **महामंडळ** - महामंडळाचा कारभार गुंडाळणे.

window dressing - (विं'न्डोऽ ड्रेसिंग) **खिडकीसुशोभन ताळेबंद सजावट** - कृत्रिमरीत्या व्यवसायाची सुदृढ स्थिती दर्शविणारा ताळेबंद बनवणे.

winner's - (वि'नरस् / वि'नर्स) **विजेत्याची घोडचूक** - लिलावात सर्वोच्च बोली पुकारणाऱ्याची किंवा सर्वांत कमी दराने निविदा भरणाऱ्याची होणारी हानी.

withdrawal - (विद्ड्रॉ'ऽअल्) **संहरण** - अर्थव्यवस्थेतील एकूण क्रयशक्तीत घट होण्याची प्रक्रिया उदा. करात वाढ, सरकारी खर्चात कपात, सार्वजनिक कर्जाची उभारणी.

working Capital - (व'र्किंग् कॅ'पिटल्) **कार्यकारी भांडवल** - पैशाच्या स्वरूपातील कशाही प्रकारे उपयोग करता येईल असे भांडवल, खेळते भांडवल.

working to rule - (व'ऽकिन्ग् टू रूल्) **नियमानुसार काम** - श्रमिकांच्या आंदोलनाचा एक प्रकार. नियमानुसार जे किमान काम असेल तेवढेच फक्त करणे.

works council - (वऽकस का'उन्सिल्) **श्रमिक समिती** - व्यवस्थापन आणि श्रमिकांच्या प्रतिनिधींची श्रमिकांच्या समस्या सोडविण्यासाठी स्थापना केलेली समिती.

world trade organistion - (वर्ल्ड् ट्रेइड् ऑ'र्गनाइझे'इशन्) **जागतिक व्यापार संघटना** - आंतरराष्ट्रीय व्यापारातील समस्यांचे निराकरण करून व्यापाराचा विकास घडवण्यासाठी १९९४ मध्ये स्थापन झालेली आंतरराष्ट्रीय संघटना.

जागतिक व्यापार संघटनेच्या मंत्री परिषदांमध्ये भारतीय वाणिज्यमंत्र्यांची भूमिका महत्त्वाची राहिली. दोहात श्री. मुरासोली मारिन, कॅनकुनमध्ये श्री. अरुण जेटली आणि हाँगकाँगमध्ये श्री. कमलनाथ यांनी जागतिक व्यापार समतोल असावा म्हणून अत्यंत संतुलित पण आग्रही बाजू मांडली. एका अर्थाने सुमारे ११० देशांचे नेतृत्व भारतास मिळाले. जागतिक व्यापार संघटना सर्वत्र चर्चेचा विषय झाला.

write off - (राइट् ऑफ्) **रद्द करणे** - व्यवहार संपवणे.

written off null and void - (रि'ट्न् ऑफ् नल् अॅन्ड् व्हॉइड्) **रद्दबातल** - खोडून टाकलेला, रद्द केलेला.

■

yield - (यील्ड्) **प्राप्ती** - गुंतवणुकीपासून मिळणारा मोबदला, कमाई, उत्पन्न, मिळालेला लाभ.

yield gap - (यील्ड् गॅप्) **प्राप्तीतील तफावत** - समभागावरील लाभांशाचे प्रमाण आणि कर्जरोख्यांवरील व्याजाचा दर यांमध्ये असणारा फरक.

yield to share - (यील्ड् टू शेऽअ) **समभागावरील उपार्जन** - समभागावरील लाभांशाचे बाजारभावाशी असलेले रोकडा प्रमाण.

■

Z

zero buse badgeting - (झि'अरो बेऽस् ब'जिटिंग) **शून्याधारित अर्थसंकल्पना** - आधीच्या वर्षाच्या अर्थसंकल्पानुसार नवीन वर्षाचा अर्थसंकल्प न बनवता अर्थव्यवस्थेची उद्दिष्टे निश्चित करून ती कार्यक्षमरीत्या पूर्ण व्हावीत अशा प्रकारे सरकारी प्राप्ती आणि खर्च यांचे प्रत्येक वर्षी नव्याने नियोजन करणे.

zero growth - (झि'अरोल ग्रोऽथू) **शून्य विकास** - (१) अप्रगत देशात अर्थव्यवस्थेतील उत्पादन, गुंतवणूक उपभोग इ. खालच्या पातळीवर स्थिरावणे. वर्षानुवर्षे विकास न होणे. (२) प्रगत देशांत वापरामुळे साधनसामग्री संपुष्टात आल्याने प्रदूषण, अनुपयोगिता यांमध्ये वाढ झाल्याने आर्थिक प्रगती न होणे. कुंठितावस्था निर्माण होण. उत्पादन, गुंतवणूक, रोजगार इ. पातळीवर स्थिरावणे.

zone - (झोन्) **क्षेत्र** - विशिष्ट कारणासाठी निर्माण केलेला भाग, परिमंडळ.

■

परिशिष्टे

क्र. १ इंग्लिश संक्षिप्त व विस्तृत संज्ञा मराठी नावासह.

क्र. २ विविध देशांची चलने.

क्र. ३ अर्थशास्त्रातील नोबेल पारितोषिक विजेते.

परिशिष्ट क्र. १

मराठी नावांसह इंग्लिश संक्षिप्त व विस्तृत संज्ञा

AAPs	- Annual Action Plans. वार्षिक कृती योजना.
ACRs	- Agricultural Credit Review Committee. कृषी पतआढावा समिती
ADB	- Asian Development Bank. आशियाई विकास बँक
ADR	- American Depositary Receipts. अमेरिकन ठेव पावत्या
AGMARK	- Agricultural Marketing Department Mark. कृषी पणन विभाग बोधचिन्ह (निर्यात कृषी उत्पादनांसाठी आवश्यक)
AHT	- Agricultural Holding Tax. कृषी धारणाकर
AIMO	- All India Manufacturer's Organisation. अखिल भारतीय उत्पादक संघ
AITUC	- All India Trade Union Congress. अखिल भारतीय कामगार संघटनांची काँग्रेस
AITWF	- All India Textile Worker's Federation. अखिल भारतीय गिरणी कामगार महासंघ
AMCs	- Asset Management Companies. मत्ता व्यवस्थापन कंपन्या
APC	- Agricultural Price Commission. कृषी मूल्य आयोग

APDRP	- Accelerated Power Development and Reform Programme.
	गतिमान ऊर्जा विकास व सुधार कार्यक्रम
APL	- Above the Poverty Line.
	दारिद्र्य रेषेवरील (लोक)
APM	- Administered Pricing Mechanism.
	प्रशासित किंमत निर्धारण यंत्रणा
APMR	- Administered Pricing Mechanism Regime.
	प्रशासित किंमत निर्धार क्षेत्र
ARDC	- Agricultural Refinance and Development Corporation.
	कृषी फेरवित्तपुरवठा व विकास महामंडळ
ARF	- Assets Reconstruction Fund.
	मत्ता पुनर्रचना निधी
ARM	- Additional Resource Mobilisation.
	अतिरिक्त संसाधन उभारणी
ARS	- Assets Responsibility System.
	मत्ता दायित्व पद्धती
ASSOCHAM	- Associated Chamber of Commerce.
	एकत्रित वाणिज्य संघटना
ATC	- Agreement on Textile and Clothing.
	कापड व वस्त्रविषयक करार
ATM	- Auto Teller Machine.
	कोणत्याही वेळी खातेदाराला पैसे देण्याची बँकेची यंत्रणा
BCR	- Balance from Current Revenue.
	चालू महसुली प्राप्तीतील शिल्लक
BIFR	- Board of Industrial and Financial Reconstruction.
	औद्योगिक व वित्तीय पुनर्रचना प्राधिकरण
BiMaRU	- States Like Bihar, Madhya Pradesh, Rajasthan and Uttar Pradesh.
	बिहार, मध्य प्रदेश, राजस्थान व उत्तर प्रदेश यांसारखी मागास राज्ये

BIS	-	Bank for International Settlement. आंतरराष्ट्रीय व्यवहारपूर्तता बँक
BMS	-	Bharatiya Mazdoor Sangh. भारतीय मजदूर संघ
BN	-	Bharat Nirman. भारत निर्माण
BOP	-	Balance of Payment. (आंतरराष्ट्रीय) व्यवहार तोल शोधन शेष
BOT	-	Build, Operate and Transfer. बांधा, वापरा व हस्तांतरण करा
BPE	-	Bureau of Public Enterprises सार्वजनिक क्षेत्र उद्योग प्राधिकरण
BPL	-	Below the Poverty Line दारिद्र्य रेषेखालील (लोक)
BSE	-	Bombay Stock Exchange. मुंबईतील रोखे बाजार
CAC	-	Capital Account Convertibility. (चलनाची) भांडवली खात्यावरील परिवर्तनीयता
CACP	-	Commission for Agricuitural Costs and Prices. कृषी परिव्यय व किंमत आयोग
CAD	-	Current Account Deficit. (व्यवहारतोलातील) चालू खात्यावरील तूट
CADA	-	Command Area Development Authority. निर्धारित प्रदेश विकास संस्था
CAG	-	Controller and Auditor General. नियंत्रक व महालेखाधिपाल
CARDBs	-	Co-operative Agricultural and Rural Development Banks. सहकारी कृषी व ग्रामीण विकास बँका
CCFI	-	Cabinet Committee on Foreign Investment.

विदेशी गुंतवणुकीबाबत कॅबिनेट स्तरावरील समिती

CCI - Controller of Capital Issues.
भांडवली रोखे विक्री नियंत्रक

CGS - Credit Guarantee Scheme.
पतहमी योज़ना, कर्जहमी योजना

CII - Confederation of Indian Industries.
भारतीय औद्योगिक महासंघ

CIS - Commonwealth of Independent States.
स्वतंत्र देशांचा कॉमनवेल्थ समूह

CITU - Centre of Indian Trade Unions.
भारतीय कामगार संघटना केंद्र

CMIE - Centre for Monitoring Indian Economy.
भारतीय अर्थव्यवस्था प्रचालन केंद्र

CMP - Common Minimum Programme.
किमान सामायिक कार्यक्रम

COFEPOSA - Conservation of Foreign Exchange and Prevention of Smuggling Activities.
विदेशी चलनरक्षण व अवैध आयात प्रतिबंध

COR - Capital Output Ratio.
भांडवल उत्पादन गुणोत्तर

CPI - Consumer Price Index.
उपभोक्ता किंमत निर्देशांक

CPI-AL - Consumer Price Index for Agricultural Labourers.
शेतमजूर उपभोक्ता किंमत निर्देशांक

CPI-IW - Consumer Price Index for Industrial Workers.
औद्योगिक श्रमिक उपभोक्ता किंमत निर्देशांक

CPI-NME - Consumer Price Index for Non-Manual Employees.
पांढरपेशा कर्मचाऱ्यांशी संबंधित उपभोक्ता किंमत निर्देशांक

CPSU - Central Public Sector Undertaking.
केंद्रीय सार्वजनिक क्षेत्र उपक्रम

CRAR	- Capital to Risk Assets Ratio.
	भांडवल व जोखमी मत्ता गुणोत्तर
CRISIL	- Credit Rating Information Services of India Ltd.
	भारतीय पतदर्जाविषयक माहितीसेवा मर्यादित
CRR	- Cash Reserve Ratio.
	रोख राखीव निधी गुणोत्तर
CSIR	- Council for Scientific and Industrial Research.
	शास्त्रीय व औद्योगिक संशोधन मंडळ
CSO	- Central Statistical Organisation.
	केंद्रीय सांख्यिकी संघटना
CWC	- Central Warehousing Corporation.
	केंद्रीय वखार महामंडळ
DCCBs	- District Central Co-operative Banks.
	जिल्हा मध्यवर्ती सहकारी बँका
DCPs	- District Credit Plans.
	जिल्हा पतविषयक योजना
DDP	- Desert Development Programme.
	वाळवंटी क्षेत्र विकास कार्यक्रम
DFHI	- Discount and Finance House of India Ltd.
	भारतीय वटाव व वित्त गृह मर्यादित
DFIs	- Development Financial Institutions.
	विकास वित्तीय संस्था
DGSD	- Directorate General of Supplies and Disposals.
	सर्वसाधारण पुरवठा व विगतवारी विभाग
DIC	- District Industrial Central.
	जिल्हा उद्योग केंद्र
DICGC	- Deposit Insurance and Credit Guarantee Corporation.
	ठेव विमा व पत हमी महामंडळ
DRAP	- Draught-prone Area Programme.
	अवर्षणग्रस्त प्रदेश कार्यक्रम

DRDA	-	District Rural Development Agencies.
		जिल्हा ग्रामीण विकास संस्था
DRI	-	Differential Rate of Interest.
		विभेदात्मक व्याजदर
DTEC	-	Direct Taxes Enquiry Committee.
		प्रत्यक्ष करचौकशी समिती
ECM	-	European Common Market.
		युरोपची सामायिक बाजारपेठ
EDII	-	Enterpreneurship Development Institute Of India.
		भारतीय उद्योजकता विकास संस्था
EDP	-	Entrepreneurship Development Programme.
		संघटनकौशल्य विकास कार्यक्रम
EEC	-	European Economic Community.
		युरोपीय आर्थिक समुदाय
EFTA	-	European Free Trade Area.
		युरोपातील मुक्त व्यापार विभागातील देश
EGS	-	Employment Guarantee Scheme.
		रोजगार हमी योजना
EOU	-	Export Oriented Units.
		निर्यातप्रवण उद्योग
EPF	-	Employees Provident Fund.
		कर्मचारी भविष्य निर्वाह निधी
EPZs	-	Export Promotion Zones.
		निर्यात प्रोत्साहन विभाग
Exim Bank	-	Export and Import Bank.
		निर्यात व आयात बँक
FAO	-	Food and Agriculture Organisation.
		अन्न व कृषी संघटना
FCCB	-	Foreign Currency Convertible Bonds.
		विदेशी चलनातील रूपांतरणीय रोखे

FCDs	-	Fully Convertible Debentures.
		संपूर्ण परिवर्तनीय रोखे
FCI	-	Food Corporation of India.
		भारतीय अन्नधान्य महामंडळ
FCNR(B)	-	Foreign Currency Non-resident Accounts.
		अनिवासी भारतीयांची बँकातील विदेशी चलनातील खाती
FDI	-	Foreign Direct Investment.
		विदेशी प्रत्यक्ष गुंतवणूक
FEMA	-	Foreign Exchange Management Act.
		विदेशी चलन व्यवस्थापन कायदा
FER	-	Foreign Exchange Reserves.
		विदेशी चलन राखीव निधी
FIPB	-	Foreign Investment Promotion Board.
		विदेशी गुंतवणूक प्रोत्साहन प्राधिकरण
FTZ	-	Free Trade Zones.
		मुक्त व्यापार प्रदेश
FWP	-	Food for Work Programme.
		कामाच्या मोबदल्यात अन्नकार्यक्रम
GATT	-	General Agreement on Tariffs and Trade.
		जकात व व्यापारविषयक सर्वसामान्य करार
GDP	-	Gross Domestic Product.
		एकूण घरगुती उत्पादन
GDRs	-	Global Depository Receipts.
		जागतिक ठेव पावत्या
GEP	-	Global Environment Fund.
		जागतिक पर्यावरण निधी
GFD	-	Gross Fiscal Deficit.
		एकूण वित्तीय तूट
GICI	-	General Insurance Corporation of India.
		भारतीय सर्वसाधारण विमा महामंडळ

GNP - Gross National Product.
एकूण राष्ट्रीय उत्पादन

HDI - Human Development Index.
मानवी विकास निर्देशांक

HPC - High Power Committee.
उच्चाधिकार समिती

HYVP - High Yielding Varieties Programme.
अधिक उत्पादन देणाऱ्या संकरित बियाणे लागवडीचा कार्यक्रम

IBRD - International Bank for Reconstruction and Development. (World Bank)
आंतरराष्ट्रीय पुनर्रचना व विकास बँक, जागतिक बँक

ICAO - International Civil Aviation Organisation.
आंतरराष्ट्रीय नागरी विमान वाहतूक संस्था

ICAR - Indian Council for Agricultural Research.
राष्ट्रीय कृषी अनुसंधान संस्था

ICL - Indian Confederation of Labour.
भारतीय श्रमिक महासंघ

ICPD - International Conference on Population and Development.
लोकसंख्या आणि विकास यावरील आंतरराष्ट्रीय परिषद.

IDA - International Development Association.
आंतरराष्ट्रीय विकास संस्था

IICRA - Investment Information Credit Rating Agency.
गुंतवणूकविषयक माहिती व पतनिर्धारण संस्था

IIP - Index of Industrial Production.
औद्योगिक उत्पादन निर्देशांक

ILO - International Labour Organisation.
आंतरराष्ट्रीय श्रमिक संघटना

IMCO - Inter-Government Maritime Consultative Organisation.
आंतरराष्ट्रीय जलवाहतूक सल्लागार मंडळ

IMF - International Monétary Fund.

आंतरराष्ट्रीय नाणे निधी

INTUC   - Indian Natioanl Trade Union Congress.
भारतीय राष्ट्रीय श्रमिक संघटना काँग्रेस

IRDP   - Integrated Rural Development Programme.
एकात्मिक ग्रामीण विकास कार्यक्रम

IREDA   - Indian Renewable Energy Development Agency.
भारतीय नवीकरण योग्य ऊर्जा विकास प्राधिकरण

ISO   - International Orgnisation for Standardisation.
आंतरराष्ट्रीय प्रमाणीकरण संघटन

ISRO   - Indian Space Research.Organisation.
भारतीय अवकाश संशोधन संघटना

IT   - Information Technology.
माहिती-तंत्रज्ञान

ITDC   - Indian Tourism Development Corporation.
भारतीय पर्यटन विकास महामंडळ

ITI   - Industrial Training Institute.
औद्योगिक प्रशिक्षण संस्था

JPC   - Joint Parliamentary Committee.
संयुक्त संसदीय समिती

JRY   - Jawahar Rojgar Yojana.
जवाहर रोजगार योजना

KVIC   - Khadi and Village Industries Commission.
खादी व ग्रामोद्योग आयोग

LDB   - Land Development Banks.
भूविकास बँका

LIC   - Life Insurance Corporation of India.
भारतीय आयुर्विमा महामंडळ

LTFP   - Long Term Fiscal Policy.
दीर्घकालीन वित्तनीती

MAT   - Minimum Alternative Tax.

किमान पर्यायी कर

MCED - Maharashtra Centre for Enterpreneurship Development.
महाराष्ट्र उद्योजकता विकास केंद्र

MDMS - Mid-day Meal Scheme.
(शाळांतील) माध्यान्ह भोजन योजना

MFA - Multifibre Agreement.
बहुतंतू करार

MFAL - Marginal Farmers and Agriculture Labourers.
सीमांत शेतकरी व भूमिहीन शेतमजूर

MIC - Monopolies Inquiry Commission.
मक्तेदारी चौकशी आयोग

MIDC - Maharashtra Industrial Development Corporation.
महाराष्ट्र औद्योगिक विकास महामंडळ

MIS - Management Information System.
व्यवस्थापन माहिती पद्धती

MITCON - Maharashtra Industrial and Technical Consultancy Organisation Ltd.
महाराष्ट्र औद्योगिक व तांत्रिक सल्लागार सेवा संघटना मर्यादित.

MKCL - Maharashtra Knowledge Corporation Limited.
महाराष्ट्र ज्ञान महामंडळ मर्यादित

MNC - Multinational Corporation.
बहुराष्ट्रीय कंपन्या

MNP - Minimum Needs Programme.
किमान गरजांची पूर्ती कार्यक्रम

MODVAT - Modified Value Added Tax.
सुधारित मूल्यवर्धित कर

MOU - Memorandum Of Understanding.
सामंजस्य करार

MRTP - Monopoly and Restrictive Trade Practices.
मक्तेदारी व प्रतिबंधित व्यापार व्यवहार

MSFC .   - Maharashtra State Financial Corporation.
महाराष्ट्र राज्य वित्तपुरवठा महामंडळ

MSRTC (S.T.)- Maharashtra State Road Transport Corporation State Transport.
महाराष्ट्र राज्य परिवहन महामंडळ /एस.टी.

NABARD   - National Bank for Agriculture and Rural Development.
राष्ट्रीय कृषी व ग्रामीण विकास बँक

NAFED   - National Agricultural Federation Co-operative Marketing.
राष्ट्रीय सहकारी कृषीपणन महासंघ

NASSCOM   - National Association for Software and Services Companies.
संगणकीय कार्यक्रम व सेवा कंपन्यांची राष्ट्रीय संघटना

NAV   - Net Asset Value.
निव्वळ मत्ता मूल्य

NBFCs   - Non-Banking Financial Companies.
बँकेतर वित्तपुरवठा कंपन्या

NCA   - National Commission on Agriculture.
राष्ट्रीय कृषी आयोग

NCAER   - National Council of Applied Economic Reseach.
राष्ट्रीय उपयोजित आर्थिक संशोधन संस्था

NCCF   - National Consumers Co-operative Federation.
राष्ट्रीय उपभोक्ता सहकारी महासंघ

NCDBA   - National Committee for Development of the Backward Areas.
राष्ट्रीय मागास प्रदेश विकास समिती

NCL   - National Commission on Labour.
राष्ट्रीय श्रमिक आयोग

NDC   - National Development Council.
राष्ट्रीय विकास संस्था

NDDB	- National Dairy Development Board.
	राष्ट्रीय दुग्धशाळा विकास प्राधिकरण
NDP	- Net Domestic Product.
	निव्वळ घरगुती उत्पादन
NEF	- National Equity Fund.
	राष्ट्रीय समभाग निधी
NEP	- New Economic Policy.
	नवे आर्थिक धोरण
NFITU	- National Federation of Independant Trade Unions.
	स्वतंत्र श्रमिक संघटनांचा राष्ट्रीय महासंघ
NGOs	- Non-Government Organisations.
	अशासकीय (स्वयंसेवी) संघटना
NHAI	- National Highways Authority of India Ltd.
	भारतीय राष्ट्रीय महामार्ग प्राधिकरण मर्यादित
NHB	- National Housing Bank.
	राष्ट्रीय गृहवित्त बँक
NIDC	- National Industrial Development Corporation.
	राष्ट्रीय औद्योगिक विकास महामंडळ
NIES	- Newly Industrial Economies.
	नवोदित औद्योगिक अर्थव्यवस्था
NIPFP	- National Institute Of Public Finance and Policy.
	राष्ट्रीय सार्वजनिक वित्तव्यवहार व वित्तनीती संस्था
NLM	- National Literacy Mission.
	राष्ट्रीय साक्षरता उपक्रम
NNP	- Net National Product.
	निव्वळ राष्ट्रीय उत्पादन
NPAs	- Non-Performing Assets.
	अनुत्पादक मत्ता
NPC	- National Planning Commission.
	राष्ट्रीय नियोजन आयोग

NRHM	- National Rural Health Mission.
	राष्ट्रीय ग्रामीण आरोग्य सेवा
NRIs	- Non-Residential Indians.
	अनिवासी भारतीय
NSC	- National Seeds Corporation.
	राष्ट्रीय बियाणे महामंडळ
NSIC	- National Small-Scale Industries Corporation.
	राष्ट्रीय लघुउद्योग महामंडळ
NSSO	- National Sample Survey organisation.
	राष्ट्रीय नमुना पाहणी संघटना
OECD	- Organisation for Economic Co-operation and Development.
	आर्थिक सहकार्य आणि विकास संघटना
OGL	- Open General Licence.
	खुला सर्वसामान्य परवाना (आयात)
ONGC	- Oil and Natural Gas Corporation.
	तेल व नैसर्गिक वायू महामंडळ
OPEC	- Organisation of Petrolium Exporting Countries.
	तेल निर्यातदार देशांची संघटना
PAC	- Public Accounts Committee.
	सार्वजनिक लेखा समिती
PACS	- Primary Agricultural Credit Societies.
	प्राथमिक कृषी सहकारी पतसंस्था
PCDs	- Partially Convertible Debentures.
	अंशतः परिवर्तनीय कर्जरोखे
PDS	- Public Distribution System.
	सार्वजनिक वितरण यंत्रणा
PFC	- Power Finance Corporation.
	ऊर्जा वित्तपुरवठा महामंडळ
PPP	- Public Private Partnership.
	सार्वजनिक खासगी भागीदारी

PPPs	- Purchasing Power Parities.
	(चलनांची) क्रयशक्ती समानता
PURA	- Providing Urban Amenities in Rural Areas.
	ग्रामीण भागात शहरी सोयीसुविधा पुरवणे
RBI	- Reserve Bank of India.
	भारतीय रिझर्व्ह बँक
RCTC	- Risk Capital and Technology Corporation Ltd.
	साहसवित्त आणि तंत्रज्ञान महामंडळ मर्यादित
REC	- Rural Electrification corporation.
	ग्रामीण विद्युतीकरण महामंडळ
RIDF	- Rural Infrastructure Development Fund.
	ग्रामीण पायाभूत सुविधा विकास निधी
ROI	- Return On Investment.
	गुंतवणुकीवरील प्राप्ती
RRBs	- Regional Rural Banks.
	प्रादेशिक ग्रामीण बँका
RTCs	- Road Transport Corporations.
	रस्ते वाहतूक महामंडळे
SAARC	- South Asian Association for Regional Co-operation.
	दक्षिण आशियाई प्रादेशिक सहकार्य संघटना
SCARDB	- State Co-operative Agricultural Rural Development Banks.
	राज्य सहकारी कृषी ग्रामीण विकास बँक
SDP	- State Domestic Product.
	राज्यातील एकूण उत्पादन
SEBI	- Securities and Exchange Board of India
	भारतीय प्रतिभूती व विनिमय मंडळ
SEZs	- Special Economic Zones.
	विशेष आर्थिक क्षेत्रे
SFCs	- State Financial Corporation.
	राज्य वित्तपुरवठा महामंडळे

SFDAs	-	Small Farmers Development Agencies.
		अल्पभूधारक विकास संस्था
SHCIL	-	Stock Holding Corporation of India Ltd.
		भारतीय प्रतिभूतीधारक महामंडळ मर्यादित
SIDBI	-	Small Industries Development Bank of India.
		भारतीय लघुउद्योग विकास बँक
SIDCs	-	State Industrial Development Corporations.
		राज्य औद्योगिक विकास महामंडळे
SIDF	-	Small Industries Development Fund
		लघु उद्योग विकास निधी
SLPEs	-	State Level Public Enterprises.
		राज्यपातळीवरील सार्वजनिक उद्योग
SLR	-	Statutory Liquidity Ratio.
		वैधानिक रोखता गुणोत्तर
SSA	-	Sarva Shiksha Abhiyan/ Education for All.
		सार्वत्रिक शिक्षण मोहीम
SSIs	-	Small Scale Industries.
		लघु उद्योग
SSSIDC	-	State Small Scale Industries Development Corporation.
		राज्य लघु उद्योग विकास महामंडळ
STC	-	State Trading Corporation.
		राज्य व्यापार महामंडळ
SWCs	-	State Warehousing Corporation.
		राज्य वखार महामंडळ
SWS	-	Single Windows System.
		एक खिडकी योजना
TDICI	-	Technology Development and Information Company of India.
		भारतीय तंत्रज्ञान विकास व माहिती संस्था मर्यादित
TRAIPS	-	Trade Related Aspects of Intellectual Property Rights.
		व्यापार संबंधित बौद्धिक संपदाधिकार

TRIMs	- Trade Related Investment Measures.
	व्यापार संबंधित गुंतवणूक मार्ग
TRYSEM	- Training for Rural Youth for Self-Employment.
	स्वयंरोजगारच्या हेतूने ग्रामीण युवकांसाठी शिक्षण योजना
UNCTAD	- United Nations Conference on Trade and Development.
	संयुक्त राष्ट्र व्यापार आणि विकास परिषद
UNDP	- United Nation's Development Programme.
	संयुक्त राष्ट्र विकास कार्यक्रम
VAT	- Value Added Taxation.
	मूल्यवर्धित करप्रणाली
VCF	- Venture Capital Fund.
	साहसवित्त निधी
VDIS	- Voluntary Disclosure of Income Scheme.
	स्वेच्छा उत्पन्न प्रगटीकरण योजना
VRS	- Voluntary Retirement Scheme.
	स्वेच्छा निवृत्ती योजना
WDR	- World Development Report.
	जागतिक विकास अहवाल
WHO	- World Health Organisation.
	जागतिक आरोग्य संघटना
WTO	- World Trade Organisation.
	जागतिक व्यापार संघटना

परिशिष्ट क्र. २

विविध देशांची चलने

देश	चलन	देश	चलन
अंगोला	क्वांन्झा	ओमन	रियाल ओमानी
अझरबैजान	रुबल (मेनट)	ऑस्ट्रिया	झिलिंग (युरो)
अफगाणिस्तान	अफगाणी	ऑस्ट्रेलिया	ऑस्ट्रेलियन डॉलर
अमेरिका	यू. एस. डॉलर	कझागिस्तान	रुबल
अर्जेंटिना	अर्जेंटाईन पेसो	कतार	कतारी रियाल
अल्जेरिया	दीनार	किर्गिझस्थान	सम
अल्बानिया	लेक	कुवैत	कुवैती दीनार
आइसलंड	क्रोना	केनिया	केनियन शिलिंग
आइसलॅंड	आइलॅंडिंक क्रोना	कॅनडा	कॅनेडियन डॉलर
आयरलॅंड	युरो	कोरिया	वॉन
इंडोचायना	पेस्टर	कोलंबिया	कोलंबियन पेसो
इंडोनेशिया	इंडोनेशियन रुपीया	कोस्टारिका	कोलोन
इक्वडोर	अमेरिकी डॉलर	क्यूबा	क्यूबन पेसो
इजिप्त	इजिप्शिअन पौंड	ग्रीस	ड्रॅच्मा (युरो)
इटाली	लिरा (युरो)	ग्वाटेमाला	क्वेटझल
इथिओपिया	बिर	चिली	चिलीयन पेसो
इराक	इराकी दिनार	चीन	युआन
इस्त्रायल	न्यू शेकेल	जपान	जापनिज येन
इस्त्रायल	न्यूरोकल	जर्मनी	ड्युइशमार्क (युरो)
ईराण	इराणी रियाल	जाम्बिया	क्वाश
एस्टोनिया	क्रुन	जावा	गिल्डर
ॲबिसिनिया	तलारी	जॉर्डन	दीनार

१८२ । डायमंड शब्दकोश - अर्थशास्त्र

देश	चलन	देश	चलन
झेकोस्लोव्हाकिया	कोरुना	पर्शिया (इराण)	रियाल
झांबिया	क्वाचा	पाकिस्तान	रुपया
झिबाब्वे	डॉलर	पेरु	सोल
झैरे	झैरे	पॅराग्वे	ड्युएरानी
डॅनिश	क्रोन	पोर्तुगाल	एस्कुडो (युरो)
तंजानिया	तंजानिया शिलिंग	पोलंड	इलोटी
ताझिकिस्तान	रुबल	फिजी	डॉलर
तुर्कमेनिस्तान	मॅनट	फिन्लंड	मार्क्का
तुर्कस्तान	लिरा	फिलिपाइन्स	फिलिपिनी पेसो
तुर्की	तर्कीश लीरा	फ्रान्स	फ्रँक (युरो)
तैवान	डॉलर	बलगेरिया	लेव्ह
तैवान	न्यू तैवान डॉलर	बहारीन	दीनार
थायलंड	बाहत	बांगला	बांगलादेशी टका
द.अफ्रिका	द. अफ्रिकी रँड	बेल्जियम	बेल्जियम फ्रँक
नामीबिया	डॉलर (रँड)	बोलिव्हिया	बोलिव्हिॲनो
नायजेरिया	नायटा	ब्राझील	ब्राझीलियन रिअल
निकाराग्वा	कोर्डोबा	ब्रिटन	पौंड स्टर्लिंग
नेदरलँडस्	गिल्डर (युरो)	भारत	रुपया
नेपाळ	नेपालीयन रुपी	भूतान	गल्ट्रम
नॉर्वे	नॉर्वेजियन क्रोन	मलेशिया	मलेशियन रिंगिट
न्यूगांडा	शिलिंग	मालदीव	रुफिया
न्यूझीलंड	डॉलर	मेक्सिको	मेक्सिकन पेसो
पनामा	बाल्बोआ	मोरोक्को	दिर्न्हॅम

देश	चलन	देश	चलन
मॉरिशस	मॉरिशियन रुपी	सायप्रस	सायप्रस पौंड
मॉल्देव्हिया	लेई	साल्हेडॉर	कोलोन
म्यानमार	म्यानमार क्याट	सिंगापूर	सिंगापूर डॉलर
युक्रेन	कार्बोव्हॅनेट	सीरिया	पौंड
युगांडा	न्यू शिलींग	सुदान	पौंड
युगोस्लाव्हिया	युगोस्लाव्हिया न्यू दीनार	सेनेगल	फ्रँक
येमेन	रियाल	सौदी अरेबिया	सौदी अरेबियन रियाल
रशिया	रशियन रुबल	स्पेन	पेसेटा
रुमानिया	लेऊ	स्विसझर्लंड	फ्रँक
लिथुआनिया	लिटास	स्वीडन	स्वीडिश क्रोना
लीबियन	दीनार	हंगेरी	फॉरिंट (युरो)
लेबनीज	पौंड	हाँगकाँग	हाँगकाँग डॉलर
श्रीलंका	रुपी	हैती	गौर्ड
सं अ अमीरात	दिरहॅन	होंडुरास	लेम्पिरा
सयाम	बाहत	हॉलंड	फ्लोरिन

■■

परिशिष्ट क्र ३

सन १९६९ पासून स्वीडिश नॅशनल बँकेने प्रथमच नोबेल पारितोषिकांसाठी अर्थशास्त्र या विषयाचाही समावेश केला. त्यानंतर प्रत्येक वर्षी जगातील नामवंत अर्थतज्ज्ञांना याप्रमाणे हा पुरस्कार देण्यात आला.

सन	पुरस्कार विजेते अर्थतज्ज्ञ
१९६९	जॉन टिंबरर्जन - नेदरलॅंड
	रॅग्नर फ्रिश-नॉर्वे
१९७०	पॉल सॅम्युएलसन - अमेरिका
१९७१	सायमन कुझनेट्स - अमेरिका
१९७२	जॉन हिक्स - इंग्लंड
	केनेथ ॲरो - अमेरिका
१९७३	वॅसिली लिऑंटिफ्-अमेरिका
१९७४	गुन्नार मिर्डाल - स्वीडन
	फ्रेडरिक हाइक - ऑस्ट्रिया
१९७५	लिओनिड कॅंटोरोविच - रशिया
	टिर्जॅलिंग कुपमन्स - अमेरिका
१९७६	मिल्टन फ्रीडमन् - अमेरिका
१९७७	जेम्स मीड - इंग्लंड
	बर्टिल ओहलिन - स्वीडन
१९७८	हर्बर्ट सायमन - अमेरिका
१९७९	डब्ल्यू अर्थर लेविस - इंग्लंड
	थिओडोर शुल्झ् - अमेरिका
१९८०	लॉरेन्स क्लीन - अमेरिका
१९८१	जेम्स टोबिन - अमेरिका
१९८२	जॉर्ज स्टिग्लर - अमेरिका
१९८३	सर जेरार्ड डेब्रू - अमेरिका
१९८४	सर रिचर्ड स्टोन - इंग्लंड
१९८५	फ्रॅंको मॉडिग्लिऑनी - अमेरिका
१९८६	जेम्स बुकॅनन - अमेरिका
१९८७	रॉबर्ट सोलो - अमेरिका
१९८८	मॉरिस ॲलेस - फ्रान्स
१९८९	ट्रिग्वे हॅव्हेल्मो - नॉर्वे
१९९०	हॅरी मार्कोवित्झ - अमेरिका
	विल्यम शार्प - अमेरिका
	मर्टन मिलर - अमेरिका
१९९१	रोनाल्ड कोत्झ् - अमेरिका
१९९२	गॅरी बेकर - अमेरिका
१९९३	रॉबर्ट फॉगेल - अमेरिका
	डग्लस नॉर्थ - अमेरिका
१९९४	जॉन नॅश-अमेरिका
	जॉन हरसन्सी - अमेरिका
	रेनहार्ड सेल्टन - जर्मनी

सन	पुरस्कार विजेते अर्थतज्ज्ञ
१९९५	रॉबर्ट ल्युकास - अमेरिका
१९९६	जेम्स मिर्लिस - इंग्लंड
	विल्यम विक्रे - कॅनडा
१९९७	रॉबर्ट सी मर्टन - अमेरिका
	मायरॉन एस् शोल्स - अमेरिका
१९९८	अमर्त्य सेन - भारत
१९९९	रॉबर्ट मुंडेल - अमेरिका
२०००	जेम्स हॅकमन - अमेरिका
	डॅनियल मॅकफॅडन - अमेरिका
२००१	जॉर्ज अॅकरलॉफ - अमेरिका
	मायकेल स्पेन्स - अमेरिका
	जोसेफ स्टिग्लिझ - अमेरिका
२००२	डॅनियल काहनेमन - इस्त्राइल आणि अमेरिका
	व्हर्नॉन एल स्मिथ - अमेरिका

सन	पुरस्कार विजेते अर्थतज्ज्ञ
२००३	रॉबर्ट एंगल III - अमेरिका
	क्लाईव्ह ग्रॅंगर - इंग्लंड
२००४	फिन किडलॅंड - नॉर्वे
	एडवर्ड प्रेस्कॉट - अमेरिका
२००५	रॉबर्ट ऑमन - इस्त्राएल
	थॉमस शेलिंग - अमेरिका
२००६	एडमंड फेल्प्स् - अमेरिका
२००७	लिओनिड हरवित्झ - अमेरिका
	एरिक मस्किन - अमेरिका
	रॉजर मिएर्सन - अमेरिका
२००८	पॉल क्रुगमन - अमेरिका
२००९	एलिनर ऑस्ट्रॉम - अमेरिका
	ऑलिव्हर विल्यमसन - अमेरिका
२०१०	पीटर डायमंड - अमेरिका
	डेल मॉर्टेन्सन - अमेरिका
	ख्रिस्टोफर पिसाराइड्स - सायप्रस
२०११	थॉमस सार्जंट - अमेरिका
	ख्रिस्टोफर सिम्स - अमेरिका

संदर्भासाठी वापरलेली पुस्तके -

1. अर्थशास्त्र परिभाषा कोश
   भाषा संचलनालय, महाराष्ट्र शासन, मार्च १९८७

2. डायमंड अर्थशास्त्र कोश
   प्रा. डॉ. रारावीकर, प्रा. गोडबोले, प्रा.बोर्जेस
   डायमंड पब्लिकेशन्स, पुणे ३०

3. वाणिज्य शास्त्र परिभाषा कोश
   भाषा संचालनालय, महाराष्ट्र शासन, मुंबई.

4. वित्तीय शब्दावली
   भाषा संचालनालय, महाराष्ट्र शासन, मुंबई.

5. Abbott & Others, Dictionary of Economics
   Arnold Heinemann Publication.

6. C. S. Nagpal, Anmols Dictionary of Economics
   Anmol Publication Pvt. Ltd., Delhi.

7. Dutta & Sundaram, Indian Economy
   S. Chand Publication, Delhi.

8. Evan Davis, Graham Bannock, R. E. Baxter.
   The Penguin Dictionary of Economics.

9. Economics (6th Edition)
   John Sloman Pearson Education.

10. Black John, Oxford Dictionary of Economics,
    Oxford University Press,

11. Chopra R., Dictionary of Management
    Anmol Publication, New Delhi.

■ ■

संपादक परिचय

प्रा. वि. ज. गोडबोले
एम. ए. (अर्थशास्त्र) पुणे विद्यापीठ
२०१-२०२, आर्या, अमृतकला (बी)
९ वी गल्ली, शाहू कॉलनी, कर्वेनगर, पुणे
दूरध्वनी ३२३०७०५३

- शिरूर घोडनदी (पुणे) येथील चांदमल ताराचंद बोरा महाविद्यालयात अर्थशास्त्राचे प्राध्यापक आणि विभागप्रमुख म्हणून ३२ वर्षांच्या सेवेनंतर सन २००२ मध्ये निवृत्त.
- डॉ. दातार महाविद्यालय, चिपळूण, विलिंग्डन महाविद्यालय, सांगली, जे. एस्. एम्. कॉलेज, अलिबाग, कॉलेज ऑफ फार्मसी, शिरूर, माणिकचंद धारीवाल इन्स्टिट्यूट, शिरूर, बकुल तांबट इन्स्टिट्यूट ऑफ नर्सिंग एज्युकेशन, पुणे, सिद्धिविनायक महाविद्यालय पुणे या संस्थांत पदवी आणि पदव्युत्तर पातळीवर अर्थशास्त्र, बँकिंग, व्यवसाय, अर्थशास्त्र, व्यवस्थापकीय अर्थशास्त्र, आरोग्याचे अर्थशास्त्र अशा विविध विषयांचे अध्यापन.
- महाराष्ट्र टाइम्स, लोकसत्ता, सकाळ, लोकमत, अर्थवेध, अर्थसंवाद, अर्थमंथन, किर्लोस्कर, मनोहर, मोहिनी अशा विविध वृत्तपत्रांतून आणि नियतकालिकांतून आर्थिक आणि ललित विषयांवरील सुमारे १५० लेख तसेच विनोदी कथा, एकांकिका इ. १०० लेख प्रसिद्ध.
- पुणे विद्यापीठ, यशवंतराव चव्हाण महाराष्ट्र मुक्त विद्यापीठ - नाशिक यांच्यासाठी क्रमिक पुस्तकांचे इतर सहकारी लेखकांसमवेत तसेच स्वतंत्रपणे लेखन.
- भारतीय समाजविज्ञान कोशात आर्थिक विषयांवरील लेख समाविष्ट.
- मुंबई दूरदर्शन, कंट्रीवाइड क्लासरुम - दिल्ली यांच्यासाठी लिहिलेले विविध कार्यक्रम वेळोवेळी प्रक्षेपित झाले.
- 'डॉ. बाबासाहेब आंबेडकर : एक व्यक्ती एक दृष्टी' (अनुवाद), चला संसदेत, 'समस्या शंभर कोटींची' ही पुस्तके दास्ताने रामचंद्र आणि कं. पुणे यांनी प्रकाशित केली. 'अर्थशास्त्र शब्दकोश' व कर्नल मराठे यांच्यासमवेत लिहिलेले 'आपत्ती व्यवस्थापन' ही पुस्तके डायमंड पब्लिकेशन्स पुणे यांनी प्रकाशित केली.
- विविध महाविद्यालये, शाळा, महाराष्ट्रीय कलोपासक पुणे, जागर पुणे यांच्यामार्फत लिहिलेल्या एकांकिकांचे आणि नाटकाचे रंगमंचावर अनेक प्रयोग.
- सिद्धिविनायक महाविद्यालय व श्रीमती बकुल तांबट इन्स्टिट्यूट ऑफ नर्सिंग एज्युकेशन या संस्थात विषयांचे मानद अध्यापन.

www.ingramcontent.com/pod-product-compliance
Lightning Source LLC
Chambersburg PA
CBHW060552210326
41519CB00014B/3444
* 9 7 8 8 1 8 4 8 3 0 8 2 8 *